ஷேக்ஸ்பியரின் 'சரிக்குச் சரி'

SHAKESPEARE'S MEASURE FOR MEASURE

(தமிழ் நாவல் வடிவம்)

இது ஒரு கிறித்தவ நீதிக்கதை போன்றது

சரிக்குச் சரி

ஆங்கில நாடகாசிரியர் வில்லியம் ஷேக்ஸ்பியர் எழுதிய
MEASURE FOR MEASURE நாடகத்தின் தமிழ் நாவல் வடிவம்

ஜே.கே. இராஜசேகரன்

அவர் பதிப்பகம்

சென்னை

ஷேக்ஸ்பியரின் 'சரிக்குச் சரி'

Translation of Shakespeare's MEASURE FOR MEASURE

Author: JK. Rajasekaran ©

First Edition: January 2019

216 Pages

Price: Rs.150

ISBN: 978-81-940178-0-6

Published By

Avar Pathippagam,
326, 12th Street, Sharma Nagar,
Vyasarpadi, Chennai - 600039.

Mobile	:	9790581005
e-mail	:	davidsomiah@gmail.com
facebook	:	facebook.com/james.rajan.71

Printed at

Global Printing Press,
Perungudi,
Chennai - 600096.

> WARNING: All rights reserved. Except for the purpose of critical analysis or a review, no part of this book may be reproduced or introduced into a retrieval system or transmitted in any form or by any means (electronic, photocopying etc.) without the written consent of both the Author and the Publisher of this book.

என் உடன்பிறவா சகோதரி

திருமதி சி.டி. திலகவதி அவர்களுக்கு

இந்த நூல் சமர்ப்பணம்...

முன்னுரை

இங்கிலாந்து ஈன்றெடுத்த மாமனிதர்களுள் ஒருவரான வில்லியம் ஷேக்ஸ்பியர் மொத்தம் 37 நாடகங்கள் எழுதியுள்ளார். அவை பொதுவாக வரலாறு (History), துன்பியல் (Tragedy), இன்பியல் (Comedy) என வகைப்படுத்தப்படுகின்றன. அவரது துன்பியல் மற்றும் இன்பியல் நாடகங்களில் உட்பிரிவுகள் உண்டு.

ஷேக்ஸ்பியர் 17 இன்பியல் நாடகங்கள் எழுதியுள்ளார். அவை ஆரம்ப கால இன்பியல் நாடகங்கள், புத்தார்வ இன்பியல் நாடகங்கள், அவல இன்பியல் நாடகங்கள் மற்றும் அற்புத நவிற்சி நாடகங்கள் (அல்லது இறுதி நாடகங்கள்) என்ற நான்கு பிரிவுகளின் கீழ் வருகின்றன.

இறுதி நாடகங்களில் 'எட்டாம் ஹென்றி' இன்பியல் அல்ல. அது வரலாற்று நாடகம். இந்த நாடகம் முழுமையாக ஷேக்ஸ்பியரால் படைக்கப்பட்டதல்ல. மேலும் எட்டாம் ஹென்றி மன்னரை மையப்படுத்தி நாடகம் ஒன்றைப் படைக்க வேண்டும் என்ற திட்டம் முதலில் அவருக்கு இருந்ததாகவும் தெரியவில்லை. அது உருவான விதம் மற்றும் பின்னணி தனிக்கதை.

ஷேக்ஸ்பியரின் அவல இன்பியல் நாடகங்கள் இருண்ட இன்பியல் நாடகங்கள் என்றும், சிக்கல் நாடகங்கள் (Problem Plays) என அழைக்கப்படுகின்றன. 'அவல இன்பியல் நாடகம்' என்பது முடிவை மட்டும் மகிழ்ச்சிகரமாக கொண்ட ஒரு துன்பியல் நாடகம். அதாவது ஓர் அவல நாடகம் மயிரிழையில் உயிர் தப்பி, இறுதியில் இன்பியலாக மாறி விடுகிறது. தொடக்கம் முதல் இறுதிக் காட்சிக்கு சற்று முன் வரை துயரார்ந்த தொனியுடனே செல்லும் கதை, ஏதோ

ஒரு அற்புதம் போன்ற எதிர்பாராத சம்பவம் ஒன்றினால் அனைவர் முகமும் மலர கடைசியில் இன்பகரமாக முடிகிறது.

'சரிக்குச் சரி' அத்தகைய நாடகங்களில் ஒன்று. இந்த நாடகத்தில் 5 அங்கங்களில் 17 காட்சிகள் வருகின்றன. அவை இங்கே 17 அத்தியாயங்களாக மாற்றப்பட்டுள்ளன.

ஷேக்ஸ்பியர் எழுதிய 37 நாடகங்களையும் எளிய, இனிய தமிழில் நாவலாக படைக்க வேண்டும் என்பது எனது மாபெரும் இலட்சியம். முதலில் 'மெக்பெத்' உருவானது. இது எனது இரண்டாவது 'ஷேக்ஸ்பியர் நாவல்'. மீதமுள்ள 35 நாடகங்களையும் தமிழில் நாவலாக எழுதி முடிக்க உங்கள் ஆசி மற்றும் ஆதரவை வேண்டுகிறேன்.

அன்புடன்,

ஜே.கே. இராஜசேகரன்

உள்ளே

1. விடை பெற்றான் வின்சென்ஷியோ — 11
2. கிளாடியோ, ஜூலியட் கைது — 22
3. பாதிரியாருடன் ஆலோசனை — 36
4. மடாலயத்தில் இசபெல்லா — 41
5. கிளாடியோவிற்கு மன்னிப்பு இல்லை — 48
6. கன்னியாஸ்திரியின் மீது காதல் — 65
7. சிறைச்சாலையில் வின்சென்ஷியோ — 80
8. ஆஞ்சலோவின் உள்முகம் — 84
9. கிளாடியோ, வின்சென்ஷியோ சந்திப்பு — 97
10. சிறைச்சாலை முன் விவாதம் — 113
11. மரியானா, இசபெல்லா சந்திப்பு — 132
12. வின்சென்ஷியோவின் புதிய வியூகம் — 138
13. புதிய திட்டம் நிறைவேறியது — 153
14. ஆஞ்சலோ, எஸ்கலஸ் விவாதம் — 165
15. அடுத்தகட்ட நடவடிக்கை — 168
16. வழிகாட்டிய பீட்டர் பாதிரியார் — 170
17. இறுதித் தீர்ப்பு — 172

1

விடைபெற்றான் வின்சென்ஷியோ

வியன்னா.

இத்தாலி நாட்டில் ஒரு தனி ஆட்சிப்பகுதியாக (*dukedom*) அது இருந்தது. வின்செனஷியோ (*Vincentio*) அதனை ஆண்டு வந்தான். குறுநில மன்னன் போன்ற அந்த கோமகன் (*Duke*) நல்லவன். ஆனால் வல்லவன் அல்ல. தத்துவ ஞானி போன்ற அவன், பார் போற்றும் நற்குணங்கள் பல பெற்றிருந்தான். எனினும் அவனது மென்மையான இயல்புகள் நாட்டினுள் பல தீமைகளை ஊடுருவச் செய்திருந்தன.

குறிப்பாக விபசாரம் வியன்னா சமுதாயத்தை சீரழித்து விட்டிருந்தது. விலைமாதர்கள் பெருகிக் கொண்டிருந்தனர். அதுவரை புறநகர்ப் பகுதிகளிலேயே கொடி கட்டிப் பறந்து கொண்டிருந்த விபசார தொழில் இப்போது நகரத்திற்குள்ளும் மெதுவாக பரவிக் கொண்டிருந்தது. விபசார தரகர்கள் தாராளமாக நடமாடிக் கொண்டிருந்தனர்.

அதனால் பல இளைஞர்கள் கெட்டுப் போகத் தொடங்கியிருந்தனர். குடும்பப் பெண்களும் கூட திசை மாறும் அபாயம் நாளுக்கு நாள் அதிகரித்துக் கொண்டிருந்தது. இதனால் நல்ல குடிமக்கள் அனைவரும் துயருற்று இருந்தனர். பெண்களைப் பெற்றவர்களின் நிலைமை பற்றிக் கேட்கவே வேண்டாம்.

விபசாரம், தகாத உறவுகள், பிறன்மனை நயத்தல், கள்ளக்காதல் உள்பட அனைத்து சீர்கேடுகளுக்கும் எதிராக நாட்டில் கடுமையான சட்டதிட்டங்கள் இருக்கத்தான் செய்தன. ஆனால் அவையனைத்தும் செத்துக் கிடந்தன. மொத்தத்தில் குடிகள் அனைவருமே தங்களுடைய ஆட்சியாளனின் திறமையின்மையை பழிக்க வேண்டிய கட்டாயத்தில் இருந்தனர். எந்த ஒரு சட்டத்தையும் கனவிலும் பிரயோகிக்க நினைக்காத ஓர் அப்பாவி ஆளுநராக வின்சென்ஷியோ இருந்தான்.

வியன்னாவிற்கு ஹங்கேரி தவிர வேறு அண்டை நாடுகளால் பெரிய அளவில் ஆபத்து எதுவும் இல்லை. எதிரிகளால் அச்சுறுத்தல் இல்லை. பொருளாதார நெருக்கடிகள் இல்லை. உள்நாட்டில் திருட்டு போன்ற சாதாரண குற்றங்கள் கூட நடைபெறுவதில்லை. ஆனால்... வியன்னாவைப் பொறுத்தவரை பாலியல் ரீதியான கேடுகள் மலிந்து வருவது அவற்றையெல்லாம் மிஞ்சும் பேராபத்தாக இருந்தது.

தனது சமுதாயம் லேசாக அழுகத் தொடங்கியிருப்பது குறித்து வின்சென்ஷியோ ஆழ்ந்த கவலையில் இருந்தான். திருமணம் ஆகாத அவனுக்கு ராஜாங்கப் பணிகள் கசந்தன. மாளிகையில் வசித்தாலும் ஏழை போல் உணர்ந்தான். உடல் உறுதி இருந்தாலும் தன்னை நோயாளியாகவே நினைத்தான். தனது குடிகளுக்கு எதிராக சட்டங்களை கடுமையாகப் பிரயோகிப்பதில் அவனுக்கு நம்பிக்கை இல்லை. ஏனென்றால் மக்களில் பலர் இழைக்கும் தவறுகள் ஆசையின் விளைவு என அவனுக்கு தோன்றியது. மனிதர்களின் விருப்பங்களை சட்டத்தால் நசுக்குவது சரிதானா என்ற கேள்வி அவனுள் பூதாகரமாக எழுந்து நின்றது. அதைவிட சட்டத்தின் ஆட்சி என்பது கொடுங்கோன்மையில் முடிந்து விடுமோ என அஞ்சினான். எனவே தனது சமுதாயத்தை புனர் நிர்மாணம் செய்வதற்கான ஆக்கப்பூர்வமான வழிகளை ஆராய்ந்து கொண்டிருந்தான்.

பல நாட்கள் தொடர் சிந்தனையின் விளைவாக அவன் மனதில் ஒரு திட்டம் தோன்றியது. நீண்ட காலமாகவே அவன் மனம் அரசுப் பணிகளில் இருந்து சற்றே விடுபட்டு தற்காலிக ஓய்விற்காக

ஏங்கிக் கொண்டிருந்தது. வியன்னாவில் இருந்து வேறு ஒரு புதிய இடத்திற்குச் சென்று சிறிது காலம் தங்கியிருக்கும் பட்சத்தில் மனம் அமைதி அடையும்; அந்த அமைதியான சூழ்நிலையில் வியன்னாவில் மேற்கொள்ள வேண்டிய சமூக சீர்திருத்தங்கள் புலப்படும்; அதன் பிறகு புத்துணர்வுடன் திரும்பி வந்து ராஜாங்கப் பணிகளை மேற்கொள்ளலாம்...

நீண்ட விடுப்பில் வியன்னாவை விட்டு சிறிது காலம் ஒதுங்கியிருக்க வேண்டுமென்றால் ஆட்சிப் பொறுப்பில் அவனுடைய இடத்தில் தகுதியான ஒருவனை நியமிக்க வேண்டும். யோசித்தான். மூத்த ஆலோசகனும், ஆட்சிமன்றப் பணிகளில் பழுத்த அனுபவசாலியுமான எஸ்கலஸ் (*Escalus*) முதலில் அவன் மனக்கண்ணில் தோன்றினான். சரியான தேர்வுதான். ஆனால் எஸ்கலஸ் வயோதிகன். அவனது முதுமையை பயன்படுத்தி மற்றவர்கள் மேலும் பல சீர்கேடுகளை உருவாக்கக்கூடும். எனவே அந்த எண்ணத்தை கைவிட்டு வேறு சிலர் குறித்து யோசிக்கத் தொடங்கினான்.

அடுத்து அவனுடைய நினைவில் வந்தவன் ஆஞ்சலோ (*Angelo*). அவனைப் பற்றி ஆழ்ந்து சிந்தித்தான். இளைஞன். திருமணமாகாதவன். என்றாலும் ஒரு துறவியைப் போல் கட்டுப்பாடான வாழ்க்கைமுறைகளை மேற்கொண்டிருப்பவன். கண்டிப்புக்கு பெயர் போனவன். நல்ல மனிதன் என பெயர் எடுத்தவன். யோசிக்க, யோசிக்க தற்காலிகமாக வியன்னா ஆளுநர் பதவியில் அமர அவனை விட சிறந்த ஒரு மனிதனை கண்டுபிடிப்பது கடினம் என்றே தோன்றியது. எனவே அவனுக்கு முழு அதிகாரமளித்து, வயது முதிர்ந்த எஸ்கலசை அவனுக்கு அடுத்த நிலையில் அமர்த்த முடிவு செய்தான்.

அதன் பிறகு அவன் உடனடியாக தன்னுடைய திட்டத்தை செயல்படுத்த முனைந்தான்.

* * *

வியன்னா ஆட்சி மன்றம்.

கோமகன் வின்சென்ஷியோ தன்னுடைய மாளிகையின் ஓர் அங்கமாக இருந்த அந்த மன்றத்தில் ஆளுநர் இருக்கையில் நடுநாயகமாக அமர்ந்திருந்தான். எதிரே நீண்ட மேசையின் இருபுறமும் ஆலோசகர்கள், அதிகாரிகள் அமர்ந்திருந்தனர். அவனுடைய வலதுபுறத்தில் முதல் நபராக மூத்த ஆலோசகன் எஸ்கலஸ் அமர்ந்திருந்தான். வாயில்புறத்தில் இரண்டு சேவகர்கள் மற்றும் காவலர்கள் நின்றிருந்தனர்.

அனைவருடைய முகத்திலும் ஆழ்ந்த சிந்தனை ரேகைகள். கோமகன் திடீரென இப்படி ஓர் அவசரக் கூட்டத்தை கூட்டியதன் நோக்கம் யாருக்கும் புரியவில்லை. எஸ்கலஸுக்கு ஓரளவு காரணம் புரிந்தாலும், அதுதானா என்பதை உறுதி செய்து கொள்ள இயலாதிருந்தது. சிறிது நேர கனமான அமைதிக்குப்பின் வின்சென்ஷியோ மௌனம் கலைந்தான்.

“எஸ்கலஸ்...”

“பிரபு...”

“ஒரு நாட்டை ஆளும் மனிதனுக்கு மிகவும் முக்கியமான பண்புகள் குறித்து நான் விவரிக்கத் தொடங்கினால் அது பேச்சுக்கலையை செயற்கையாகப் பழகுவதற்கு ஒப்பாகத்தான் இருக்கும். ஏனென்றால் அரசாங்கத்தை நிர்வகிப்பது குறித்து என்னுடைய அறிவின் அடிப்படையில் நான் உனக்கு கூற முடிந்த அனைத்து ஆலோசனைகளையும் மிஞ்சுவதாக உன்னுடைய அனுபவ அறிவு உள்ளது. அது எனக்கு நன்றாகத் தெரியும். எனவே உன்னுடைய தகுதிக்கு ஏற்ப கடமைகளை நிறைவேற்றும் வகையில் உன் ஆற்றலையும், திறமையையும் பிரயோகிக்கும்படி உனக்கு அனுமதி அளிப்பதைத் தவிர என்னிடம் வேறு எதுவும் இல்லை. நம் நாட்டின் சமூக, அரசியல் மரபுகள் தொடர்பான கொள்கை மற்றும் நடைமுறைகள் பற்றி உனக்கு நல்ல அறிவு இருக்கிறது. மேலும் எனக்குத் தெரிந்த யாரையும் விட பொது நீதி பரிபாலனத்திற்குத் தேவையான சூழ்நிலைகள் குறித்தும் நீ நன்கறிவாய். இதோ... நீ செய்ய வேண்டிய பணிகள் குறித்த ஆவணங்கள் அனைத்தும் இங்கே

இருக்கின்றன. இந்தக் கடமைகளில் இருந்து நீ தடம் புரள்வதை நான் ஒருபோதும் விரும்ப மாட்டேன்..."

எஸ்கலஸ் எழுந்து பணிவுடன் அவன் கொடுத்த ஆவணங்களை பெற்றுக் கொண்டான். வின்சென்ஷியோ அடுத்து வாயில்புறத்தில் நின்றிருந்த சேவகர்களின் ஒருவனை பார்த்து, "ஆஞ்சலோவை இங்கே அழைத்து வா..." என உத்தரவிட்டான்.

சிரம் தாழ்த்தி ஆணையை ஏற்றுக்கொண்ட அவன் ஆஞ்சலோவை அழைத்து வர விரைந்தான். வின்சென்ஷியோ மீண்டும் எஸ்கலஸ் பக்கம் திரும்பினான். புன்னகைத்தான்.

"என்னைப் பற்றி என்ன நினைக்கிறாய்? உன் கருத்து என்ன? ஆஞ்சலோ இந்தப் பொறுப்பை சரிவர நிறைவேற்றுவானா? தீவிரமாக பரிசீலனை செய்து, நான் ஊரில் இல்லாதபோது நாட்டை ஆள நான் அவனையே தேர்ந்தெடுத்து இருக்கிறேன். என்னுடைய அன்பின் அனைத்து அடையாளங்களாலும் நான் அவனை அலங்கரித்து இருக்கிறேன். அதிகாரமும் பெற்ற துணை ஆளுநராக அவன் இனி செயல்படுவான். அவனைப் பற்றி உன்னுடைய கருத்து என்ன?"

"பிரபு... தங்களுக்குப் பின் வியன்னாவில் இவ்வளவு பெரிய அதிகாரத்தையும், பெருமையையும் அடையத் தகுதி படைத்த ஒருவர் இருக்க முடியுமானால் அது ஆஞ்சலோ பிரபுவைத் தவிர வேறு யாராக இருக்க முடியும்?" என எஸ்கலஸ் உண்மையான விசுவாசத்துடன் கூறினான்.

அதே சமயத்தில் ஆஞ்சலோ அந்த மன்றத்தினுள் நுழைய, "இதோ ஆஞ்சலோ வருகிறான்" என்றான் வின்சென்ஷியோ.

அவன் முன் மண்டியிட்டு வணங்கிய ஆஞ்சலோ, "தங்களுடைய மேலான விருப்பத்தை அறிந்து கொள்ள வந்திருக்கிறேன். தங்கள் விருப்பத்திற்கு மாறாமல் என்றும் பணிந்து நடப்பேன்" என்றான்.

ஒரு வித பூரிப்புடன் மெதுவாக தலையசைத்த வின்சென்ஷியோ அவனை அருகில் அமரும்படி கையசைத்தான். பின் தன்னுடைய

எண்ணங்களை வெளிப்படுத்தினான்...

"ஆஞ்சலோ, உன்னுடைய குணாதிசயத்தில் ஒரு சிறந்த பண்பு இருக்கிறது. காண்போரிடம் அது உன்னுடைய முழு வரலாறையும் பறைசாற்றும். அதே சமயம் உனது நற்பண்புகள் அனைத்தும் முழுக்க முழுக்க உனக்கே சொந்தமானது அல்ல. உன்னுடைய ஆளுமையையும், நற்பண்புகளையும் நீ உன்னுடைய தனி உரிமையாக மட்டுமே கருதக் கூடாது. மேலும் அந்த இரண்டையும் வளர்ப்பதில் மட்டுமே குறியாக இருந்து அவற்றை வீணடித்து விடக்கூடாது. தீப்பந்தங்களை நாம் எவ்வாறு பயன்படுத்துகிறோமோ அதைப் போலத்தான் கடவுளும் நம்மை பயன்படுத்துகிறார். தீப்பந்தங்களின் நன்மைக்காக நாம் அதைக் கொளுத்துவதில்லை. இருளில் நமக்கு வழி காட்டவே அவற்றைப் பயன்படுத்துகிறோம். அதைப் போலவே மற்றவர்களுக்கு வழி காட்டவும், நன்மை செய்யவும்தான் இறைவன் நமக்கு திறமைகளைக் கொடுத்திருக்கிறான். நமது நற்குணங்களை மற்றவர்களின் நன்மைக்காக பயன்படுத்தவில்லை என்றால் அவை நம்மிடம் இருந்தும் இல்லாதது போலத்தான் ஆகும். பெரும் சாதனைகளைச் செய்வதற்காகவே ஒரு மனிதனுக்கு சிறந்த பண்புகள் அளிக்கப்பட்டுள்ளன..."

அவையில் இருந்த அனைவரும் அவனுடைய பேச்சை உன்னிப்பாகக் கவனித்துக் கொண்டிருந்தனர். சிறிய இடைவெளிக்குப் பின் வின்சென்ஷியோ தொடர்ந்தான்...

"இயற்கை எனும் தேவதை ஒருவனுக்கு அள்ளித் தந்திருக்கும் கொடைகள் அனைத்தையும் முடிந்த அளவு பயன்படுத்தாமல் விடாது. அது ஒருவனுக்கு சிறிய நற்பண்பு ஒன்றை கொடுத்தாலும் அதற்கு கைமாறாக அது நன்றியை மட்டும் எதிர்பார்ப்பதில்லை. அந்தப் பண்பின் முறையான உபயோகத்தையும் அது விரும்புகிறது. இந்த வகையில் கடன் கொடுப்பவன் எப்படி நன்றியை எதிர்பார்ப்பதுடன், தன்னுடைய பணம் முறையாக பயன்படுத்தப்பட வேண்டும் என எண்ணுகிறானோ அப்படியே அதுவும் இருக்கிறது. அவன் வட்டி வருமானம், நன்றிக்கடன் இரண்டையுமே அனுபவிக்கிறான். என்னுடைய கடமைகளை சிறப்பாக நிறைவேற்றக் கூடிய மனிதனிடம், தன்னுடைய சொந்த உதாரணத்தின்படியே நற்பெயர் பெற்றிருக்கும் ஒரு மனிதனிடம்

நான் பேசிக் கொண்டிருக்கிறேன். எனவே ஆஞ்சலோ... நீ இந்த பொறுப்பை ஏற்றுக் கொள். நான் நாட்டில் இல்லாதபோது என்னுடைய அதிகாரங்கள் அனைத்தையும் நீ பயன்படுத்த வேண்டும். மரண தண்டனை விதிக்கும் அதிகாரத்தையும் உன் நாவிற்கு நான் வழங்குகிறேன். அதே போன்று ஒருவனுக்கு கருணை காட்டி, மன்னிக்கும் உரிமையையும் உன் இதயத்திற்கு அளிக்கிறேன். துணை ஆளுநர் பதவி தொடர்பான எனது பரிசீலனையில் பழுத்த அனுபவம் வாய்ந்த எஸ்கலஸ்தான் முதலில் இருந்தான். உன்னை விட அவன் மூத்தவன் என்றாலும் அவன் உனக்கு அடுத்த இடத்தில் இருப்பான். ம்... உன்னுடைய பணியை ஏற்றுக் கொள்..."

வின்சென்ஷியோ மேசையில் இருந்த பட்டயம் ஒன்றை எடுத்து ஆஞ்சலோவிடம் ஒப்படைத்தான். அவன் விடுப்பில் இருக்கும்போது வியன்னா துணை ஆளுநராக பணியாற்ற அதிகாரம் அளிக்கும் ஆவணம் அது.

"ஆஞ்சலோ... பெற்றுக்கொள். நான் இல்லாத சமயத்தில் என்னுடைய இடத்தில் இருந்து நீ ஆட்சி செய். இனி வியன்னா மக்களின் வாழ்வும், சாவும் உன்னுடைய நாவிலிருந்து வெளிப்படும் ஆணைகளையும், உன்னுடைய இதயத்தில் இருந்து வரும் இரக்கத்தையும் பொறுத்தது. வேறு விதமாக சொல்வதென்றால்... நீ எவ்வளவு கடுமையாக வேண்டுமானாலும் இருக்கலாம். அல்லது எவ்வளவு கனிவாகவும் நடந்து கொள்ளலாம். இந்தப் பதவியில் முதலில் எஸ்கலஸ்தான் நியமிக்கப்பட இருந்தான். ஆனால் இப்போது அவனை உனக்கு அடுத்த நிலையில் நியமிக்கிறேன். ம்... இந்தப் பட்டயம் மூலம் நான் உனக்கு அளிக்கும் அதிகாரத்தை ஏற்றுக்கொள்"

ஆஞ்சலோ தயங்கினான். தன்னடக்கத்துடன், "மேன்மை தங்கிய பிரபு... உங்களுடைய துணை ஆளுநராக அதிகாரமும், புனிதமும் நிறைந்த இந்த அரும்பணியில் அமர்வதற்கு முன் நான் அதற்கு பொருத்தமானவன்தானா என்பதை அறிந்து கொள்ள சோதனை ஒன்றை நடத்துவது நல்லது" என மறுத்தான்.

"வேண்டாம். தட்டிக் கழிக்க முயலாதே. நன்கு சிந்தித்து, கவனமாக ஆய்வு செய்து, அதன் பிறகுதான் முடிவு செய்தேன். உனக்கு அளிக்கப்படும் இந்த மகத்தான கௌரவத்தை ஏற்றுக்கொள்.

இந்த இடத்தை விட்டுச் செல்ல நான் அவசரம் காட்டுவதற்கான காரணங்கள் மிக ஆழமானவை. மிகுந்த அழுத்தம் தருபவை. அவை என்னை துரத்துகின்றன. எனவே மிக முக்கியமான மற்றும் பெரும் மதிப்புமிக்க பல கடமைகள் இப்போது உன்னுடைய பரிசீலனைக்கு விடப்படுகின்றன. நேரம் வரும்போது, வாய்ப்புக் கிடைக்கும்போது நான் எங்கிருக்கிறேன், எவ்வாறு இருக்கிறேன் என்பது குறித்து உனக்கு மடல் எழுதுவேன். அப்போது இங்கு நீங்கள் எல்லோரும் எப்படி இருக்கிறீர்கள், நாடு எப்படி இருக்கிறது என்பது பற்றி நானும் தெரிந்து கொள்வேன். விடை பெறுகிறேன். என்னுடைய உத்தரவுகளை வெற்றிகரமாக நிறைவேற்றுவீர்கள் என்ற நம்பிக்கையுடன் நான் செல்கிறேன்"

ஆஞ்சலோ எழுந்தான். மற்றவர்களும் எழுந்து நின்றனர். அனைவரின் கண்களும் கலங்கின. மண்டியிட்ட ஆஞ்சலோ தயக்கம் முழுமையாக நீங்காமலேயே அந்த ஆணையைப் பெற்றுக் கொண்டான்.

"பிரபு... என்னதான் அவசரம் என்றாலும்... தங்களை வழியனுப்ப நாங்களும் ஊர் எல்லை வரை வர அனுமதி தாருங்கள்..."

"இல்லை. நான் மிக அவசரத்தில் இருக்கிறேன். எனவே நீங்கள் என்னுடன் வருவதை அனுமதிக்க இயலாது. மேலும், மனசாட்சிப்படியோ, கடமை உணர்வுகளின் அடிப்படையிலோ அதை நீங்கள் செய்வதற்கான எந்த அவசியமும் இல்லை. வியன்னா ஆட்சியாளனாக இதை நான் கூறுகிறேன். இனி உனது அதிகாரங்கள் என்னுடைய அதிகாரங்கள் போல் பரந்து விரிந்தவை. உன்னுடைய மனசாட்சிப்படி நீ ஒரு சட்டத்தை அமல்படுத்தலாம். அல்லது அதை மாற்றி அமைக்கலாம். கை கொடு. நான் ரகசியமாக வெளியேறப் போகிறேன். நான் என் குடிமக்களை நேசிக்கிறேன். ஆனால் அவர்கள் அறியும் வண்ணம் நான் எதையும் செய்ய விரும்பவில்லை. அதில் எவ்வித தீங்கும் இல்லை என்றாலும் பலத்த கரகோஷங்களையும், உணர்ச்சிகரமான முழக்கங்களையும் நான் விரும்பவில்லை. மேலும் என்னைப் பொறுத்தவரை கரவொலிகளை விரும்புபவனை நான் அறிவாளியாக கருத மாட்டேன். அன்பர்களே... மீண்டும் விடை பெற்றுக் கொள்கிறேன்"

"தங்களுடைய இலட்சியப் பயணத்தில் வெற்றி காண இறைவன் தங்களை ஆசீர்வதிக்கட்டும்..." என ஆஞ்சலோ வாழ்த்தினான்.

தளர்ந்த நடையுடன் முன்னால் வந்தான் எஸ்கலஸ். "கடவுள் தங்களை செம்மையாக வழி நடத்தி, தங்களுடைய சந்தோஷங்களை மீட்டுத் தருவானாக" என்று அவனும் வாழ்த்தினான்.

"நன்றி. வருகிறேன்"

வின்சென்ஷியோ விரைந்து வெளியேறினான். ஆஞ்சலோவிற்கு கொஞ்சம் கலக்கமாக இருந்தது. தன் மீது கோமகன் வைத்திருக்கும் நம்பிக்கையை எவ்வாறு காப்பாற்றுவது என கவலை அடைந்தான். அதே சமயம் எஸ்கலஸ் மனதில் அதிகாரப் பகிர்வு பற்றிய சந்தேகங்களும், குழப்பங்களும் தோன்றி இருந்தன. அவன் ஆஞ்சலோவை நெருங்கினான்.

"ஐயா. உங்களுக்கு ஒரு வேண்டுகோள். வெளிப்படையாகப் பேச எனக்கு தாங்கள் அனுமதி அளிக்க வேண்டும். நான் என்னுடைய நிலை பற்றி தெளிவாக புரிந்து கொள்ள அது அவசியம். எனக்கு சில அதிகாரங்கள் வழங்கப்பட்டுள்ளன. ஆனால் அதன் தன்மைகளையும், எல்லைகளையும் பற்றி எனக்கு தெரியவில்லை"

அவனது பேச்சில் அனுபவ முத்திரை இருந்தது. அதை உணர்ந்த ஆஞ்சலோ புன்னகைத்தான்.

"எனக்கும் அப்படித்தான். இந்த விஷயத்தில் சிறிதும் தாமதமின்றி நம் இருவருக்குமே திருப்தி ஏற்படும் வரையில், நம் அதிகாரத்தை எவ்வாறு பயன்படுத்துவது என்பது குறித்து நாம் தனியாக கலந்து ஆலோசித்து, விவாதித்து முடிவு எடுப்போம்"

அவனுடைய பதிலால் உள்ளூர மகிழ்ந்த எஸ்கலஸ், "நான் தங்கள் ஆணையை நிறைவேற்ற எப்போதும் காத்திருப்பேன்" என்றான்.

சாதுர்யமான அந்த பதிலைக் கேட்டு மீண்டும் புன்னகைத்த ஆஞ்சலோ அங்கிருந்து புறப்பட்டான். எஸ்கலஸ் பின்னே செல்ல, மற்ற ஆலோசகர்களும், அதிகாரிகளும் அவர்களைத் தொடர்ந்து வெளியேறினர்.

* * *

தனிமையில் ஆஞ்சலோ தீவிரமாக சிந்தித்தான்.

வியன்னா கோமகன் திடீரென இவ்வளவு பெரிய பொறுப்பை தன் தலையில் சுமத்தி விட்டது குறித்து அவனுக்கு வியப்பாக இருந்தது. கொஞ்சம் அச்சமாகவும் இருந்தது. அவனுடைய நம்பிக்கைக்கு பாத்திரமாக நடந்து கொள்ள வேண்டும். அதே நேரம் பல்வேறு சீர்கேடுகளால், குறிப்பாக விபசாரத்தால் சீரழிந்து கொண்டிருக்கும் சமுதாயத்தை புனரமைக்க வேண்டும். வின்சென்ஷியோ திரும்பி வரும்போது வியன்னா ஒளிர வேண்டும். எனவே அதற்கான சீர்திருத்தங்கள் பற்றி அவன் ஆராயத் தொடங்கினான்.

வியன்னாவில் நல்ல சட்ட திட்டங்கள் இருக்கத்தான் செய்தன. ஆனால் அவை நடைமுறைப்படுத்தப்படவில்லை என்பது மட்டுமே குறை. எனவே நாட்டில் ஏறக்குறைய காலாவதியாகி விட்டிருந்த சட்டங்களுக்கு முதலில் உயிர் கொடுக்க ஆஞ்சலோ தீர்மானித்தான். இவ்வாறு அவன் முடிவு செய்ததும் அண்மைக் காலத்தில் அவன் கேள்விப்பட்ட சட்ட விரோத நிகழ்வுகள் அவன் நினைவுக்கு வந்தன. அவற்றின் பின்னணியில் இருந்தவர்களும் அவன் மனக்கண் முன் தோன்றினார்கள். அவர்களில் ஒருவனாக கிளாடியோவும் தோன்றினான்.

அவன் கண்களை மூடிக் கொண்டான். சிந்தனை தீவிரமடைந்தது. சட்டத்தை உடனடியாக பிரயோகிப்பது சாதாரண காரியமில்லை. காலம் கடந்து விட்டதால் பலரும் எளிதாக தப்பி விடுவார்கள். தற்போதைய சூழ்நிலையில் கிளாடியோவை மட்டுமே தகுந்த ஆதாரங்கள் மற்றும் சாட்சியங்களுடன் வேட்டையாட முடியும். வியன்னாவில் இனி சட்டத்தின் ஆட்சிதான் நடைபெறும் என்பதை அவன் மூலம் குடிமக்களுக்கு உணர்த்த அவன் முடிவு செய்தான். அதற்கு மேல் அவன் காலம் தாழ்த்தவில்லை. உடனடியாக செயலில் இறங்கினான்.

அடுத்து வின்சென்ஷியோ தற்காலிக விடுப்பில் போலந்து நாட்டுக்குப் பயணமாகி விட்டதும், ஆட்சிப் பொறுப்பு ஆஞ்சலோவிடம் ஒப்படைக்கப்பட்டதும் நாடு முழுவதும் அறிவிக்கப்பட்டது. இனி வியன்னாவில் சட்டத்தின் ஆட்சிதான் நடைபெறும் என்றும் பிரகடனம் செய்யப்பட்டது. அதன் முக்கிய அம்சம்... வியன்னா

புறநகர்ப் பகுதிகளில் இயங்கிக் கொண்டிருக்கும் அனைத்து விபசார விடுதிகளும் ஒழிக்கப்படும் என்பது.

அடுத்து மொத்த வியன்னாவும் குலுங்கியது. இரண்டே தினங்களில் நாட்டின் தலையெழுத்தே மாறியது. சமூக சீர்திருத்தங்களின் முதல் படியாக கிளாடியோ என்ற இளைஞனையும், அவனுடைய காதலி ஜூலியட்டையும் கைது செய்து சிறையில் தள்ள உத்தரவிட்டான் ஆஞ்சலோ.

திருமணத்திற்கு முன்பாகவே கிளாடியோ தாம்பத்ய உறவு வைத்துக் கொண்டதால் ஜூலியட் கர்ப்பிணியாகி இருந்தாள். இது போன்ற தவறுகள் வியன்னா சமுதாயத்தில் ஏற்கனவே பலமுறை நடந்து இருந்தாலும் சட்டதிட்டங்கள் கடுமையாக அமல்படுத்தப்படாததாலும், வின்சென்ஷியோவின் இரக்க குணத்தாலும் தவறு இழைத்தவர்கள் பலரும் தப்பி விட்டனர்.

ஆனால் அங்கே முதல் முறையாக கிளாடியோ-ஜூலியட் ஜோடி சட்டத்தின் பிடியில் வசமாக சிக்கிக் கொண்டது.

2

கிளாடியோ, ஜூலியட் கைது

இளம் காலை வெயிலில் வியன்னா குளித்துக் கொண்டிருந்தது.

குறுகலான தெரு ஒன்றில் லூசியோவும் (Lucio), இரண்டு உள்ளூர்வாசிகளும் பேசிக்கொண்டே நடந்து வந்து கொண்டிருந்தனர். அவர்கள் மூவருமே இளைஞர்கள். நண்பர்கள். அவர்களுடைய பேச்சு நாட்டு நடப்பு பற்றி இருந்தது.

"ஹங்கேரி நாட்டு அரசன் நமது வியன்னா கோமகனுடனும், மற்ற கோமகன்களுடனும் ஓர் உடன்பாட்டிற்கு வரவில்லை என்றால் எல்லோரும் சேர்ந்து அவன் நாட்டை தாக்குவார்கள்" என்றான் லூசியோ.

உடன் வந்த நண்பர்களில் ஒருவன், "ஓ... கடவுள் நமக்கு அமைதியை அருளட்டும். ஆனால் ஹங்கேரி மன்னன் நம் மீது திணிக்க விரும்பும் அமைதி நமக்கு தேவையில்லை" என்றான்.

இன்னொரு தோழன், "ஆம். உன்னுடைய கருத்தை நானும் ஏற்றுக் கொள்கிறேன்" என்றான்.

லூசியோ சிரித்தான். "பத்துக் கட்டளைகளுடன் கடலுக்குள் சென்ற கொள்ளையன் பத்தில் ஒன்றை நீக்கி விட்டதைப் போல் உங்கள்

இருவருடைய பதிலும் உள்ளது" என்றான் கிண்டலாக.

அதற்கு இரண்டாமவன், "நீக்கப்பட்ட அந்த ஒரு கட்டளை 'நீ திருடாமல் இருப்பாயாக' என்பதுதானே?" என்று ஆவலுடன் கேட்டான்.

"ஆம். அதைத்தான் அவன் அழித்து விட்டான்"

மூவரும் சிரித்தனர்.

"உண்மையில்... கடற்கொள்ளையர்களும், அவர்களுடைய தலைவனும் எதற்காக புறப்பட்டார்களோ அதை தடுக்கும் கட்டளை அது... அதாவது, திருடக்கூடாது... அவர்கள் கொள்ளையர்கள் என்பதால் அந்தக் கட்டளை அவர்களுக்கு பொருந்தாது. அதைப் போலத்தான் இதுவும்... ஹூம்... ஒவ்வொரு வேளை உணவின்போதும் இறைவனிடம் வேண்டும்போது அமைதியை வேண்டி பிரார்த்தனை செய்யும் ஒரு போர் வீரன் கூட நம்மிடையே இல்லையே..." என்றான் முதலாமவன்.

இரண்டாமவன், "அமைதிக்கான பிரார்த்தனையை விரும்பாத போர் வீரன் பற்றி நான் இதுவரை கேள்விப்பட்டதே இல்லை" என்றான்.

போர் வீரர்கள் யுத்தத்தை விட சமாதானத்தையே அதிகம் விரும்புவார்கள் என்பது அவனுடைய கருத்து. லூசியோ அவனை ஓர் அற்பப் புழுவைப் போல் பார்த்தான்.

பிறகு, "நான் உன்னை நம்புகிறேன். ஏனென்றால் உணவுக்கு முன் மக்கள் பிரார்த்தனை செய்யும் எந்த ஒரு இடத்திலும் நீ ஒருபோதும் இருந்ததில்லை என எண்ணுகிறேன்" என்றான் நக்கலாக.

"தவறு. அமைதிக்காக பிரார்த்தனை நடைபெறுவதை நான் குறைந்தபட்சம் ஒரு டஜன் முறையாவது கேட்டிருக்கிறேன்"

முதலாமவன், "அத்தகைய பிரார்த்தனைகள் எல்லாம் பாடலாக இசைக்கப்படுவதை நீ கேட்டாயா?" என வினவினான்.

லூசியோவும், "அந்த பிரார்த்தனைகள் எல்லாம் மிக நீண்டதாக இருந்திருக்க வேண்டும். மேலும் உனக்குத் தெரியாத ஏதோ ஒரு மொழியில் அவை இருப்பதையே கேட்டிருப்பாய்" என்றான்.

மறுபடியும் முதலாமவன், “அது மட்டுமல்ல. என்ன மதம் என்றே புரியாமல்தான் அவற்றை கேட்டிருப்பாய்” என மேலும் கிளறி விட்டான்.

அவர்கள் நையாண்டி செய்கிறார்கள் என்பது இரண்டாமவனுக்கு நன்றாகவே புரிந்தது. எனவே லேசான எரிச்சலுடன் அவன் மௌனம் சாதிக்க, “எந்த மதமாக இருந்தால் என்ன? பிரார்த்தனை பிரார்த்தனைதானே? அதுபோல் அயோக்கியன் அயோக்கியன்தானே? உதாரணமாக... எத்தனை வழிபாடுகளில் நீ பங்கேற்று இருந்தாலும் கூட நீ ஒரு பச்சை அயோக்கியன்தானே?” என்று லூசியோ அவனை சீண்டினான்.

அவன் கண்களில் தீப்பொறி பறந்தது. அவனுக்கு கோபம் வந்து விட்டதை புரிந்து கொண்ட முதலாமவன் சமாதானப்படுத்தினான்.

“நம்மிடையே எந்த வித்தியாசங்களும் இருக்க முடியாது. நாம் எல்லோரும் ஒரே துணிதான். ஆனால் ஏதோ ஒரு கத்தரிக்கோல்தான் நம்மைப் பிரித்து விட்டது”

“அதை நான் ஒப்புக்கொள்கிறேன். பட்டுத்துணி ஒன்றின் பழுதடைந்த கீழ்ப்பட்டையை அந்த கத்தரிக்கோல் துண்டித்து விட்டது. நீதான் அந்தப் பட்டை”

அவன் மறுபடியும் சீண்டுவதைக் கண்ட முதலாமவன் லூசியோவிடம், “பளபளக்கும் பட்டுத்துணி நீதான். அதுவும் விலை உயர்ந்த கனமான பட்டு. அதற்கு நான் உத்தரவாதமும் அளிக்க தயாராக இருக்கிறேன். எனினும், உன்னைப் போல் இருப்பதைக் காட்டிலும் நான் சாதாரண கம்பளி ஆடை ஒன்றின் பழுதான ஓரமாக இருக்கவே விரும்புகிறேன். ஏனென்றால்... வழுக்கை எனும் பிரெஞ்சு நோயால் அவதிப்படும் சீமானை விட ஆரோக்கியமான ஆங்கிலேயனாகவே இருக்க விரும்புகிறேன்?” என்றான்.

பிறகு சற்றே குரலை தாழ்த்தி, “எப்படி... நான் பொருத்தமாகப் பேசுகிறேனா?” என்று கேட்டான்.

லூசியோ ஆமோதிப்பது போல் மெதுவாக தலையசைத்தான்.

“ம்... நீ மிக உணர்ச்சிகரமாகப் பேசினாய் என்றே தோன்றுகிறது.

அதே சமயம் இதயத்தில் நீ மிகுந்த வலியுடன் பேசியது போலவும் இருக்கிறது. உன்னுடைய இந்த வெளிப்படையான பேச்சை நான் எனக்கு சாதகமாக எடுத்துக் கொள்வதுடன் எப்படி என் உடல் நலத்தைப் பேணுவது என்பதையும் கற்றுக் கொள்வேன். இனி நீ நலம் பெற வேண்டும் என வாழ்த்தி நான் மது அருந்தத் தொடங்குவேன். ஆனால், நான் உயிர் வாழும் வரை நீ பயன்படுத்திய கோப்பையில் தண்ணீரும் அருந்த மாட்டேன். ஏனென்றால் உன்னுடைய உடலில் நோய் தொற்றி இருக்கிறது..."

அந்த சுடுசொற்கள் அவனுடைய இதயத்தில் அம்புகளாக பாய்ந்ததால் சற்றே துயரம் தோய்ந்த குரலில், "என்னைப் பற்றிய ஒரு தவறான எண்ணத்தை நானே உன்னிடம் ஏற்படுத்தி விட்டேன் என எண்ணுகிறேன் (எனக்கு நானே அநீதி இழைத்து விட்டேன்)" என்று வருந்தினான்.

அதுவரை அமைதி காத்த மற்றவன், "ஆம். பால்வினை நோய் போன்ற தொற்றால் நீ அவதிப்படுகிறாயோ இல்லையோ... அதைத்தான் செய்திருக்கிறாய்" என்று கூறி வெந்த புண்ணில் வேல் பாய்ச்சினான்.

அதேவேளையில் எதிரே சற்று தொலைவில் தனது பருத்த சரீரத்தை தூக்கிக் கொண்டு திருமதி ஓவர்டன் (Mistress Overdone) நடந்து வந்து கொண்டிருந்தாள். அங்கே அவள் மிக பிரபலமானவள். விபசார விடுதி நடத்துபவள். சாதுர்யமாகப் பேசி ஏழைப்பெண்களை விபசாரத்தில் தள்ளுவதிலும், இளைஞர்களை வாடிக்கையாளர் ஆக்குவதிலும் கில்லாடி. உள்ளூர் வாலிபர்களிடம் அவளுக்கு இருக்கும் செல்வாக்கு குறித்து கூற வேண்டிய அவசியமே இல்லை. மொத்தத்தில் இளம் காளைகள் கெட்டுப் போக அவள் காரணமாக இருந்தாள். அவளை முற்றிலும் எதிர்பார்க்காத லூசியோ உற்சாகமடைந்தான். மற்ற இருவரும் தேன் குடித்த நரி போல் ஆனார்கள்.

"அதோ பாருங்கள். திருமதி 'தாகம் தணிப்பவள்' வந்து கொண்டிருக்கிறாள். அவளுடைய விடுதிக் கூரையின் கீழ் நான் பல நோய்களை வாங்கியிருக்கிறேன்..." என தன்னை மறந்து உளறிய லூசியோ உடனடியாக சுதாரித்துக் கொள்ள முயன்றான். மற்ற

இருவரும் முறைத்தனர்.

பதிலடி கொடுக்கும் நோக்கத்துடன் இரண்டாமவன், "என்ன... என்ன... எத்தனை நோய்களை வாங்கி இருக்கிறாய் என்று கொஞ்சம் விளக்கமாகச் சொல்லேன்" என்று பிடித்துக் கொண்டான்.

"எத்தனை என்று நீயே யூகித்துக் கொள்?"

இரண்டாமவன் கிண்டலாக, "மிகவும் அதிகம் இல்லை. ஒரே வருடத்தில் மூவாயிரம் நோய்கள்தான்" என்றான்.

"அதற்கு மேலேயும் இருக்கும்" என்றான் முதலாமவன்.

லூசியோ இதற்கெல்லாம் சளைத்தவன் இல்லை. "ஆம். மூவா யிரத்துக்கும் மேல் ஒன்று இருக்கிறது. அது வேறு எதுவுமல்ல. பிரெஞ்சு கிரீடம்தான்"★ என்றான்.

அவன் எப்படிப்பட்டவன் என அவர்கள் இருவருக்கும் இப்போது புரிந்தது.

"என்னுடைய வியாதிகளையே நீ எண்ணிக் கொண்டிருக்கிறாய். நோய்கள் நிரம்பியவன் என எப்போதுமே கற்பனை செய்து கொண்டிருக்கிறாய். அது தவறு. நான் மிக மிக ஆரோக்கியமாக இருக்கிறேன்" என்றான் முதலாமவன்.

"நீ நினைப்பது போல் உன் தேகம் ஆரோக்கியமாக இல்லை. உன்னுடைய எலும்புகளுக்குள் இருப்பது வெற்றிடமே. உன்னுடைய பாவ வாழ்க்கை உன்னை அரித்து விட்டது"

★ அந்தக்கால இங்கிலாந்தில் பிரெஞ்சு கிரீடம் என்பது வழுக்கைத் தலையை குறித்தது. ஷேக்ஸ்பியர் வாழ்ந்த காலம் இங்கிலாந்து மக்கள் அனைவரும் பிரான்ஸ் நாட்டை பரம வைரியாக நினைத்துக் கொண்டிருந்த காலம். பிரான்ஸை ஆண்ட மன்னர்களுள் ஒருவர் 'வழுக்கை சார்லஸ்' (Charles the Bald) என்று அழைக்கப்பட்டார். பிரான்ஸ் தேசத்து வரலாற்று உருவங்களை ஷேக்ஸ்பியர் நையாண்டி செய்பவர் என்று கருதப்படுகிறது. ஒருவேளை இது பிரெஞ்சு மன்னரை கிண்டல் செய்வதாக இருக்கலாம். மேலும் அக்கால பிரிட்டனில் தலைமுடி உதிர்ந்து வழுக்கை ஏற்படுவது பால்வினை நோய்களின் ஒரு விளைவு என்ற நம்பிக்கையும் இருந்தது.

அதற்குள் ஓவர்டன் அவர்களை நெருங்கி விட்டிருந்தாள்.

முதலாமவன் அவளைப் பார்த்து, “என்ன விஷயம்? அப்புறம்... இப்போது உன்னுடைய இடுப்பின் எந்த பக்கம் வலியால் கடும் அவதிப்பட்டுக் கொண்டிருக்கிறது?” என்று கேட்டுக் கொண்டே கண் சிமிட்டினான். (‘சயாட்டிக்கா’ எனும் நோய் பற்றி அவன் இங்கே குறிப்பிடுகிறான்).

“ஹும்... எனக்கென்ன... நான் நன்றாகத்தான் இருக்கிறேன். அங்கே ஒருவனை கைது செய்து சிறைச்சாலைக்கு இழுத்துச் சென்று விட்டார்கள். ஐயோ... கடவுளே... அவன் உங்களைப் போல் ஐந்தா யிரம் நபர்களுக்கு சமமானவன்”

அவள் இப்படிக் கூறியதும் அவர்கள் அனைவரின் முகமும் மாறியது. லேசான பதற்றமும் தொற்றிக் கொண்டது. இரண்டாமவன் அவசரமாக, “யார் அது? தயவு செய்து சொல்...” என்றான்.

லூசியோவை அர்த்தத்துடன் பார்த்துக் கொண்டே அவள், “கன்னி மேரி ஆணையாக சொல்கிறேன். அவன்... கிளாடியோ... திரு. கிளாடியோ” என்றாள்.

அவன் திகைத்தான். கிளாடியோ அவனது ஆருயிர் நண்பன். ஒரு கணம் மின்னலாய் ஆயிரம் எண்ணங்கள் தோன்றி மறைந்தன. நம்ப முடியாமல் அவளைப் பார்த்தான். பேச நா எழவில்லை. மற்றவர்களும் விழித்தார்கள்.

“என்ன...? கிளாடியோவை சிறைக்கு அனுப்பி விட்டார்களா? நிச்சயம் இது உண்மையாக இருக்க முடியாது” என்றான் முதலாமவன்.

“உண்மை. அவன் கைது செய்யப்படுவதை நான் என் கண்ணால் பார்த்தேன். சிறைச்சாலைக்கு இழுத்துச் செல்லப்படுவதையும் கண்டேன். அது மட்டுமல்ல. இன்னும் மூன்றே நாட்களில் அவனுடைய தலையை துண்டிக்கப் போகிறார்கள்”

லூசியோ அதிர்ந்தான். அவளைப் பார்த்து, “விளையாடாதே. அவன் தலை துண்டிக்கப்படும் என்பதை என்னால் ஒருபோதும் நம்ப முடியாது. உனக்கு உறுதியாகத் தெரியுமா?” என்றான் அச்சத்துடன்.

“நிச்சயமாகத் தெரியும். திருமணத்திற்கு முன்பாகவே ஜூலியட்டை அவன் கர்ப்பிணியாக்கி விட்டான். அதற்காகத்தான் அந்த

தண்டனை. அதுவும் தெரியும்”

“ஐயோ... என்னை நம்பு. இது எப்படி சாத்தியம்? அவன் எனக்கு வாக்குறுதி அளித்திருந்தான். இரண்டு மணி நேரம் கழித்து என்னை வந்து சந்திப்பதாகக் கூறி இருந்தான். ஆனால் அவன் அவ்வாறு செய்யவில்லை. வாக்குறுதியை நிறைவேற்றுவதில் அவன் கவனமாக இருப்பான்”

இரண்டாமவன் அவனை ஏளனமாகப் பார்த்துக் கொண்டே, “உனக்கு ஒன்று தெரியுமா? நாம் இப்போது பேசிக் கொண்டிருந்ததற்கு பொருத்தமாக இந்த விஷயம் இருக்கிறது” என்றான் கிண்டலாக.

லூசியோ அவனை முறைத்தான். முதலாமவன் அமைதியாக இருக்கும்படி சைகை செய்தான். பின் சற்றே அக்கறையுடன், “இதில் முக்கியமான ஒரு விஷயத்தை கவனிக்க வேண்டும். புதிய ஆட்சியாளரின் பிரகடனத்திற்கு ஏற்ப இந்த சம்பவம் இருக்கிறது. நாட்டில் நோய்கள் பெருகிக் கொண்டிருக்கும் இந்த வேளையில் பழைய சட்டங்களுக்கு மீண்டும் உயிர் வந்து விட்டதையே இது காட்டுகிறது”

பலமாகத் தலையசைத்த லூசியோ, “ஆம். வாருங்கள் செல்வோம். உண்மை என்ன என்பதை கண்டறிந்து வருவோம்” என்றான்.

அவர்கள் மூவரும் விரைந்தார்கள். ஓவர்டன் பெருமூச்செறிந்தாள்.

“ஹும்... போர்... நோய்... துரோகிகளுக்கு மரண தண்டனை... வறுமை... எல்லாம் சேர்ந்து நம்முடைய பிழைப்பை கெடுத்து விட்டது...” என்று அவள் முணுமுணுத்தாள்.

அதே நேரத்தில் அவளுடைய கைத்தடியாகிய பாம்ப்பே ஓடி வந்தான். அவள் அவனிடம், “என்ன இந்த நேரத்தில்...? ஏதேனும் செய்தி உண்டா?” என வினவினாள்.

அவனுக்கு மூச்சிறைத்தது. கிளாடியோ சிறைக்கு செல்ல இருப்பது அவளுக்கு தெரியாது என்று எண்ணிய அவன், “கிளாடியோ... கிளாடியோவை சிறைச்சாலைக்கு இழுத்துச் சென்று கொண்டிருக்கிறார்கள்” என்று பதறியபடி கூறினான்.

அவள் ஒன்றும் தெரியாதது போல், “ஏன்... என்ன செய்தான் அவன்?” என்றாள்.

“எல்லாம் பெண் விஷயம்தான்...”

“அது சரி. அவன் என்ன குற்றம் செய்தான் என்றுதான் கேட்கிறேன்”

“என்ன செய்தானா? வேறு ஒருவனுக்கு சொந்தமான குளம் ஒன்றில் மீன் பிடிக்க பார்த்திருக்கிறான். அவனால் ஓர் அப்பாவிப் பெண் இப்போது கர்ப்பிணியாக இருக்கிறாள்”

“என்ன... அவன் ஒரு பெண்ணை கர்ப்பிணியாக்கி விட்டானா?”

“இல்லை... ஆனால் அப்படி ஒருத்தி அங்கே இருக்கிறாள். அது இருக்கட்டும். இப்போது அறிவிக்கப்பட்டுள்ள பிரகடனம் பற்றி நீ கேள்விப்பட்டாயா?”

“பிரகடனமா? அது என்ன...?”

பாம்ப்பே துள்ளிக் குதித்தான். “அதுவா? வியன்னா சுற்று வட்டாரங்களில் கொடி கட்டிப் பறக்கும் விபசார விடுதிகள் அனைத்தையும் தகர்க்கப் போகிறார்கள்” என்றான் குதூகலமாக.

தொழில் படுத்து விட்டது என ஏற்கனவே புலம்பிக் கொண்டிருந்த அவளுக்கு அதைக் கேட்க நாராசமாக இருந்தது. படுஎரிச்சலுடன், “அப்படியானால் ஊருக்குள் நடக்கும் விபசாரத்தை என்ன செய்யப் போகிறார்களாம்?” என்று கேட்டாள்.

“கொஞ்ச காலத்திற்கு விட்டு வைக்கப் போகிறார்களாம். ஆனால் எப்படியும் விட மாட்டார்கள். குடிமக்களில் அறிஞர் ஒருவர் அவற்றுக்கு ஆதரவாக பேசி இருக்கிறார். எனவே தற்சமயம் அவை பிழைத்து விட்டன”

“ஆனால்... புறநகர்ப் பகுதிகளில் உள்ள நம்முடைய இன்ப இல்லங்களையெல்லாம் இப்போதே ஒழித்துக் கட்டப் போகிறார்கள்?”

“நிச்சயமாக. எல்லாம் தரைமட்டமாகப் போகிறது”

“ஓ... இது நம்முடைய நாட்டின் சட்ட திட்டங்களில் ஏற்பட்டுள்ள ஒரு வேதனைக்குரிய மாற்றம். ஐயோ... இனி நான் என்ன செய்வேன்...”

அவள் அழுதாள்.

“கவலைப்படாதே. நல்ல வழக்கறிஞர்களைப் பொறுத்தவரை கட்சிக்காரர்களுக்கு பஞ்சமே இருப்பதில்லை. ஒருவேளை நீ உன் இடத்தை வேண்டுமானால் மாற்ற வேண்டியிருக்கலாம். ஆனால் உன் தொழிலை மாற்ற வேண்டிய அவசியம் இல்லை. நான் உன்னுடைய உதவியாளனாக தொடர்ந்து நீடிப்பேன். தைரியமாக இரு. பல ஆண்டுகளாக இந்த தொழிலை செய்து வந்திருக்கிறாய். எனவே அதிகாரிகள் உனக்கு இரக்கம் காட்டுவார்கள். உன் விஷயத்தை பரிசீலனை செய்து உனக்கு சாதகமான முடிவுகளை எடுப்பார்கள்”

அப்போது தெருவில் சிலர் பேசிக்கொண்டே வந்தனர். உஷாரான ஓவர்டன், “இங்கே நமக்கென்ன வேலை. யாரோ வருகிறார்கள். வா... போய் விடுவோம்” என்றாள்.

அவள் நகர, பாம்ப்பே பின்னால் திரும்பி பார்த்தான். வியன்னாவின் தலைமை சிறைக்காவலனும், இரண்டு காவலர்களும் சற்று தொலைவில் கிளாடியோவையும், ஜூலியட்டையும் அழைத்து வந்து கொண்டிருந்தனர். அவர்களைத் தொடர்ந்து லூசியோ மற்றும் நண்பர்கள் பதற்றத்துடன் வந்து கொண்டிருந்தனர்.

அவர்களைக் கண்டதும் பாம்பே, “ஆ... கிளாடியோ வருகிறான். தலைமைக் காவலர் அவனை சிறைக்கு அழைத்துச் சென்று கொண்டிருக்கிறார். ஜூலியட்டும் கூட அவர்களுடன் வந்து கொண்டிருக்கிறாள்...” என்று குதித்தான்.

ஓவர்டன் அவனை எரித்து விடுவது போல் பார்த்தாள். அவனுடைய கையை இறுக்கமாகப் பற்றி விழிகளால் சமிக்ஞை செய்தாள். அவன் புரிந்து கொண்டான். இருவரும் நழுவினர். அதற்குள் தெருவின் இருபுறமும் வீடுகளில் இருந்து தலைகள் எட்டிப் பார்த்தன.

கிளாடியோவிற்கு அவமானமாக இருந்தது. தலைமைக் காவலனைப்

பார்த்து, "ஐயா... ஏன் என்னை இப்படி ஊர்வலமாக அழைத்து வந்து இந்த உலகிற்கு கைதி போல் காட்டுகிறீர்கள்? நேரடியாக சிறைச்சாலைக்கு அழைத்துச் சென்று விட வேண்டியதுதானே?" என்றான் பரிதாபமாக.

தலைமைக் காவலன் புன்னகைத்தான். "கெட்ட எண்ணத்தினால் நான் இதை செய்யவில்லை. ஆஞ்சலோ பிரபுவின் விசேஷ உத்தரவின்படிதான் இப்படி செய்கிறேன்" என்றான்.

"ம்... அதிகாரத்தில் இருக்கும் ஒருவன் தெய்வீக சக்திகள் எல்லாம் கிடைத்து விட்டது போல் நடந்து கொள்கிறான். அத்தகைய மனிதன் நம்முடைய குற்றங்களின் கடுமைக்கு தகுந்தாற்போல் விலை கொடுக்கும்படி செய்கிறான். அவனுடைய நீதி பரிபாலனம் கடவுளின் நிர்வாகத்திற்கு இணையானது. அது ஒருவனிடம் இரக்கம் காட்டும். இன்னொருவனிடம் இரக்கம் காட்டாது. இருந்தாலும் அதிகாரத்தில் இருக்கும் ஒரு மனிதனை நடுநிலை தவறாதவன் என்றே கருத வேண்டும்"

தலைமைக் காவலனுக்கு அவனது வார்த்தைகள் புரியவில்லை. மீண்டும் புன்னகைத்தான். ஜூலியட் கண்ணீர் சிந்தியபடி பலி ஆடு போல் வந்து கொண்டிருந்தாள். நண்பர்களுடன் அவர்களைப் பின் தொடர்ந்து வந்து கொண்டிருந்த லூசியோ கொஞ்சம் தயக்கத்துடன் முன்னேறி கிளாடியோவை நெருங்கினான்.

"கிளாடியோ... என்ன விஷயம்? எதற்காக உன்னை கைது செய்திருக்கிறார்கள்?"

"லூசியோ.. எல்லை மீறிய சுதந்திரத்தை நான் அனுபவித்ததுதான் கைது செய்யப்பட்டதற்கு காரணம். கடும் விரதம் முடிந்த பின் ஒருவன் எப்படி அளவுக்கு அதிகமாக சாப்பிடுவானோ அதுபோல் நான் நடந்து கொண்டதன் விளைவு. சுதந்திரத்தை வரம்பின்றியும், கண்மூடித்தனமாகவும் பயன்படுத்தினால் இப்படித்தான் சீரழிய வேண்டியிருக்கும். தம்மைக் கொல்லும் விஷத்தை சாப்பிட்டு எலிகள் எவ்வாறு அழிந்து போகின்றனவோ, அதைப் போலவே ஆசையைத் தூண்டும் நமது சுதந்திரம் அதைத் தணிக்கச் செய்கிறது. அது கடைசியில் சிறையில் தள்ளுகிறது. சுதந்திரத்தை நாம் எல்லை மீறி பயன்படுத்தும்போது துன்பத்தை அனுபவிக்க வேண்டி இருக்கிறது.

அதற்காக சாகவும் நேரிடுகிறது"

கிளாடியோ குமுறினான். அவனது பேச்சில் விரக்தி தெரிந்தது. அந்த நிலைமையிலும் அவனுடைய தத்துவப் பேச்சு லூசியோவை கவர்ந்தது. மற்றவர்கள் அவர்களுடைய பேச்சை வேண்டா வெறுப்பாக கவனித்துக் கொண்டிருந்தனர்.

"கைது செய்யப்பட்டிருக்கும் நிலையிலும் உன்னைப் போல் தத்துவம் பேச முடிந்தால் எனக்கு கடன் கொடுத்து விட்டு இப்போது என்னைக் கைது செய்ய விரும்பும் சிலரை உடனடியாக வரச் செய்து நான் என்னுடைய பேச்சாற்றலை வெளிப்படுத்துவேன். ஆனால் உண்மையைச் சொல்ல வேண்டுமானால்... சிறைவாசம் தரும் ஒழுக்கத்தை விட நான் சுதந்திரம் தரும் முட்டாள்தனத்தையே நான் விரும்புவேன். சொல் கிளாடியோ... நீ என்ன தவறு செய்தாய்?"

"அதைப் பற்றி பேசுவது கூட மேலும் ஒரு குற்றமாகி விடும்"

"உன் மீது கொலைக் குற்றம் சுமத்தப்பட்டுள்ளதா?"

"இல்லை"

"வேறு என்ன? கள்ளக் காதல் குற்றமா?"

"ம்... நீ வேண்டுமானால் அப்படிச் சொல்லிக் கொள்"

அதுவரை பொறுமையாக இருந்த தலைமைக் காவலன் இடைமறித்தான்.

"போதும். புறப்படு. நீ இப்போதே என்னுடன் வந்தாக வேண்டும்"

"ஐயா. ஒரே ஒரு வார்த்தை மட்டும் பேச என்னை அனுமதியுங்கள். லூசியோ... உன்னிடம் நான் கொஞ்சம் பேச வேண்டும்"

"நூறு வார்த்தைகள் வேண்டுமானாலும் பேசு. ஆனால் அவை உனக்கு நன்மை அளிப்பதாக இருக்க வேண்டும். கள்ளத் தொடர்புகள் விஷயத்தில் அதிகாரிகள் எல்லாம் மிக விழிப்புடன் இருக்கிறார்களா என்ன?"

“என்னுடைய நிலைமை அதுதான். பரஸ்பர விருப்பம் மற்றும் வாக்குறுதிகளின் அடிப்படையில்தான் ஜூலியட் என்னுடன் தொடர்ந்து படுக்கையைப் பகிர்ந்து கொண்டாள். நீ அவளை நன்கு அறிவாய். முறையாக திருமணம் செய்யவில்லையே தவிர அவள் என் மனைவிதான். முறையற்ற ஒன்று என்பதால் நாங்கள் பகிரங்கமாக எங்கள் உறவை அறிவிக்கவில்லை. அவளுடைய திருமண சீர் வேறு சிலரின் பொறுப்பில் இருக்கிறது. அது அவளுடைய கைக்கு வந்து சேர காலம் கனிய வேண்டும். அதுவரை எங்களுடைய காதல் வெளியே தெரியக் கூடாது என நினைத்தோம். ஏனென்றால் எங்கள் காதலுக்கு எதிர்ப்புக் கிளம்பி அதனால் ஜூலியட் தனது சீர்வரிசையை இழக்கும் அபாயம் இருந்தது. எனவே அனைவரின் சம்மதமும் கிடைக்கும் வரை விஷயத்தை மறைக்க முடிவு செய்தோம். எனினும் ரகசியமாக உறவை வளர்த்தோம். ஆனால் தொடர்ந்து மறைக்க முடியவில்லை. ஏனென்றால் இன்று இவளுடைய நிலை கண்களை உறுத்தும் அளவிற்கு அனைவருக்கும் தெளிவாகத் தெரிகிறது”

ஜூலியட் கதறி அழுதாள். லூசியோ ஒரு கணம் அவளை திரும்பிப் பார்த்துக் கொண்டான். தெருவில் ஆங்காங்கே கொத்துக் கொத்தாக மக்கள் கூடத் தொடங்கியிருந்தனர்.

“ஒருவேளை அவள் கருவுற்றிருக்கிறாளோ?” என்று கேட்டான் லூசியோ.

“துரதிருஷ்டவசமாக அப்படி ஆகிவிட்டது. கோமகனின் இடத்திற்கு வந்திருக்கும் துணை ஆளுநர், புதிய அதிகாரத்தின் விளைவாக ஏற்பட்ட தவறான எண்ணத்தில் என் மீது நடவடிக்கை எடுத்திருக்கிறார். அல்லது நம் நாட்டை தன்னுடைய கடிவாளத்தில் சிக்கிக் கொண்ட குதிரையாக கருதுகிறார் போலும்... அதனால் தன்னால் நன்றாக குதிரை ஓட்ட முடியும் என மக்களுக்கு காட்ட விரும்புகிறார். தனக்கு வழங்கப்பட்ட அதிகாரம் பற்றிய விழிப்புணர்வு அவருக்கு வந்து விட்டது. இந்த கொடுங்கோன்மை அவருடைய பதவியின் இயற்கையா அல்லது தனக்குத் தானே அவர் கொடுத்திருக்கும் முக்கியத்துவமா என்பது பற்றிப் பேச எனக்கு தயக்கமாக இருக்கிறது. ஆனால் ஒன்று... புதிய ஆளுநர் என்னை தண்டிக்கும் நோக்கத்துடன், நீண்ட காலம் சுவரில் தொங்கிக் கொண்டிருந்த கவச உடைக்கு ஒப்பான பழைய சட்டங்களுக்கு உயிர் கொடுத்து விட்டார். கடந்த 14 ஆண்டுகளில் அந்தச்

சட்டங்கள் நடைமுறைக்கு வந்ததே இல்லை. கண்டிப்பானவர் என பெயர் எடுக்க இந்தப் புதியவர் செத்துப் போன சட்டங்களை முதல் முறையாக என் மீது பிரயோகித்து விட்டார்... நிச்சயம் இது நல்ல பெயர் எடுப்பதற்காகத்தான்..."

"கண்டிப்பாக. ஆனால் அதன் விளைவு? உன் தோள்களுக்கு மேல் உன் தலை தள்ளாடிக் கொண்டிருக்கிறதே... எந்த கணத்திலும் அது துண்டிக்கப்படலாம். பால்கார சிறுமி ஒருத்தியின் பெருமூச்சும் கூட அதை கீழே விழச் செய்து விடும். கோமகனுக்கு தகவல் அனுப்பு. உன்னைக் காப்பாற்றும்படி வேண்டிக் கொள். வேறு வழியில்லை"

"நான் ஏற்கனவே முயற்சி செய்து விட்டேன். அவர் எங்கிருக்கிறார் என்று யாருக்கும் தெரியவில்லை. லூசியோ... உன்னை நான் கெஞ்சிக் கேட்டுக் கொள்கிறேன். எனக்காக ஒரு காரியம் செய். என் சகோதரி★ இன்று கன்னி மாடம் ஒன்றில் சேரப் போகிறாள். கன்னியாஸ்திரியாக விரும்பி இன்று முதல் அவள் துறவறப் பயிற்சி மேற்கொள்ள இருக்கிறாள். அவளைப் போய்ப் பார். நான் எவ்வளவு பெரிய ஆபத்தில் சிக்கிக் கொண்டிருக்கிறேன் என்பதை தெரியப்படுத்து. கோமகனின் துணை ஆளுநரைப் போய் பார்க்கச் சொல். அவருடைய நட்பை சம்பாதித்துக் கொள்ள வேண்டிக் கொள். இதில் எனக்குப் பெரும் நம்பிக்கை இருக்கிறது. அழகிய இளம்பெண்ணான அவள் நாவன்மை மிக்கவள். அவளுடைய கனிமொழிகள் கல் நெஞ்சங்களையும் கரையச் செய்யும். அவளுடைய வாதத் திறமை மற்றவர் மனங்களை எளிதாக மாற்றும்"

லூசியோ யோசனையுடன் ஆமோதிப்பது போல் தலையசைத்தான்.

★ நாடகம் முழுவதும் கிளாடியோ கதாபாத்திரம் brother என்றும், இசபெல்லா கதாபாத்திரம் sister என்றும் பொதுவாகவே குறிப்பிடப்படுகிறது. கிளாடியோ அண்ணனா, தம்பியா என்ற விளக்கம் இல்லை. அல்லது இசபெல்லா அவனுடைய அக்காவா, தங்கையாக என்ற தெளிவு இல்லை. எனவே மூலத்தில் இருப்பது போல் இங்கும் சகோதரன், சகோதரி என்று பொதுவாக மட்டுமே குறிப்பிடப்படுகிறது.

"ம்... அவள் வெற்றி பெற இறைவனை வேண்டுகிறேன். ஆஞ்சலோவின் சலுகையையும், மன்னிப்பையும் பெறுவதில் அவள் வெற்றி காண வேண்டும். அது நடந்தால் உன்னுடைய வாழ்க்கை பிழைக்கும் என்பது மட்டும் அல்ல... இதே போன்ற குற்றங்களில் ஈடுபடும் மற்றவர்களுக்கும் நன்மை விளையும்... இதில் தோல்வி அடைந்தால் அவர்களும் இதே குற்றச்சாட்டில் சிக்கிக் கொள்வார்கள். உன் விஷயத்தில்... நீ இந்தப் பெண்ணுடன் காதல் விளையாட்டில் ஈடுபட்டதற்காக இப்படி முட்டாள்தனமாக வாழ்க்கையை இழப்பதைப் பார்த்தால் நான் மிகவும் வருந்துவேன்"

"நல்ல நண்பனே லூசியோ... நன்றி"

"இரண்டு மணி நேரத்தில் நான் உன் சகோதரியை சந்திப்பேன்" என்று கூறிவிட்டு அவன் புறப்பட்டான்.

கிளாடியோ, "அதிகாரியே, வாருங்கள் போகலாம்" என்று கூறினான்.

தலைமைக் காவலன் முன்னே நடக்கத் தொடங்கினான். கிளாடியோ, ஜூலியட், காவலர்கள் பின் தொடர்ந்து சென்றனர்.

தெருவில் ஆங்காங்கே கூடியிருந்த கூட்டம் மெதுவாக கலையத் தொடங்கியது.

3

பாதிரியாருடன் ஆலோசனை

பாதிரியார் தாமஸ் தீவிர சிந்தனையில் இருந்தார். அவர் முன் கோமகன் வின்சென்ஷியோ கவலையுடன் அமர்ந்திருந்தான்.

வியன்னாவின் தற்காலிக ஆட்சியாளன் ஆஞ்சலோ உள்பட அனைத்து மக்களும் அவன் ஏதோ ஓய்வு நாடி போலந்து நாட்டிற்கு சென்று விட்டதாக எண்ணிக் கொண்டிருந்தனர். ஆனால் அவன் அப்படிச் செய்யவில்லை. அவனால் அப்படிச் செய்யவும் இயலாது.

சொந்த மண்ணிலேயே மாற்றுருவில் நடமாட திட்டமிட்டிருந்த அவன், இக்கட்டான சூழ்நிலைகளில் அவனுக்கு எப்போதும் அறிவுரைகள் வழங்கி வரும் உள்ளூர் மதகுருவிடம் இப்போதும் ஆலோசிக்க வந்திருந்தான். இருவரும் நாட்டு நடப்புகள் குறித்து தீவிரமாக விவாதித்துக் கொண்டிருந்தனர்.

சிறிய இடைவெளிக்குப் பின் மீண்டும் பேச்சை தொடர்ந்த வின்சென்ஷியோ, “இல்லை திருத்தந்தையே... அந்த எண்ணத்தை கைவிடுங்கள். காதல் கடவுள் (மன்மதன்) எய்தும் பலவீனமான ஏவுகணை என்னுடையது போன்ற உறுதியான இதயம் ஒன்றை

துளைத்து விடும் என எண்ணாதீர்கள். எனக்கு நீங்கள் இங்கு இடம் தர வேண்டும். இதன் பின்னணியில் ஒரு குறிக்கோள் இருக்கிறது. அந்தக் குறிக்கோள் காதல் தீயில் எரிந்து கொண்டிருக்கும் இளைஞர்களைக் காட்டிலும் வயது முதிர்ந்தவர்களுக்கே பொருத்தமானது" என்றான்.

"பெருமதிப்பிற்குரிய பிரபு... அது என்னவென்று கூற முடியுமா?"

"ஐயா தூயவரே... இளைஞர்களும், செல்வந்தர்களும் தமது ஆடை, அலங்காரத்தையும், ஆடம்பரத்தையும் வெளிப்படுத்தும் விழாக்களில் பங்கேற்பதில் நான் எவ்வளவு நாட்டமில்லாமல் இருந்து வந்தேன் என்பதையும், தனிமை வாழ்வை எவ்வளவு தூரம் விரும்பினேன் என்பதையும் தங்களைத் தவிர வேறு யாரும் நன்கு அறிய மாட்டார்கள். வியன்னா கோமகனாக எனக்கிருந்த முழு அதிகாரத்தையும், அந்தஸ்தையும் நான் ஆஞ்சலோவிடம் ஒப்படைத்து விட்டேன். அவன் கண்டிப்பானவன். மதுவைத் தொடாதவன். நான் உள்நாட்டிலேயே இருந்தாலும் போலந்திற்கு நான் செல்வதாக எல்லோரிடமும் நான் பரப்பிய தகவலை அவனும் அப்படியே நம்பிக் கொண்டிருக்கிறான். நாட்டு மக்களும் அதுவே உண்மை என எண்ணிக் கொண்டிருக்கிறார்கள். பக்திமானே... நான் ஏன் இப்படி ஒரு காரியத்தைச் செய்தேன் என இப்போது நிச்சயம் நீங்கள் தெரிந்து கொள்ள விரும்புவீர்கள்..."

"நிச்சயமாக. அதை நீங்கள் எனக்குத் தெரிவித்தால் மிகவும் மகிழ்வேன்"

"நாம் நிச்சயமாக கடுமையான சட்டதிட்டங்களை வைத்திருக்கிறோம். களைகளைப் போன்ற சமூக விரோதிகளை அகற்றுவதற்கு அவையெல்லாம் மிக அவசியமானவைதான். ஆனால் கடந்த 14 ஆண்டுகளாக அந்தக் கடுமையான சட்டங்களை நாம் நன்றாக உறங்கச் செய்து விட்டோம். அவ்வாறு செய்ததன் மூலம் நான் வெளியே சென்று வேட்டையாட முடியாத கொழுத்த கிழட்டுச் சிங்கம் குகைக்குள் முடங்குவதைப் போல் செயலற்றுப் போய்

விட்டேன். அதன் விளைவாக ஒரு காலத்தில் தம் குழந்தைகளை அச்சுறுத்தப் பயன்படுத்திய பிரம்புகளை மூட்டை கட்டி கிடப்பில் போட்டு விட்ட தந்தையர்களைப் போல் இப்போது நான் இருக்கிறேன். அந்தப் பிரம்புகளை இப்போது அவர்கள் பயன்படுத்துவது பயமுறுத்துவதற்காக மட்டுமே. அடிப்பதற்கு அல்ல. காலப்போக்கில் அவர்களிடம் இருக்கும் பிரம்புகள் எல்லாம் அச்சமூட்டுவதற்குப் பதிலாக பிள்ளைகளின் கேலிப் பொருள்களாகி விட்டன. இதே போன்று நம்முடைய சட்டங்கள் எதுவுமே செயல்படுத்தப்படாமல் இப்போது செத்துப் போய் இருக்கின்றன. விளைவு... நம்முடைய மக்கள் தண்டனை குறித்த பயம் துளியும் இன்றி தைரியமாக சட்டத்தை மீறுகிறார்கள். சட்டத்தை மீறுவதற்கு தங்களுக்கு சுதந்திரம் இருக்கிறது என்றும் எண்ணிக் கொண்டிருக்கிறார்கள். சூழ்நிலை இன்று எந்த அளவிற்கு மோசமாகி விட்டது என்றால்... ஒரு குழந்தை இப்போது எவ்வித அச்சமும் இன்றி தன்னுடைய செவிலித் தாயையே அடித்து உதைக்க முடியும். எல்லா நாகரிகமும், கண்ணியமும் என் நாட்டை விட்டுப் போய் விட்டது..."

அவனுக்கு துக்கம் தொண்டையை அடைத்தது. பாதிரியார் ஒரு கணம் கண்களை மூடி அவனை அமைதி அடையும்படி சைகை செய்தார்.

"பிரபு... கிடப்பில் போடப்பட்ட சட்டங்களை கடுமையாக அமல்படுத்தி இருக்க வேண்டியது உங்கள் பொறுப்புதான். உபயோகமின்றிக் கிடக்கும் சட்டங்களை நீங்களே சுயமாக அமல்படுத்தி இருந்தால் மக்கள் ஆஞ்சலோ பிரபுவைப் பார்த்து இப்போது அஞ்சுவதை விட இன்னும் அதிகமாக உங்களைக் கண்டு அஞ்சி இருப்பார்கள்"

"தந்தையே... நீங்கள் சொல்வது சரிதான். ஆனால் அந்தச் சட்டங்களுக்கு எல்லாம் நானே உயிர் கொடுத்து இருந்தால் என் மக்கள் என்னைக் கண்டு நடுங்கி இருப்பார்கள். நாட்டின் சட்டங்களை அவர்கள் புறக்கணிக்கவும், மீறவும் நானே காரணமாக இருந்து விட்டேன். கட்டுப்பாடற்ற சுதந்திரத்தை வழங்கியது

என்னுடைய தவறு. அப்படி இருக்கும்போது சட்ட மீறலுக்காக நான் கடுமையாக தண்டிக்க முற்பட்டால் அது நான் செய்யும் கொடுங்கோல் ஆட்சியாகத்தான் இருந்திருக்கும். தண்டனை எதுவுமின்றி தீய செயல்களுக்கு அனுமதி அளிக்கும்போது, அத்தகைய தவறுகளைச் செய்ய சுதந்திரமும், அதிகாரமும் வழங்கி விட்டது போலவே ஆகிறது. திருத்தந்தையே... அதனால்தான் என்னுடைய கடமைகளையும், பொறுப்புகளையும் ஆஞ்சலோவிடம் ஒப்படைத்து விட்டேன். என்னை இதில் சம்பந்தப்படுத்தாமலேயே, அவன் என்னுடைய பெயரில் சட்டங்களை கடுமையாக அமல்படுத்தக் கூடும். இதை நான் நேரடியாகச் செய்தால் கண்டிப்பாக எனக்கு அவப்பெயர்தான் வரும்..."

அவன் ஒரு கணம் நிறுத்தி பெருமூச்சு விட்டான். பாதிரியார் அவன் சொல்வதை கூர்மையாக கவனித்தார். சிறிய இடைவெளிக்குப் பின் அவன் மீண்டும் தொடர்ந்தான்.

"இன்னொரு விஷயமும் உண்டு. ஆஞ்சலோ நாட்டை சரியாக ஆள்கிறானா என்பதை கண்காணிக்க நான் தங்கள் திருச்சபையைச் சேர்ந்த ஒரு பாதிரியாரின் வேடத்தில் ஒளிந்து கொள்ளப் போகிறேன். பிறகு மாறுவேடத்தில் நான் ஆட்சியாளனையும், மக்களையும் கண்காணிப்பேன். எனவே தாங்கள் பாதிரியாரின் உடை ஒன்றைத் தந்து உதவ வேண்டும். அத்துடன் வெளியே நான் அசல் பாதிரியாராகத் தெரிய எவ்வாறு நடந்து கொள்ள வேண்டும் என்பதையும் கற்றுக் கொடுக்க வேண்டும். எனக்கு இன்னும் கொஞ்சம் நேரம் கிடைக்கும்போது நான் இப்படி ஒரு வழிமுறையை தேர்வு செய்ததற்கான காரணங்களை விரிவாகச் சொல்வேன். தற்சமயம் ஒரே ஒரு காரணத்தை கூறுகிறேன். மிகக் கடுமையான ஒழுக்கநெறிகளைப் பின்பற்றுபவன் ஆஞ்சலோ. அவன் மோசமான விமர்சனங்கள் அனைத்தையும் துணிந்து எதிர்கொள்பவன். வெறுப்புணர்வு கொண்ட விமர்சகர்களிடம் இருந்து தன்னைப் பாதுகாக்க அவன் ஒரு வாளேந்திய வீரனின் நிலையை மேற்கொள்கிறான். தன்னுடைய ரத்தம் சூடானது என்றோ, தனக்குள் காம இச்சைகள் இருக்கிறது என்றோ அவன் ஒருபோதும் கூறியதில்லை. சாதாரண மனிதர்களிடம் உள்ள விருப்பங்கள்

தன்னிடமும் இருப்பதாக அவன் ஒப்புக் கொண்டதே இல்லை. எனவே தற்போது நான் அவனுக்கு கொடுத்திருக்கும் இந்தப் புதிய பதவி அவனுடைய இயல்பையும், நடத்தையையும் மாற்றுகிறதா என்பதை ஆராயப் போகிறேன். அதன் மூலம் வெளித்தோற்றங்களின் பின்னால் இருக்கும் நிஜங்களைக் கண்டறியப் போகிறேன். நான் வருகிறேன்"

பாதிரியார் அதை ஆமோதிப்பது போல் தலையசைத்தார். அவன் எழுந்து அவரை வணங்கி விட்டு விடை பெற்றான். அடுத்த சில தினங்களில் அவன் பாதிரியார் வேடமணிந்து 'லாடவிக் பாதிரியார்' *(Friar Lodowick)* என்ற பெயரில் நாட்டுக்குள் நடமாடத் தொடங்கினான்.

4

மடாலயத்தில் இசபெல்லா

புனித கிளேர் மடாலயம்.

எங்கும் ஒரு வித தெய்வீக அமைதி சூழ்ந்திருந்தது. மடாலயத்தை சுற்றி இருந்த நிழல் தரும் மரங்களில் இருந்த பறவைகள் சீரான இடைவெளிகளில் எழுப்பும் மென்மையான இரைச்சலை தவிர வேறு எந்த ஓசையும் இல்லை. மடாலயத்தின் உள்ளே அனைத்து கன்னியாஸ்திரிகளும் தங்களுடைய அன்றாட அலுவல்களில் ஈடுபட்டிருக்க, இசபெல்லாவும், மூத்த கன்னியாஸ்திரி பிரான்சிஸ்காவும் மட்டும் முற்றத்தில் அமர்ந்திருந்தனர்.

இசபெல்லா மிக அழகிய இளம்பெண். அவளுக்கு திருமண வாழ்வில் விருப்பமில்லை. அவள் கன்னியாஸ்திரியாக விரும்பினாள். எனவே துறவற பயிற்சிகளை மேற்கொள்ளும் நோக்கத்துடன் புனித கிளேர் கன்னிமாடத்தில் சேர்ந்திருந்தாள். அவளுக்கு அடிப்படை மதபோதனைகளை வழங்குவதற்காக பிரான்சிஸ்கா நியமிக்கப்பட்டிருந்தாள். எனவே என்ன சந்தேகம் என்றாலும் இசபெல்லா அவளிடம்தான் கேட்டு தெளிவு பெற வேண்டும். திருத்தொண்டில் அடங்காத ஆர்வம் கொண்டிருந்த அவளுக்கு அந்த மடாலயத்தின் நடைமுறைகள் எதுவுமே தெரியாது. எனவே அவளுக்குப் பல சந்தேகங்கள். அத்துடன் பயம் வேறு...

பிரான்சிஸ்கா தன் கையில் இருந்த வழிபாட்டு நூலை புரட்டிக் கொண்டிருந்தாள். இசபெல்லா எச்சில் கூட்டி விழுங்கிக் கொண்டாள். பிறகு தயக்கத்துடன், "சகோதரி... இங்கே இருக்கும் கன்னியாஸ்திரிகளுக்கு இப்போது வழங்கப்பட்டு இருக்கும் சில அனுகூலங்களைத் தவிர எந்த உரிமைகளுமே கிடையாதோ?" என்றாள்.

வழிபாட்டு நூலை ஒரு கணம் மூடிய அவள் புன்னகையுடன், "ஏன்... நாங்கள் இப்போது இங்கு அனுபவிக்கும் உரிமைகள் எல்லாம் போதாதா என்ன?" என்றாள்.

"ம்... நிச்சயமாக போதிய அளவு இருக்கிறது. நிறைய உரிமைகள் வேண்டும் என்ற விருப்பத்தில் நான் இதை கேட்கவில்லை. புனித கிளேரைப் பின்பற்றும் அனைத்து கன்னியாஸ்திரிகள் மீதும் மேலும் கடுமையான கட்டுப்பாடுகள் இருக்க வேண்டும் என்றே விரும்புகிறேன்"

அதைக் கேட்டு பொய்யான கோபத்துடன் பிரான்சிஸ்கா அவளை முறைத்தாள். அப்போது வாயில்புறத்தில் யாரோ கதவைத் தட்டும் ஓசை கேட்டது. அதைத் தொடர்ந்து, "என்றும் இங்கே அமைதி நிலவட்டும்" என்ற குரல் காற்றில் மிதந்து வந்தது.

அந்த திசையை நோக்கி இசபெல்லா, "யார் அழைப்பது?" என்று குரல் கொடுத்தாள்.

"தெரியவில்லை. இது ஓர் ஆடவனின் குரல். இசபெல்லா... கதவைத் திறந்து யாரென்று பார். அவனுக்கு என்ன வேண்டும் என்று கேள். என்னால் போக முடியாது. நீதான் இதை செய்ய வேண்டும். ஏனென்றால் நீ இன்னும் துறவறத்திற்கான உறுதிமொழிகளை எடுத்துக் கொள்ளவில்லை. அனைத்து கன்னியாஸ்திரிகளும் எடுத்துக் கொள்ள வேண்டிய உறுதிமொழிகளை நீ எடுத்துக் கொண்ட பிறகு நீயும், மடாலய தலைவியின் முன்னிலையில் அன்றி, எந்த ஓர் ஆடவனுடனும் பேச முடியாது. அப்போதும் நீ உன் முகத்தைக் காட்டக் கூடாது. முகம் காட்டினால் பேசக்கூடாது. அவன் மீண்டும் அழைக்கிறான். தயவு செய்து போய்ப் பார்"

பிரான்சிஸ்கா அவசரமாக உள்ளே சென்று மறைந்தாள். கதவு தொடர்ந்து தட்டப்பட இசபெல்லா வாயில்புறத்துக்கு விரைந்தாள்.

"அமைதியும், வளமும் உண்டாகட்டும். யார் அது?" என்று கேட்டுக் கொண்டே கதவை திறந்தாள். வெளியே நின்றிருந்த லூசியோ பதற்றத்துடன் உள்ளே நுழைந்தான்.

"வணக்கம் கன்னிகையே... தங்களுடைய ரோஜா முகம் நீங்கள் ஒரு கன்னிதான் என்பதை பறைசாற்றுகிறது. இந்த மடாலயத்தில் புதிதாக வந்து சேர்ந்திருக்கும் இசபெல்லா என்ற பெண்ணிடம் என்னை அழைத்துச் செல்ல முடியுமா? மகிழ்ச்சி இழந்த சகோதரன் கிளாடியோவின் அழகிய சகோதரி இசபெல்லாவை பார்க்க உதவ இயலுமா?"

அவள் திகைத்துப்போய், "மகிழ்ச்சி இழந்த சகோதரனா? ஏன் இப்படிக் கேட்கிறேன் என்றால் நான்தான் அந்த இசபெல்லா. கிளாடியோவின் சகோதரி" என்றாள்.

லூசியோ ஒரு கணம் அதிர்ந்தான். அப்படி ஓர் அழகு நங்கை கிளாடியோவின் உடன்பிறப்பாக இருப்பாள் என அவன் கனவிலும் எதிர்பார்க்கவில்லை. மீண்டும் பணிந்து வணங்கினான்.

"ஓ... எவ்வளவு பெருந்தன்மையாகவும், அழகாகவும் இருக்கிறீர்கள். தங்கள் சகோதரன் கனிவான வாழ்த்துக்களை உங்களுக்கு அனுப்புகிறான். நெடுங்கதை ஒன்றைக்கூறி உங்களை களைப்புறச் செய்ய நான் விரும்பவில்லை. அவன் இப்போது சிறையில் இருக்கிறான்"

அவள் திடுக்கிட்டாள். கன்னிமாடத்தில் துறவறப் பயிற்சி மேற்கொள்ளத் தொடங்கிய முதல் நாளிலேயே இப்படி ஒரு செய்தி வந்தது அவளுக்குள் பெரும் சஞ்சலம் ஏற்படுத்தியது.

எனவே கலக்கத்துடன், "ஐயோ... இப்போது மகிழ்ச்சியை இழந்தது நான்தான். அப்படி அவன் என்ன தவறு செய்தான்?" என்று பதற்றத்துடன் கேட்டாள்.

"நான் மட்டும் இந்த வழக்கில் நீதிபதியாக இருந்தால் அவன் தண்டனைக்குப் பதிலாக நன்றிகளையே காணிக்கையாகப் பெறுவான். அப்படி ஒரு குற்றத்திற்காகத்தான் அவன் சிறையில் இருக்கிறான். அவனுடைய தோழி ஒருத்தியை அவன் கர்ப்பிணியாக்கி விட்டான்"

“விளையாடாதீர்கள். உங்களுடைய கிண்டல், கேலிக்கு நான் ஆளில்லை”

“நான் சொன்னது உண்மை. கன்னிப் பெண்களிடம் நான் இப்படி யோசிக்காமல் பேசுவது என்னுடைய குணத்தில் உள்ள ஒரு தவறு. இது அனைவரும் அறிந்த ஒன்று. ஆனால் நான் எல்லா கன்னியரிடமும் இவ்வாறு பேசுவதில்லை. இந்த வகையில், மாமிச பட்சிணிகளை (காக்கை, கழுகு போன்றவை) தவறாக வழிநடத்தி ஏமாற்றும் சுபாவம் கொண்ட ‘லேப்விங்’ பறவையின் (lapwing) மாதிரியை நான் எப்போதும் பின்பற்றுவதில்லை. எல்லா கன்னிப் பெண்களிடமும் நான் வஞ்சித்து, மோசடி செய்யும் விதமாக பேச மாட்டேன். அதுபோல் யதார்த்தத்தில் இருந்து விலகி நிற்கும் அதிர்வேட்டு நகைச்சுவை துணுக்குகளையும் உதிர்க்க மாட்டேன். அனைத்து பெண்களிடமும் நான் பொறுப்பற்ற முறையில் பேசுவதும், நடந்து கொள்வதும் இல்லை. விண்ணுலகில் அமர்த்தப்பட்ட பெண்ணாக நான் உங்களை மதிக்கிறேன். அனைத்தையும் துறந்ததன் மூலம் ஒரு புனிதர் நிலைக்கு உயர்த்திக் கொண்ட ஒருவராக உங்களைப் பார்க்கிறேன். உங்களிடம் யாரும் நாவடக்கமின்றி பேச முடியாது. ஆனால் கண்டிப்பாக ஒரு புனிதரிடம் பேசுவது போல் பேச வேண்டும். அப்படி ஓர் அழிவில்லாத ஆன்மாவாகத்தான் உங்களைப் பார்க்கிறேன்”

“என்னை கிண்டல் செய்கிறீர்கள் என்பது எனக்கு நன்றாக புரிகிறது. என்னை ஒரு புனிதருடன் ஒப்பிட்டுப் பேசுவதால் நீங்கள் புனிதர்களையும் களங்கப்படுத்துகிறீர்கள்”

“ஐயோ... அப்படிப்பட்ட எண்ணம் எதுவும் வேண்டாம். நான் இப்போது சுருக்கமாக சில உண்மைகளை கூறுகிறேன். உங்களுடைய சகோதரனும், அவனுடைய இனிய காதலியும் பாலியல் உறவு அனுபவித்து வந்திருக்கிறார்கள். எனவே, நன்றாக உண்பவர்கள் கொழு கொழுவென வளர்வதைப் போல... விதைக்கப்பட்ட நிலங்களில், உரிய பருவத்தில் பயிர்கள் செழிப்பாக விளைவதைப் போல உங்கள் சகோதரனின் அன்புக் காதலியும் இப்போது கருப்பை நிறைந்ததால் பெரிதாகிக் கொண்டிருக்கும் வயிறுடன் காட்சி அளிக்கிறாள். கனி தரும் விதமாக அவளது கன்னிமையை அவன் கவர்ந்து விட்டதன் தெளிவான அடையாளங்களைத்தான்

அது காட்டுகிறது”

இசபெல்லா அதிர்ந்தாள். “என்ன...? அவன் ஒரு பெண்ணை கர்ப்பிணி ஆக்கி விட்டான? யார் அவள்? என் ஒன்றுவிட்ட சகோதரி ஜூலியட்டா?” என பதறினாள்.

“ஜூலியட் உங்களுடைய ஒன்றுவிட்ட சகோதரியா?”

“இல்லை. ஆனால் அப்படி நாங்கள் பழகி இருக்கிறோம். சில பள்ளிச் சிறுமிகள் மத்தியில் அன்பின் மிகுதியால் ஒருவரை ஒருவர் சகோதரி என அழைக்கும் பழக்கம் இருந்தது. ஆனால் உண்மையில் அதற்கு எந்த அர்த்தமும் இல்லை”

அவன் தலையசைத்துக் கொண்டே, “ஆம். அவள்தான்” என்றான்.

“ஓ... அப்படியானால் அவன் அவளையே திருமணம் செய்து கொள்ள வேண்டும்!”

“இங்கேதான் சிக்கல் இருக்கிறது. நம்முடைய பிரபு நாட்டை விட்டுப் போய் விட்டார். ஏன் சென்றார், எங்கு சென்றார் என்று யாருக்கும் தெரியாது. இதனால், என்னையும் சேர்த்து பல உயர்ந்த மனிதர்களின் நம்பிக்கைகளை தகர்த்து விட்டார். அவர்கள் அனைவருமே ராணுவப் பணியில் சேர்க்கப்பட இருந்தனர். ஆனால், அவர் வெளியே என்ன சொல்லி வந்தாரோ, அவரது உண்மையான நோக்கம் அதிலிருந்து பெரிதும் விலகி இருக்கிறது. இது அரசுக் கொள்கையின் பிரதான ரகசியங்களையும், நோக்கங்களையும் அறிந்தவர்கள் மூலம் எங்களுக்குத் தெரிய வந்துள்ளது. இப்போது அவரது இடத்தில் இருந்து ஆஞ்சலோ நாட்டை ஆள்கிறார். அத்துடன் பிரபுவின் அனைத்து அதிகாரங்களையும் அனுபவித்துக் கொண்டிருக்கிறார். உருகிய பனிக்கட்டி அளவிற்கு குளிர்ந்து போன ரத்தம் கொண்டவர் ஆஞ்சலோ. யாராலும் கட்டுப்படுத்த இயலாத, நிலைகுலையச் செய்யும் பாலுணர்வின் உந்துதலை ஒருபோதும் உணர்ந்திராத மனிதர் அவர். மேலும் காம இச்சைகளின் அழுத்தத்தில் இருந்து விடுபட்டவர். இத்தகைய ஆசையை உணர்வதற்குப் பதிலாக கல்வி, கேள்விகள் மற்றும் விரதங்களால் தன் மனதை செம்மையாக்கி வருகிறார். மேலும் அறிவாற்றலை வெளிப்படுத்துவதன் மூலம் தனக்குள் இருக்கும் பாலுணர்வின் இயற்கைத் தீவிரத்தை மங்கச் செய்கிறார். அதே நேரத்தில் விரக தாபங்களை சட்ட விரோதமாகத் தணிப்பதில்

மூழ்கிக் கிடக்கும் மனிதர்களுக்கும், அச்சுறுத்தும் தண்டனைகளில் இருந்து (சிங்கங்களின் பிடியில் இருந்து தப்பிக்கும் சுண்டெலிகளைப் போல) தப்பிச் செல்வோருக்கும் திகில் ஊட்டுகிறார். இத்தகைய நபர்களின் மனங்களில் அச்சமூட்டுவதற்காக அவர் கடுமையான மற்றும் நீண்ட காலம் மறக்கப்பட்டிருந்த சட்டத்திற்கு புத்துயிர் கொடுக்க முடிவு செய்து விட்டார். அதன்படியே உங்களுடைய சகோதரனுக்கு மரண தண்டனை விதிக்கப்பட்டுள்ளது. சட்டப்படி உங்கள் சகோதரனைக் கைது செய்ய உத்தரவிட்ட ஆஞ்சலோ, இந்த விஷயத்தில் அந்தச் சட்டத்தை முழு பலத்துடன் பிரயோகிக்கத் தயாராகி விட்டார். மற்றவர்களுக்கு எச்சரிக்கை விடுக்க இதையே உதாரணமாகக் காட்டவும் விரும்புகிறார். எனவே உங்களுடைய சகோதரனின் நிலைமை இப்போது கவலைக்கிடமாக உள்ளது. சகோதரனுக்காக மனம் இளகி, அவர் மீது இரக்கம் கொள்ளும் விதமாக ஆஞ்சலோவிடம் நீங்கள் உருக்கமாக வேண்டிக் கொண்டால் மட்டுமே அவன் பிழைக்க முடியும். அந்த துரதிருஷ்டசாலியிடம் இருந்து நான் உங்களைப் பார்க்க இங்கு வந்ததன் நோக்கமும் இதுதான்"

"அவர் என் சகோதரனின் உயிரைப் பறிக்க விரும்புகிறாரா?"

"அவர் ஏற்கனவே தீர்ப்பு வழங்கி விட்டார். தலைமை சிறைக்காவலர் அவனுடைய தலையை துண்டிப்பதற்கான உத்தரவை எழுத்து மூலமாக வைத்திருக்கிறார் என்று கேள்விப்பட்டேன்"

அவள் கண் கலங்கினாள். "ஐயோ... இந்த நேரத்தில் அவனுக்கு நான் என்ன நன்மை செய்ய முடியும்?" என்று புலம்பினாள்.

அவளை உற்று நோக்கிய அவன், "உங்களிடம் இருக்கும் சக்தியை நீங்கள் பயன்படுத்திப் பாருங்கள்" என்றான்.

"என்னுடைய சக்தியா? ஐயோ... அப்படி எதுவும் என்னிடம் இருப்பதாக எனக்குத் தோன்றவில்லை..."

"நம்முடைய சந்தேகங்கள் எப்போதுமே தவறானவை. மேலும் நம்மை திசை திருப்புகிறவை. நாம் எளிதில் அடையக் கூடிய நன்மைகளை

அவை இழக்கச் செய்கின்றன. அவற்றால் ஏற்படும் பயம் நம்மை எந்த முயற்சியும் செய்ய விடாமல் தடுக்கிறது. ஆஞ்சலோவிடம் செல்லுங்கள். இளம்பெண்கள் கெஞ்சும்போது ஆண்கள் கடவுள் அளவிற்கு அள்ளித் தருவார்கள் என்பதை அவருக்கு புரிய வையுங்கள். இளம்பெண்கள் மண்டியிட்டு, கண்ணீர் சிந்திக் கதறும்போது அவர்கள் கேட்பவை எல்லாவற்றையும் எளிதில் வழங்கி விடுவார்கள்"

அவனுடைய வார்த்தைகள் அவளை யோசிக்க வைத்தன. சகோதரனின் உயிரைக் காக்க முடிந்த வரை முயற்சி செய்தால் என்ன என்று தோன்றியது.

எனவே தன்னைத்தானே தேற்றிக் கொண்ட அவள், "ம்... பார்க்கலாம். முடிந்த அளவிற்கு முயற்சி செய்கிறேன்" என்றாள்.

"ஆனால் தாமதிக்காதீர்கள். உடனடியாக புறப்படுங்கள்"

"இப்போதே முழு மூச்சுடன் இதில் இறங்குகிறேன். எனினும் என்னுடைய சொந்த வேலைகள் குறித்து தலைமை கன்னியாஸ்திரி யிடம் தெரிவிக்க வேண்டும். அதற்குப்பின் ஒரு வினாடி கூட தாமதிக்க மாட்டேன். பணிவுடன் நான் உங்களுக்கு நன்றி கூறுகிறேன். என்னுடைய சகோதரனிடம் கூறுங்கள்... என்னுடைய முயற்சிகள் எந்த அளவிற்கு பலன் அளித்தன என்பது குறித்து விரைவில் நான் அவனுக்கு தகவல் அனுப்புவேன்"

"சரி. நான் போய் வருகிறேன்"

கதவை திறந்து விட்ட அவள், "நல்லது சகோதரா. போய் வாருங்கள்" என்றாள்.

அவன் மீண்டும் அவளை வணங்கி விட்டு புறப்பட்டான். கதவை மூடிய அவள் மடாலயத்திற்குள் விரைந்தாள்.

5

கிளாடியோவிற்கு மன்னிப்பு இல்லை

நீதிமன்றம்.

நீதிபதியுடன் ஆஞ்சலோவும், எஸ்கலஸும் அமர்ந்திருந்தனர். தலைமை சிறைக்காவலன், பிற அலுவலர்கள் மற்றும் சேவகர்கள் சற்றுத் தள்ளி வாயில் அருகே நின்று கொண்டிருந்தனர்.

இரவோடு இரவாக பழைய சட்டங்கள் அனைத்தும் தூசி தட்டி எடுக்கப்பட்டு குடிமக்கள் மீது கண்மூடித்தனமாக பிரயோகிக்கப்பட்டது குறித்து பலருக்கும் கருத்து வேற்றுமை இருக்கத்தான் செய்தது. குறிப்பாக கிளாடியோவிற்கு விதிக்கப்பட்டிருக்கும் மரண தண்டனை எஸ்கலஸ் போன்ற சில பெரியவர்களுக்கு கடும் நெருடலாக இருந்தது. எனவே அது குறித்து விவாதிப்பதற்காக அங்கே கூடியிருந்தனர்.

கிளாடியோவின் தண்டனையை குறைக்கலாம் அல்லது மன்னித்து விடலாம் என்பதே அனுபவசாலி எஸ்கலஸின் எண்ணமாக இருந்தது. ஆனால் ஆஞ்சலோ தன்னுடைய நிலைப்பாட்டில் உறுதியாக இருந்தான்.

"காக்கைகளையும், கழுகுகளையும் விரட்டுவதற்காக வைக்கப்படும்

சோளக்கொல்லை பொம்மையாக நம்முடைய சட்டங்களை மாற்றி விடக்கூடாது. அந்த பொம்மை ஆடாமல், அசையாமல் இருப்பதால் பயமுறுத்துவதற்குப் பதிலாக, பழகிப்போன பறவைகள் உட்கார்ந்து விளையாடும் இடமாகி விடுகிறது" என்று அவன் பேச்சை ஆரம்பித்தான்.

"ஆம். ஆனால் சட்டம் எனும் ஆயுதத்தை சிறு கீறல் ஏற்படுத்தும் அளவிற்கே கூரானது என்ற விதத்தில்தான் நாம் கையாள வேண்டும். தவறிழைத்தவர்கள் சாகும் அளவிற்கு நசுக்கி விட நாம் அதை அனுமதிக்கக் கூடாது. மிக கண்ணியமான ஒருவரின் மகனான இந்த நல்ல மனிதனுக்காக (கிளாடியோ) நான் வருந்துகிறேன். அத்துடன் அவனுடைய உயிரைக் காப்பாற்றவும் விழைகிறேன். மேன்மை தங்கிய பிரபு மிக கண்டிப்பானவர் என நம்புகிறேன். ஆனால் தாங்கள் ஒன்றை புரிந்து கொள்ள வேண்டும். அவனுடைய நிலையில் இருந்து நினைத்துப் பாருங்கள். பாலியல் ஆசையால் உந்தப்பட்ட நிலையில், அதற்கான வாய்ப்பு உருவாகி, இச்சையைத் தணித்துக் கொள்ள உகந்த சூழ்நிலையும், பொருத்தமான இடமும் அமைந்து உங்கள் நோக்கத்தை நீங்கள் நிறைவேற்றி இருக்கும் பட்சத்தில் இப்போது இந்த மனிதன் இருக்கும் அதே நிலையில் நீங்களும் இருக்க மாட்டீர்களா? இப்போது எதற்காக இந்த மனிதனுக்கு மரண தண்டனை விதித்து இருக்கிறீர்களோ, வாழ்வில் வேறு ஒரு சந்தர்ப்பத்தில் அதே குற்றச்சாட்டிற்கு நீங்களும் ஆளாக வாய்ப்பு இல்லையா? அப்போது சட்டப்படி நீங்களும் இதே தண்டனை பெற வேண்டியவர் ஆகி விட மாட்டீர்களா?"

துணிந்து கேள்வி எழுப்பினான் எஸ்கலஸ். அவனது பேச்சால் ஆஞ்சலோ சற்றே உஷ்ணமானான். என்றாலும் அவனுடைய வயதையும், அனுபவத்தையும் கருத்தில் கொண்டு நிதானமாகப் பேசினான்.

"எஸ்கலஸ்... தவறிழைக்கத் தூண்டும் வகையில் சபலம் கொள்வது வேறு. ஆனால் உண்மையில் தவறிழைப்பது என்பது வேறு. மரண தண்டனை விதிக்கப்பட வேண்டிய ஒரு கைதியின் விஷயத்தில் பாரபட்சமற்ற முறையில் தீர்ப்பு வழங்க உறுதி எடுத்துக் கொண்ட 12 நீதிபதிகள் அடங்கிய குழு ஒன்றில் ஒன்றிரண்டு

கறுப்பு ஆடுகள் இருக்கக் கூடும். அவர்களால் விசாரிக்கப்படும் கைதியை விட அவர்கள் பெரிய குற்றவாளிகள் என்பதையும் நான் மறுக்கவில்லை. ஒருவனின் குற்றம் வெட்ட வெளிச்சமாகி, அது நீதிபதிகளுக்கு தெரிவிக்கப்படும் நிலையில்தான் சட்டம் அவனை வேட்டையாடுகிறது. அப்படி இருக்கும்போது அவனை விசாரிக்கும் நீதிமான்கள் குழுவிலேயே சில கறுப்பு ஆடுகள் இருக்கலாம் என்பதை சட்டம் எப்படிக் கவனிக்க முடியும்? தரையில் ஒரு தங்க நகை கிடக்கிறது என்றால் கீழே குனிந்து நாம் அதை கையில் எடுப்போம் என்பதில் சந்தேகமே இல்லை. பார்த்தோம். எடுத்தோம். எனவே வைத்துக் கொள்கிறோம். ஆனால் அதைப் பார்க்கவில்லை என்றால் அமைதியாக கடந்து சென்று விடுவோம். எனவே நானும் தவறிழைக்க வாய்ப்பு உண்டு என்ற அடிப்படையில் நீங்கள் கிளாடியோவிற்கு சலுகை வேண்டி வாதாடக் கூடாது. மாறாக எப்போது நான் இதே போன்ற குற்றம் செய்கிறேனோ அப்போது நீங்கள் சொல்லுங்கள். அப்போது எனக்கும் இதே போன்ற தண்டனை விதிக்கப்படட்டும். நான் தவறு செய்யும்போது நீங்கள் எனக்கு மரண தண்டனை பற்றி நினைவூட்டுங்கள். அப்போது எனக்காக முன்வைக்கப்படும் வாதங்கள் எதையும் நீங்களும் ஏற்காதீர்கள். எனவே ஐயா, அவன் கண்டிப்பாக இறந்தே ஆக வேண்டும்"

எஸ்கலஸுக்கு இப்போது வேறு வழியில்லை. எனவே, "உங்களுக்கு எது சரி என்று படுகிறதோ அதையே செய்யுங்கள்" என்றான்.

"தலைமைக் காவலன் எங்கே?"

உடனடியாக ஓரடி முன்னால் வந்த அவன், "மேன்மை தங்கிய பிரபு... இதோ இங்கே இருக்கிறேன்" என்று கூறி அவனை வணங்கினான்.

"நாளை காலை ஒன்பது மணிக்கு முன்பாக கிளாடியோவின் தலை துண்டிக்கப்பட வேண்டும். அதற்கு முன் அவன் தன் பாவங்களை ஒப்புக்கொண்டு மனம் வருந்தவும், மரணத்திற்கு தயாராகவும் ஏதுவாக ஒரு பாதிரியார் அவனைச் சந்திக்க ஏற்பாடு செய். ஏனென்றால் அவனுடைய மண்ணுலக வாழ்க்கை முடிவை நெருங்கி விட்டது"

மீண்டும் வணங்கி விட்டு அவன் வெளியேறினான்.

சற்றே பெருமூச்சு விட்ட எஸ்கலஸ் தனக்குள், "நல்லது. விண்ணுலகம் ஆஞ்சலோவிற்கு மன்னிப்பு வழங்கட்டும். எங்களையும் மன்னிக்கட்டும். சிலர் தங்கள் பாவச் செயல்களாலேயே வாழ்க்கையில் உயர்ந்த நிலையை பெற்று விடுகிறார்கள். அதே சமயம் சிலர் தங்கள் நற்காரியங்களால் வீழ்ச்சியையே சந்திக்கிறார்கள். சிலர் பெரும் தவறுகளைச் செய்தும் தப்பி விடுகிறார்கள். யாருக்கும் பதில் சொல்ல வேண்டிய கட்டாயமும் அவர்களுக்கு இருப்பதில்லை. அதே சமயம் சிலர் சாதாரண தவறு ஒன்றுக்காக தண்டிக்கப்படுகிறார்கள்" என்று புலம்பினான்.

அதே நேரத்தில் காவலன் எல்போ உள்ளே நுழைந்தான். அவன் பின்னால் வந்த சில அதிகாரிகள் வாயில்புறத்தில் நின்றனர். அவர்களைத் தொடர்ந்து வந்த பாம்ப்பேயும், ஃபிராத்தும் பலி ஆடுகளாக பின்னால் நின்றனர். ஆஞ்சலோ புரியாமல் எல்போவை பார்த்தான். அவனை வணங்கிய எல்போ அதிகாரிகள் பக்கம் திரும்பினான்.

"வாருங்கள். அவர்களையும் இழுத்து வாருங்கள். உண்மையில் தீய பழக்கவழக்கங்களை வளர்த்துக் கொண்டு விபசார விடுதிகளில் கும்மாளமிட்டுக் கொண்டு, அதே சமயம் நாட்டின் நல்ல குடிமக்களாக இவர்கள் நடித்துக் கொண்டு இருப்பார்களேயானால்... அப்புறம் நான் சட்டம் தெரியாதவன் என்றுதான் பொருள்"

சற்றே குழம்பிய ஆஞ்சலோ, "உன் பெயர் என்ன? இங்கே வந்த நோக்கம் என்ன?" என்று விசாரித்தான்.

"பிரபு... கோமகனின் எளிய காவலர்களுள் நானும் ஒருவன். என் பெயர் எல்போ. நான் நீதியை வணங்குபவன். நாடறிந்த இரண்டு 'நல்லவர்களை' பிடித்து வந்திருக்கிறேன்"

"நல்லவர்கள் என்றா சொல்கிறாய்? நல்லது. இவர்கள் எப்படிப்பட்ட புண்ணியவான்கள்? இவர்கள் கொடியவர்கள் இல்லையா? குற்றவாளிகள் இல்லையா?"

"இவர்கள் யாரென்று முழுமையாக எனக்குத் தெரியாது. ஆனால் நிச்சயமாக கெட்டவர்கள். ஒரு நல்ல கிறித்தவன் செய்ய வேண்டிய

எந்த ஒரு தொழிலையும் விட்டு அறவே விலகியவர்கள் என்பது மட்டும் உறுதியாகத் தெரியும்"

அதுவரை அமைதியாக இருந்த எஸ்கலஸ், "சரியாகச் சொன்னான். நாம் ஒரு புத்திசாலி காவலனைத்தான் பெற்றுள்ளோம்" என்றான்.

"ம்... மேலே சொல். என்ன மாதிரியான மனிதர்கள் இவர்கள்? உன் பெயர் எல்போ என்று சொன்னாய். ஏன் பேச மறுக்கிறாய்?" என ஆஞ்சலோ அவசரப்பட்டான்.

இப்போது பாம்ப்பே முன்னால் வந்தான். "அவரால் சொல்ல முடியாது ஐயா. அந்த அளவிற்கு அவருக்கு மூளை இல்லை" என்றான் கிண்டலாக.

ஆஞ்சலோவின் முகம் கடுமையானது. "நீ யார்?" என்றான்.

இனி தாமதிக்கக் கூடாது என்று எண்ணிய எல்போ, "அவனா? அவன் விடுதிகளில் மது பரிமாறுபவன் (barman). பகுதி நேர விபசார தரகன். பொதுமக்களில் ஒருவன். ஒரு விலைமாதுவிடம் வேலை செய்கிறான். ஊருக்கு வெளியே இருந்த அவளது விபசார விடுதி இடித்துத் தள்ளப்பட்டு விட்டதாக மக்கள் பேசிக் கொள்கிறார்கள். இப்போது அவள் பொது குளியல் வளாகம் (bath house) ஒன்றை நடத்துகிறாளாம். அதுவும் கூட விபசார விடுதியாகத்தான் இருக்கும் என்று நினைக்கிறேன்" என்று காட்டமாக பதில் அளித்தான்.

இடைமறித்த எஸ்கலஸ், "அது உனக்கு எப்படி தெரியும்?" என்று கேட்டான். எல்போ இப்போது அவனை பிடித்துக் கொண்டான்.

"என் மனைவி மூலம்தான் ஐயா. சொர்க்கத்திற்கும், மேன்மை தங்கிய பிரபுவிற்கும் முன்னிலையில் கூறுகிறேன். என் மனைவி என் வெறுப்பிற்கு ஆளானவள்"

"உண்மையாகவா? நீ உன் மனைவியை வெறுக்கிறாயா?"

"ஆம் ஐயா. ஆனாலும் அவள் ஒரு நேர்மையான பெண்"

"ஓ. அவளது நேர்மைதான் நீ அவளை வெறுக்கும்படி செய்து விட்டதா?"

"அவள் இருக்கும் இடம் மட்டும் விபசார விடுதியாக இல்லாதிருந்தால்... என் மனைவியுடன் சேர்ந்து நானே என்னை வெறுப்பேன். அது கண்டிப்பாக ஓர் ஒழுக்கக் கேடான இடம்"

"காவலனே... அது உனக்கு எப்படித் தெரியும்?"

"கன்னி மேரி ஆணையாக கூறுகிறேன். என் மனைவி இயல்பிலேயே உடல் சுகத்தை அனுபவிக்க விருப்பம் கொண்டிருந்தால்... அந்த இடத்தில் விபசாரம், பிற ஆண்களுடன் கள்ளத் தொடர்பு மற்றும் எல்லா விதமான கெட்ட நடத்தைகளிலும் மூழ்கித் திளைக்கும் வகையில் தூண்டப்பட்டிருப்பாள்"

"அந்த விடுதிக்கு சொந்தக்காரி மற்றும் நீ விபசார தரகன் என்று கருதும் பாம்ப்பேயின் மூலம்தான் இவை எல்லாமே நடந்தது என்று சொல்கிறாயா?"

"ஆம். எல்லாம் ஓவர்டன்னின் இந்த விபசார தரகனால்தான். ஆனால் என் மனைவி இவன் முகத்தில் காறித் துப்பியதுடன் அவனுடைய ஆசை வார்த்தைகளுக்கு அடிபணிய மறுத்து விட்டாள்"

அப்போது இடைமறித்த பாம்ப்பே, "ஐயா, இது உண்மையல்ல" என்றான்.

அவனை முறைத்த எல்போ, "ஐயா 'மகாபிரபுவே'. அப்படியானால் இந்தப் 'பாவிகள்' முன்னால் நீங்கள் சொல்வதெல்லாம் உண்மை என்பதை நிரூபியுங்கள்" என்றான் கிண்டலாக.

ஆஞ்சலோ பொறுமை இழந்து கொண்டிருந்தான். அதை உணர்ந்த எஸ்கலஸ், "எப்படியெல்லாம் இவன் (எல்போ) வார்த்தைகளை தவறாகப் பயன்படுத்துகிறான் பார்த்தீர்களா?" என்றான்.

"ஐயா. இந்தக் காவலரின் மனைவி கர்ப்பிணியாக எங்களிடம்

வந்தார். பெருமதிப்புக்குரிய உங்களிடம் உரிய மரியாதையுடன் நான் பேசுகிறேன். 'புரூன்' (*prune*) பழங்களைச் சாப்பிட வேண்டும் என்ற ஆவலுடன் அவர் வந்தார். அந்தச் சமயத்தில் எங்களிடம் இரண்டு பழங்கள் மட்டுமே இருந்தன. அவையும் கிண்ணம் ஒன்றில் மூடி வைக்கப்பட்டிருந்தன. அதன் விலை ஏறக்குறைய 3 பென்ஸ். மரியாதைக்குரிய ஐயா, இத்தகைய கிண்ணங்களை தாங்களும் பார்த்திருப்பீர்கள். அவை சீனப்பாத்திரங்கள் அல்ல. அதை விட தரமானவை" என பாம்ப்பே விவரிக்கத் தொடங்கினான்.

எரிச்சலடைந்த எஸ்கலஸ் குறுக்கிட்டு, "நடந்த உண்மைகளை மட்டும் சொல். கிண்ணங்களைப் பற்றி விளக்கி உயிரை வாங்காதே" என இரைந்தான்.

"உண்மை ஐயா. கிண்ணம் அல்லது ஊசி போன்ற அற்ப விஷயங்கள் பற்றிப் பேசி நான் உங்களை வதைக்கக் கூடாதுதான். நீங்கள் ஆட்சேபித்ததும், தடுத்ததும் முற்றிலும் சரி. நான் சொன்னது போல் இந்தக் காவலரின் மனைவி கர்ப்பிணியாக இருந்தாள். அவள் பழங்கள் வேண்டி வந்தாள். அப்போது இரண்டே பழங்கள்தான் இருந்தன. ஏனென்றால் இங்கே நின்று கொண்டிருக்கும் இந்த ஃபிராத்... மற்ற பழங்களை எல்லாம் காலி செய்து விட்டான். ஆனால் சாப்பிட்ட பழங்களுக்காக நேர்மையுடன் பணமும் கொடுத்து விட்டான்..."

ஒரு கணம் நிறுத்திய அவன் ஃபிராத் பக்கம் திரும்பி, "ஃபிராத்... பாக்கி 3 பென்ஸ்களை என்னால் அப்போது கொடுக்க இயலவில்லை" என்றான் பொய்யான வருத்தத்துடன்.

"உண்மையில் அப்போது எனக்கு 3 பென்ஸ்களைத் தர முடியாத நிலையில் நீ இருந்தாய்"

"நல்லது. இந்த உண்மையை உன்னால் நினைவு கூர முடியும் என்றால் அப்போது அந்தப் பழங்களின் ஓட்டை நீ உடைத்துக் கொண்டிருந்ததும் நினைவிருக்கும்"

"ஆம். அப்போது நான் அவ்வாறு செய்தது உண்மைதான்"

"நன்று. அப்படியானால் நான் அப்போது சிலரது பெயர்களைச் சொல்லி, அவர்கள் பால்வினை நோயால் அவதிப்பட்டுக் கொண்டிருந்தது பற்றிக் கூறியதும் கூட உன் நினைவுக்கு வரலாம். நீயே அது பற்றிய விழிப்புணர்வுடன்தான் இருந்தாய். சத்தான உணவு வகைகளை உண்டால் ஒழிய அவர்கள் அந்த நோயில் இருந்து மீள்வது கடினம் என்று நான் சொன்னேன்"

"நீ சொன்னது எல்லாமே உண்மைதான்"

பாம்பே, "மிக நன்று. அப்புறம்..." என்று அவன் வாயைக் கிளறினான்.

அவர்களுடைய பேச்சுக்களால் கொதித்துப் போன எஸ்கலஸ், "முட்டாளே நிறுத்து. விஷயத்திற்கு வா. எல்போவின் மனைவிக்கு என்ன நேர்ந்தது? எதற்காக அவன் புகார் செய்கிறான்? சொல். என்ன நடந்தது?" என்று கூச்சலிட்டான்.

"ஐயா. எல்போ சொல்வதை வைத்து நீங்கள் அவசரப்பட்டு எந்த முடிவுக்கும் வந்து விடக்கூடாது"

"இல்லை. நிச்சயமாக எனக்கு அப்படிப்பட்ட நோக்கம் எதுவும் கிடையாது"

"ஆனால் ஐயா... சில விஷயங்களைச் சுட்டிக் காட்ட நீங்கள் அனுமதி அளித்து அதன் பின் நீங்கள் ஒரு முடிவுக்கு வரலாம். ஃபிராத்தின் நிலைமையை கொஞ்சம் பரிசீலனை செய்யுங்கள். ஒரு வருஷத்தில் அவனுக்கு *80 பவுண்டு* என்ற அளவில் சொற்ப வருமானம்தான் வருகிறது. (எனவே விலைமாதர்களுக்கு எல்லாம் அவனால் செலவு செய்ய முடியாது). புனிதர்கள் தினத்தில் (அக்டோபர் 31) அவனுடைய தந்தை இறந்தார். ஃபிராத்... அதே நாளில்தானே உன்னுடைய அப்பா இறந்தார்?"

"ஆம். அன்றுதான்"

"மிக நன்று. நடந்த உண்மைகளைத்தான் நாங்கள் கூறுகிறோம். திருமதி ஓவர்டன்னின் இல்லத்தில் ஃபிராத் ராஜ மரியாதையுடன்

இருந்தான். அங்கு 'திராட்சைக் கொத்து' (*Bunch of Grapes*) என்று அழைக்கப்பட்ட அறையில் அவன் மிக கௌரவமான (சிம்மாசனம் போன்ற) ஒரு நாற்காலியில் அமர்ந்திருந்தான்..." என்ற அவன் ஃபிராத் பக்கம் திரும்பி, "அந்த அறையில் அமர்ந்திருப்பதை நீ நன்கு அனுபவிப்பது வழக்கம். இல்லையா?" என வினவினான்.

சற்றே எரிச்சல் அடைந்த ஃபிராத் தன் கோபத்தை வெளியே காட்டாமல், "ஆம். கண்டிப்பாக நான் அதை அனுபவிப்பது உண்டு. ஏனென்றால் அது தனி அறை அல்ல. பொது அறைதான். மேலும் குளிர்காலத்தில் விருந்தாளிகள் குளிர் காய வசதியாக அங்குதான் கனப்பு அடுப்பு இருந்தது" என்றான்.

"அவ்வளவுதான் ஐயா. நடந்த உண்மைகளையே நாங்கள் கூறுவதாக நம்புகிறேன்" என்றான் பாம்ப்பே.

அதுவரை மௌனமாக கவனித்துக் கொண்டிருந்த ஆஞ்சலோவிற்கு அவர்களுடைய பேச்சு சிறுபிள்ளைத்தனமாக தோன்றியது. கோபமூட்டுவதாகவும் இருந்தது. என்றாலும் புன்னகையுடன் எழுந்தான்.

"இந்தப் பேச்சை தொடர அனுமதித்தால்... மற்ற எல்லா நாடுகளின் இரவையும் விட நீண்ட ரஷிய இரவையும் தாண்டி நீடிக்கும். நான் புறப்படுகிறேன். நீங்களே விசாரியுங்கள். அவர்களுக்கு சவுக்கடி தண்டனை கொடுக்கப் போதுமான காரணத்தை கண்டுபிடித்து விடுவீர்கள் என நம்புகிறேன்" என்று அவன் குறும்பாக எஸ்கலஸிடம் கூறினான்.

"இவன் சொல்லும் நீண்ட கதையைக் கேட்கும்போது எனக்கும் அதே எண்ணம்தான் தோன்றுகிறது. வணக்கம். சென்று வாருங்கள் பிரபு"

ஆஞ்சலோ வெளியேற எஸ்கலஸ் பாம்ப்பேயிடம் திரும்பி, "ம்... இப்போது சொல். எல்போவின் மனைவிக்கு என்ன ஆயிற்று? மறுபடி ஒரு முறை சொல்..." என்றான்.

"ஒரு முறையா? அவள் ஒரு முறை செய்தது என்று எதுவுமே இல்லை"

(ஒரு முறை கூட அவள் யாருடனும் உறவு கொண்டதில்லை என்பதே பொருள்).

எல்போ குறுக்கிட்டு, "ஐயா. உங்களை கெஞ்சிக் கேட்கிறேன். இவன் என் மனைவிக்கு என்ன செய்தான் என்ற கேள்விக்கு மட்டும் பதில் கேளுங்கள்" என்றான்.

"ஆம் ஐயா. நானும் இந்தக் கேள்வியைத்தான் கேட்க வேண்டுகிறேன்" என்றான் பாம்ப்பே.

"சரி. அவனுடைய மனைவிக்கு இவன் செய்த தீங்கு என்ன?"

"ஐயா. இந்த கனவானின் முகத்தை பாருங்கள். நல்ல ஃபிராத்... நீயும் மேன்மை தங்கிய பெரியவரின் முகத்தை நேராகப் பார். ஒரு பயனுள்ள நோக்கத்திற்காகத்தான் இவ்வாறு கூறுகிறேன். ஐயா... அவனுடைய முகத்தை நன்றாக கவனித்தீர்களா?"

"ம்... நன்றாக கவனித்தேன்"

"இல்லை ஐயா. அவனுடைய முகத்தை இன்னும் கவனமாகப் பார்க்க வேண்டுகிறேன்"

"பார்த்துக் கொண்டுதான் இருக்கிறேன்"

"அவனைப் பார்த்தால் ஒரு பெண்ணுக்கு தீங்கிழைப்பவன் போல் தெரிகிறதா?"

"இல்லை. அப்படி எதுவும் தெரியவில்லை"

"இப்போது நான் வேத புத்தகத்தின் (பைபிள்) மீது சத்தியம் செய்யவும் தயாராகி விட்டேன். அவன் உடலில் அவனுடைய முகம்தான் சகிக்க முடியாத அங்கம். அப்படி இருக்கும்போது இவன் எப்படி காவலரின் (எல்போ) மனைவிக்கு தீங்கிழைக்க முடியும்? தங்கள் பதிலை வேண்டுகிறேன்"

எஸ்கலஸ் உள்ளூர நகைத்துக் கொண்டே, “அவன் சொல்வது சரிதான். காவலனே, இதற்கு நீ என்ன சொல்கிறாய்?” என்றான்.

எல்போவின் முகம் வாடிப்போனது. “திருமதி ஓவர்டன்னின் இல்லம் ‘மரியாதைக்குரிய’ ஒன்றுதான் ஐயா. அடுத்து இந்த மனிதனும் மதிக்கத்தக்கவன்தான். அவனுடைய எஜமானியும் மரியாதைக்கு உரியவள்தான்” என்றான் வெறுப்புடன்.

உற்சாகமடைந்த பாம்ப்பே, “ஐயா. நான் இந்தக் கையால் சத்தியம் செய்கிறேன். நம் அனைவரையும் விட இவனுடைய மனைவிதான் பெரும் மரியாதைக்குரியவள்” என்றான்.

“தீயவனே... கொடியவனே... நீ பொய் சொல்கிறாய். வேறு ஒருவனுடன் கள்ளத் தொடர்பு வைத்திருந்ததாக அவளை ஒருபோதும் யாரும் சந்தேகித்ததே இல்லை”

“ஐயா... திருமணத்திற்கு முன்பே அவள் எல்போவுடன் ரகசிய உறவு வைத்திருந்ததாக சந்தேகம் உண்டு”

கொஞ்சம் குழப்பமடைந்த எஸ்கலஸ், “இவர்களில் யார் அறிவாளி? குற்றம் சாட்டும் எல்போவா? குற்றம் சாட்டப்பட்ட பாம்ப்பேயா? பாம்ப்பேயின் வாக்குமூலம் உண்மைதானா?” என்று கேட்டான்.

கொதித்துப் போன எல்போ பாம்ப்பேயைப் பார்த்து, “கேவலமானவனே. அடிமையே. கொடிய காட்டுமிராண்டியே. திருமணத்திற்கு முன்பே நான் அவளுடன் கள்ளத் தொடர்பு வைத்திருந்தேன் என்றா சொன்னாய்? என் மீதோ, அவள் மீதோ அப்படி ஒரு சந்தேகம் இருந்தது என்றால், நான் கோமகனின் (வின்சென்ஷியோ) அரசாங்கத்தில் ஒரு காவல் அதிகாரி என்பதையும் மேன்மை தங்கிய ஐயா நம்ப வேண்டாம். காட்டுமிராண்டியே. நீ சொன்னதை நிரூபி. இல்லையென்றால் என்னை நீ தாக்கிய குற்றத்திற்காக உன் மீது வழக்குப் போடுவேன்” என்று அலறினான்.

எஸ்கலஸுக்கு அவர்கள் இருவரையும் பார்த்தால் பைத்தியக்காரர்கள் போல் இருந்தது. எனவே கிண்டலாக, “அது மட்டுமல்ல. அவன்

உன் காதில் ஒரு குத்து விட இருந்தான் என்றால் பின்னர் உன்னை அவமதித்ததற்காகவும் கூட நீ நடவடிக்கை எடுக்கலாம்" என்றான்.

"இந்த யோசனைக்காக கன்னி மேரி சாட்சியாக நான் உங்களுக்கு நன்றி கூறுகிறேன். இந்த இழிபிறவியை நான் என்ன செய்ய வேண்டும் என தாங்கள் அறிவுறுத்துகிறீர்கள்?"

"உண்மையை சொல்ல வேண்டுமானால், காவலனே... இவனிடம் ஏதோ சில தவறுகள் இருப்பதாக நீ கூறுகிறாய். முடிந்தால் அவற்றைக் கண்டுபிடி. அவனுடைய குற்றங்கள் என்ன என்பதை நீ கண்டுபிடித்துச் சொல்லும் வரை அவன் தன் விருப்பப்படி வாழ்க்கையை தொடரட்டும்"

இப்போது எல்போ உற்சாகமடைந்தான். மீண்டும் மாதா மேல் ஆணையாக எஸ்கலசுக்கு நன்றி கூறினான்.

பிறகு பாம்ப்பேயை பார்த்து, "தீயவனே. உன் மீது வந்து விழுந்த சாபத்தைப் பார்த்தாயா? இப்போது நீ உன் இஷ்டத்திற்கு தொடர்ந்து விளையாடு. ஆனால் நினைவிருக்கட்டும். என்னுடைய கண்காணிப்பின் கீழ்தான் எதையும் தொடர முடியும்" என குதூகலித்தான்.

எஸ்கலஸ் ஃபிராத் பக்கம் திரும்பினான்.

"நீ பிறந்த இடம் எது?"

"இங்கேதான். வியன்னாவில்தான் ஐயா"

"நீ ஆண்டுக்கு எண்பது பவுண்டுகள்தான் சம்பாதிக்கிறாயா?"

"ஆம். ஐயா"

அடுத்து பாம்ப்பேயைப் பார்த்தான் எஸ்கலஸ்.

"ம்... நீ என்ன தொழில் செய்கிறாய்?"

"மதுபான விடுதியில் வேலைக்காரனாக இருக்கிறேன். ஓர் ஏழை விதவையின் உதவியாளன்"

"உன் எஜமானியின் பெயர் என்ன?"

"திருமதி ஓவர்டன்"

"அவளுக்கு ஒன்றுக்கு மேற்பட்ட கணவர்கள் இருந்தார்களா? அதனால்தான் இந்தப் பெயரை வைத்துக் கொண்டிருக்கிறாளா?"

"ஒன்பது பேர் ஐயா. ஒன்பதாவது திருமணத்திற்குப் பிறகுதான் அவள் திருமதி ஓவர்டன் என அழைக்கப்பட்டாள்"

அதிர்ச்சி அடைந்த எஸ்கலஸ், "ஒன்பது பேரா? ஐயோ. இங்கே வா ஃபிராத். இது போன்ற விடுதி வேலைக்காரர்களிடம் எல்லாம் நீ பழகுவதை நான் விரும்பவில்லை. இவர்கள் உன் சட்டைப் பையை காலி செய்து விடுவார்கள். பிறகு நீ அவர்களை தூக்கில் தொங்க விடத் துடிப்பாய். உடனே இங்கிருந்து போய் விடு. இனி உன் மீது புகார்கள் வருவதை நான் விரும்பவில்லை" என்று கடிந்து கொண்டான்.

ஃபிராத் பரிதாபமாக, "நன்றி ஐயா. பொதுக் குளியல் அறைக்கோ அல்லது மதுபான விடுதிக்கோ நானாக விரும்பிச் செல்வதில்லை. ஆனால் என்னை ஏமாற்றி இழுத்துச் சென்று விடுகிறார்கள்" என்றான்.

"சரி... இனி ஒருபோதும் இது போன்ற காரியங்களில் ஈடுபடாதே. ஃபிராத்... விடை தருகிறேன். சென்று வா"

ஃபிராத் அவனை வணங்கி விட்டு தப்பித்தோம், பிழைத்தோம் என்று அவசரமாக வெளியேறினான். எஸ்கலஸ் பாம்ப்பேயை பார்த்து, "வா இங்கே" என்றான். அவன் கொஞ்சம் நடுங்கியபடி முன்னால் வந்தான்.

"உன் பெயர் என்ன?"

"பாம்ப்பே"

"வேறு பெயர் எதுவும் உண்டா?"

"உண்டு ஐயா. அயோக்கியன் என்றும் சொல்வார்கள்"

"உண்மைதான். உன்னுடைய குணத்தில் பித்தலாட்டம் என்பது இருக்கத்தான் செய்கிறது. பண்பற்ற பாஷையில் கூறுவதானால் உன்னையே அந்த மகா பாம்ப்பேயாக (Great Pompey)★ வர்ணிக்கலாம். முழுதாக இல்லையென்றாலும் நீ கொஞ்சம் விபசார தரகன்தான். என்னதான் ஒரு தொழிலாளி போல் நடித்து உண்மையை மறைக்க முயன்றாலும் நீ அப்படித்தானே? ம்... உண்மையைச் சொல். அதுதான் உனக்கு நல்லது"

"ஐயா... உண்மையை சொல்வதானால் நான் ஏதேனும் ஒரு வேலை செய்து பிழைக்க விரும்பும் ஏழை"

"எப்படி பிழைக்க விரும்புகிறாய் பாம்ப்பே? விபசார தரகனாகவா? உன்னுடைய தொழிலைப் பற்றி நீ என்ன நினைத்துக் கொண்டிருக்கிறாய்? அது சட்டப்பூர்வமான தொழில்தானா?"

"சட்டம் அனுமதித்தால் அது சட்டப்பூர்வ தொழில் ஆகிவிடும் ஐயா"

"சட்டம் அதை அனுமதிக்காது பாம்ப்பே. வியன்னாவில் அது அனுமதிக்கப்பட மாட்டாது"

"ஐயா நீங்கள் என்ன சொல்ல வருகிறீர்கள் என்று புரியவில்லை. யாரும் உறவு கொள்ள முடியாத வண்ணம் நகரத்தில் உள்ள ஆண்களிடம் ஆண்மையையும், பெண்களிடம் பெண்மையையும் அகற்றி விட விரும்புகிறீர்களா?"

★ இங்கிலாந்தின் மீது கண்மூடித்தனமான தேசப்பற்று கொண்டவர் ஷேக்ஸ்பியர். பிற நாட்டு சரித்திர புருஷர்களை மட்டம் தட்டுவது அவருக்கு வாடிக்கையான ஒன்றுதான். இந்த வகையில் அவர் ரோமானிய ஜூலியஸ் சீசர், பிரான்சின் வீரத்திருமகள் ஜோன் ஆஃப் ஆர்க் மற்றும் சிலரை ஏளனம் செய்து எழுதி இருக்கிறார். ரோமானிய பாம்ப்பே பற்றிய குறிப்பும் கூட அப்படித்தான். என்றாலும் அவர் தானாக இதைச் செய்தார் என்று கூறுவதற்கில்லை. அவர் பணிபுரிந்த நாடக கம்பெனிகள் அவரை அப்படி எழுதுமாறு நிர்ப்பந்தம் செய்திருக்கலாம்.

“இல்லை பாம்ப்பே”

“அப்படியானால் ஐயா, அவர்கள் விபசார விடுதிகளுக்கு போகத்தான் செய்வார்கள் என்பது என் பணிவான கருத்து. விலைமாதர்களை ஒழிக்க நீங்கீள் சட்டம் கொண்டு வந்தால் அப்புறம் விபசார தரகர்களைப் பார்த்து நீங்கள் அஞ்ச வேண்டிய அவசியம் இருக்காது”

“கடுமையான சட்டங்கள் நடைமுறைக்கு வந்து விட்டன. விபசார குற்றங்களுக்காக அந்தச் சட்டங்கள் தலையை துண்டிக்கும். அல்லது தூக்கில் தொங்க விடும்”

அதைக் கேட்டு புன்னகைத்த அவன், “இதற்காக நீங்கள் பத்து ஆண்டுகள் தொடர்ந்து தலைகளை துண்டித்தாலும் மேலும் மேலும் அதிக தலைகளுக்காக நீங்கள் உத்தரவு பிறப்பிக்க வேண்டியிருக்கும். வியன்னாவில் இந்தச் சட்டங்கள் பத்து ஆண்டுகள் நீடித்தால்... அதற்குப் பின் நான் அழகிய மாளிகை ஒன்றையும் கூட சொற்ப வாடகைக்கு எடுத்து குடியிருக்க முடியும். ஏனென்றால் நாட்டில் மக்கள்தொகை அந்த அளவிற்கு குறைந்து போயிருக்கும். அத்தனை ஆண்டுகள் நீங்கள் உயிர் வாழ்ந்தால் நீங்களே சொல்வீர்கள். இப்படி நடக்கும் என பாம்ப்பே அன்றே சொன்னான் என்று” என்றான் குத்தலாக.

“நன்றி பாம்ப்பே. இப்படி ஒரு ஆரூடம் கூறியதற்கு கைமாறாக நான் ஒன்று தருகிறேன். கவனமாக கேள். எந்த ஒரு குற்றச்சாட்டிற்காகவும் இனி என் முன்னால் வந்து விடாதே. நீ இப்போது இருக்கும் இடத்தில் தொடர்ந்து வசிக்கிறாய் என்ற புகாரும் கூட வரக்கூடாது. மறுபடியும் நான் உன்னை எங்காவது பார்த்தால் வரலாற்று பாம்ப்பேக்கு சீசர் எப்படியோ அவ்வளவு மோசமானவன் ஆகி விடுவேன். சுருக்கமாகச் சொன்னால் கசையடிதான் கிடைக்கும். இப்போது பிழைத்துப் போ”

“தங்களது அருமையான அறிவுரைக்கு நன்றி ஐயா” என்ற அவன் தனக்குள், “ஆனால் நான் அதையே பின் தொடர்ந்து செல்வேன். ஏனென்றால் என் ஆசைகளும், அதிர்ஷ்டமும் எனக்காக முடிவு செய்கின்றன. என்னை கசையால் அடிக்க விரும்புகிறயா? இல்லை. இல்லை. குதிரை வண்டிக்காரன் வேண்டுமானால் ஒன்றுக்கும்

உதவாத தன்னுடைய கிழட்டுக் குதிரையை சவுக்கால் அடிக்கட்டும். தைரியசாலி ஒருவனை அடித்து அவனது தொழிலை விட்டு ஓடும்படி ஒருபோதும் துரத்த முடியாது" என்று முணுமுணுத்துக் கொண்டே நகர்ந்தான்.

அடுத்து எல்போவிடம் திரும்பிய எஸ்கலஸ், "என்னருகில் வா எல்போ. எவ்வளவு நாளாக நீ இந்தக் காவல் பணியில் இருக்கிறாய்?" என்றான்.

"ஏழரை ஆண்டுகள்தான் ஐயா"

"ம்... உன்னுடைய பணிகளை நீ நிறைவேற்றும் வேகத்தைப் பார்த்து ஏதோ இந்த பொறுப்பில் சிறிது காலம்தான் இருந்திருப்பாய் என நான் நினைத்தேன். ஆனால் நீ தொடர்ந்து ஏழு ஆண்டுகள் இருந்ததாகச் சொல்கிறாய்?"

"ஏழரை ஆண்டுகள் ஐயா"

"ஐயோ... அது உனக்கு ஒரு பெரும் சுமையாக இருந்திருக்குமே? இந்த மாதிரி வேலையை அவர்கள் அடிக்கடி உன் மேல் சுமத்துவது சிறிதும் நியாயமற்றது. இதை செய்வதற்கு உனது பணியிடத்தில் வேறு யாருமே இல்லையா?"

"உண்மையில் ஐயா... இது போன்ற விஷயங்களில் அறிவும், அனுபவமும் உள்ளவர்கள் அங்கு அநேகமாக யாரும் இல்லை. எப்போதெல்லாம் அவர்கள் தேர்வு செய்யப்படுகிறார்களோ அப்போதெல்லாம் அவர்கள் இடத்தில் என்னை அமர்த்துவதில் மகிழ்ச்சி அடைகிறார்கள். நான் ஏதோ கொஞ்சம் பணத்திற்காக இந்த பணியைச் செய்கிறேன். எனவே இந்த சுமையால் கஷ்டத்தை அனுபவிக்கத்தான் வேண்டி இருக்கிறது"

"இதோ பார். உன்னுடைய பகுதியைச் சேர்ந்த துடிப்பான ஆறு அல்லது ஏழு பேரை அழைத்து வா"

"தங்களுடைய இல்லத்திற்கா ஐயா?"

"ஆம். என்னுடைய வீட்டுக்குத்தான். இப்போது நீ விடை பெறலாம்"

எல்போ வெளியேறினான். அதுவரை அவர்கள் பேசுவதை அமைதியாக கேட்டுக் கொண்டிருந்த நீதிபதியின் அருகே சென்ற எஸ்கலஸ், "இப்போது மணி என்ன ஐயா?" என்றான்.

"பதினொன்று ஐயா" என அவர் பதில் அளித்தார்.

"என்னுடன் நீங்கள் இரவு உணவருந்த வேண்டுகிறேன்"

"இதற்காக பணிவுடன் உங்களுக்கு நன்றி தெரிவிக்கிறேன்"

"கிளாடியோவின் மரணம் பற்றிய எண்ணம் என்னை துன்புறுத்துகிறது. ஆனாலும் வேறு வழி இல்லை..."

"ஆம். ஆஞ்சலோ பிரபு மிக கண்டிப்பாக இருக்கிறார்"

"கடுமைதான் இப்போது மிக அவசியமாக இருக்கிறது. இந்த கணத்தில் இரக்கம் போல் தோன்றினாலும் இரக்கம் என்பது உண்மையில் இரக்கம் அல்ல. ஏனென்றால் மன்னிப்பு என்பது பெரும்பாலும் இரண்டாவது குற்றத்திற்குத்தான் வழி வகுக்கிறது. என்றாலும்... பாவம் கிளாடியோ! வேறு வழியே இல்லை. வாருங்கள் ஐயா"

சேவகர்கள் பின் தொடர அவர்கள் புறப்பட்டனர்.

6

கன்னியாஸ்திரியின் மீது காதல்

ஆஞ்சலோவின் மாளிகையில் அலுவல் மன்றத்தின் முன்னால் இருந்த வரவேற்பறைக்குள் தலைமைக் காவலன் வேகமாக உள்ளே நுழைய சேவகன் ஒருவன் அவனை தடுத்தான்.

"அவர் ஒரு வழக்கு பற்றி விசாரித்துக் கொண்டிருக்கிறார். இப்போது வந்து விடுவார். நீங்கள் வந்திருப்பது பற்றி நான் அவரிடம் கூறுகிறேன்"

தலைமைக் காவலன் பதற்றத்துடன், "முதலில் அதைச் செய். அவர் எதை விரும்புகிறார் என்பதைக் கண்டறிவேன். அவர் கருணை காட்ட வாய்ப்பு இருக்கிறது. ஐயோ... ஏதோ கனவில் நடந்தது போல் கிளாடியோ தவறிழைத்து விட்டான். இந்த சமுதாயத்தின் ஒவ்வொரு அங்கமும் இதே தீமையால் குற்றச்சாட்டுக்கு ஆளாகி இருக்கிறது. ஆனால் கிளாடியோ மட்டும் உயிரிழக்க வேண்டும் என்பது உண்மையிலேயே வருந்தத்தக்கது" என புலம்பினான்.

அதற்குள் அவர்கள் அருகில் வந்து விட்டிருந்த ஆஞ்சலோ, "தலைமை காவலனே... என்ன விஷயம்?" என விசாரித்தான்.

சற்றே தயங்கிய அவன் பேச வார்த்தைகள் வராமல், "கிளாடியோ

நாளை இறக்க வேண்டும் என்பதுதான் உங்களுடைய இறுதி முடிவா பிரபு?" என்று பரிதாபமாக வினவினான்.

ஆஞ்சலோவின் முகம் கறுத்தது. "நான் உனக்கு அது பற்றி கூறவில்லையா? அந்த ஆணையை இன்னும் நீ பெறவில்லையா? ஏன் மீண்டும் கேட்கிறாய்?" என பொறிந்தான்.

"நான் இந்த விஷயத்தில் மிக கண்மூடித்தனமாக நடந்து கொண்டேன் என்றும், கிளாடியோவின் மரண தண்டனையை நிறைவேற்றுவதில் அவசரப்பட்டு விட்டேன் என்றும் பழி வந்து விடுமோ என அஞ்சுகிறேன். எனவே நான் தவறிழைக்கிறேன் என்றால் நீங்கள் திருத்தலாம். ஏனென்றால் கடந்த காலங்களில் சில கைதிகளின் தலை துண்டிக்கப்பட்ட பிறகு மனம் வருந்தும் நீதிபதிகளை நான் பார்த்திருக்கிறேன். முன்பெல்லாம் இவ்வாறு அநீதி இழைக்கப்பட்டிருக்கிறது"

கொதித்துப் போயிருந்த ஆஞ்சலோ, "தொலைந்து போ. அது போன்ற மன வருத்தம் என்னுடைய பொறுப்பாகவே இருக்கட்டும். உன்னுடைய கடமையை செய் அல்லது வேலையை ராஜினாமா செய். நீ போய் விட்டால் அந்த இடத்திற்கு இன்னொருவனைக் கொண்டு வருவது மிக எளிது" என்று உறுமினான்.

ஒரு கணம் மௌனம் சாதித்த தலைமைக் காவலன், "என்னை மன்னிக்க வேண்டும் பிரபு. அந்தப் பெண் ஜூலியட்டை என்ன செய்வது? குழந்தை பிறக்கும் நேரம் நெருங்கிக் கொண்டிருப்பதால் அவள் வலியால் முனகிக் கொண்டிருக்கிறாள்" என்றான்.

சற்றே யோசித்த ஆஞ்சலோ, "இன்னும் கொஞ்சம் பொருத்தமான இடத்திற்கு அவளை அனுப்பு. சீக்கிரம் செய்" என்று உத்தரவிட்டான்.

அதே நேரத்தில் கதவருகில் வந்து நின்ற சேவகன் ஒருவன், "பிரபு. தண்டனைக்கு ஆளாகி இருக்கும் கிளாடியோவின் சகோதரி இங்கு வந்திருக்கிறாள். உங்களைப் பார்க்க அனுமதி வேண்டி நிற்கிறாள்" என்றான்.

ஆஞ்சலோவின் புருவங்கள் உயர்ந்தன. “அவனுக்கு ஒரு சகோதரி இருக்கிறாளா?” என வியப்புடன் வினவினான்.

தலைமைக் காவலன் குறுக்கிட்டு, “ஆமாம் பிரபு. அவள் நற்குணங்கள் நிரம்பிய இளம்பெண். அவள் இன்னும் கன்னியாஸ்திரி ஆகி இருக்காத பட்சத்தில்... மிக விரைவில் கிறித்தவ மடாலயம் ஒன்றில் இணைந்து விடுவாள்” என்றான்.

சில வினாடிகள் ஆஞ்சலோ யோசித்தான். பின், “நல்லது. அவளை வரச்சொல்” என்றான். சேவகன் செல்ல, தலைமைக் காவலனிடம் திரும்பிய ஆஞ்சலோ, “சட்ட விரோத சந்தோஷங்களில் திளைத்த அந்தப் பெண் (ஜூலியட்) உடனடியாக அங்கிருந்து அகற்றப்பட வேண்டும். அவளுக்கு தேவைப்படும் அனைத்தையும் வழங்கு. அதற்காக எல்லா வசதிகளையும் வாரி வழங்கி விடாதே. இதற்கான ஆணை விரைவில் உன்னை வந்து சேரும்” என மீண்டும் உத்தரவு பிறப்பித்தான்.

அதே நேரத்தில் இசபெல்லா சற்றே தயங்கியபடி உள்ளே நுழைந்தாள். அவளுடன் லூசியோவும் வந்தான். அதற்கு மேல் அங்கு இருக்க விரும்பாத தலைமைக் காவலன் ஆஞ்சலோவின் முன்னால் பணிந்து வணங்கி, “கடவுள் உங்கள் கௌரவத்தை காப்பாற்றட்டும்” என்றவாறு புறப்பட்டான்.

“கொஞ்சம் பொறு” என்று அழுத்தமாகக் கூறிய ஆஞ்சலோ இசபெல்லாவைப் பார்த்தான். ஒரு கணம் அவளுடைய அழகில் சொக்கிப் போனான். அவனது உள்ளத்தில் சூறாவளியாக பல எண்ணங்கள் சுழலத் தொடங்கின.

என்றாலும் எதையும் வெளிக்காட்டாமல் அவளை நோக்கி, “பெண்ணே... நல்வரவு. என்ன வேண்டும் உனக்கு?” என்று கனிவுடன் கேட்டான்.

இசபெல்லா பேச முடியாமல் தவித்தாள். முகத்தில் பொடிப் பொடியாக வியர்வை அரும்ப, குனிந்த தலை நிமிராமல், “ஐயா. மனம் நொந்த ஒரு மனுதாரராக நான் இங்கே வந்திருக்கிறேன். தங்களுக்கு ஆட்சேபணை எதுவும் இல்லை என்றால் தயவு செய்து என்னுடைய குறையை நீங்கள் பொறுமையுடன் கேட்க வேண்டும்” என்றாள் தணிந்த குரலில்.

அவளது குரல் ஆஞ்சலோவின் உணர்வுகளை இன்னும் கிளறி விட்டது. யாரும் அறியாவண்ணம் அவளது உடல் வனப்பை கண்களால் அளந்த அவன், "உன்னுடைய வேண்டுகோள் என்ன?" என்றான் மிடுக்காக.

"நான் மிக வெறுக்கும் தீமை ஒன்று இருக்கிறது. சட்டப்படி அந்தத் தீமை மிகக் கடுமையாக தண்டிக்கப்பட வேண்டும். நான் அதற்காக மன்னிப்பு வேண்டி மன்றாடவில்லை. ஆனாலும் அவ்வாறு கெஞ்சவே நான் நிர்ப்பந்திக்கப்பட்டு இருக்கிறேன். நான் அதற்காக இப்படி கெஞ்சக் கூடாதுதான். ஆனால் நன்மைக்கும், தீமைக்கும் இடையே நான் போராடுகிறேன்"

"நல்லது. என்ன விஷயம்?"

"மரண தண்டனை விதிக்கப்பட்ட சகோதரன் ஒருவன் எனக்கு இருக்கிறான். அந்த தண்டனை அவன் இழைத்த தீமையின் மீது விழட்டும். அவன் மீது விழ வேண்டாம் என நான் உங்களை வேண்டி நிற்கிறேன்"

தலைமைக் காவலன் தனக்குள், "மற்றவர்களை நெகிழச் செய்யும் வகையிலான நாவன்மையை இறைவன் உனக்கு வழங்கட்டும்" என்று சொல்லிக் கொண்டான்.

ஆஞ்சலோ திகைத்துப் போய், "என்ன... நான் தவறை தண்டிக்க வேண்டும்... ஆனால் அந்த தவறை செய்தவனை தண்டிக்கக் கூடாதா? ஏன்... ஒவ்வொரு குற்றமும் அது நிகழ்வதற்கு முன்பாகவே தண்டனைக்கு இலக்காகி உள்ளது. சட்டத்தில் எழுதி இருக்கும் தண்டனைகளை குற்றங்களுக்கு கொடுத்துவிட்டு, குற்றவாளிகளை தப்ப விட்டேன் என்றால் நான் எவ்வித தகுதியும், அதிகாரமும் இல்லாத செயலற்ற ஜடமாகி விடுவேன். வெறும் பூஜ்யமாகி விடுவேன்" என்றான்.

கண் கலங்கிய இசபெல்லா, "ஓ... சட்டம் நேர்மையானது. ஆனால்... மிகக் கடுமையாக இருக்கிறது. அதுதான் நிலைமை என்றால்... எனக்கு ஒரு சகோதரன் இருந்தான்... இப்போது அவன் இல்லை என எண்ணிக் கொள்கிறேன்..." என்று புலம்பியபடி திரும்பி

நடக்கத் தொடங்கினாள்.

லூசியோ உஷாரானான். அவளது பேச்சு ஏதோ எந்திர கதியில் இருந்தது போல் இருந்தது. இன்னும் கொஞ்சம் உருக்கமாக வேண்டியிருக்கலாம் என தோன்றியது. எனவே அவளருகில் வந்தான். கொஞ்சம் பழகி விட்டதால் உரிமையுடன் அவள் காதுகளில் கிசுகிசுத்தான்.

"மன்றாடுவதை அவ்வளவு சுலபமாக விட்டு விடாதே. அவர் அருகில் செல். அவர் முன் மண்டியிட்டு, அங்கியைப் பிடித்துக் கொண்டு கெஞ்சு. உன் பேச்சில் அவனை கரைக்கத் தேவையான உணர்ச்சி இல்லை. ஏதோ உபயோகமற்ற ஒரு பொருள் தேவை என்பது போலவும், உன் சகோதரனின் உயிர் உனக்கு முக்கியம் இல்லை என்பது போலவும்... சே... இந்த அளவிற்கு உணர்ச்சியே இல்லாமல் நீ வேண்டுகோள் விடுத்திருக்கக் கூடாது. போ. போய் மறுபடியும் கெஞ்சு"

இசபெல்லா பரிதாபமாய் விழித்தாள். வேறு வழியின்றி மீண்டும் ஆஞ்சலோ அருகில் சென்றாள்.

"ஐயா... அவன் மரணத்தை தழுவியே ஆக வேண்டுமா?"

அவளை உற்றுப் பார்த்த ஆஞ்சலோ, "இளம்பெண்ணே... வேறு எந்த விமோசனமும் கிடையாது" என்றான் ஆணித்தரமாக.

"ஆம். விமோசனம் இருக்கிறது. நீங்கள் அவனை மன்னிக்க முடியும் என எண்ணுகிறேன். நீங்கள் கருணை காட்டினால் கடவுளோ அல்லது உலகில் யாருமோ வருந்த மாட்டார்கள்"

"கண்டிப்பாக நான் மன்னிக்க மாட்டேன்"

"நீங்கள் மனது வைத்தால் முடியும். உங்களுக்கு அந்த அதிகாரம் இருக்கிறது"

"இதோ பார். எதைச் செய்யக் கூடாது என எண்ணுகிறேனோ அது என் அதிகார வரம்பிற்கு அப்பால் உள்ளதாகவே கருதுவேன்"

"ஆனால் ஐயா, இப்போதும் நீங்கள் மன்னிப்பு வழங்க முடியும். அதனால் நீங்கள் இந்த உலகிற்கு எந்த தவறும் இழைத்தவர் ஆக மாட்டீர்கள். எப்படி என் இதயம் என் சகோதரன் மீதான இரக்கத்தால் நிறைந்திருக்கிறதோ, அதுபோல் உங்கள் முழு இதயமும் கருணையால் நிரம்பப் பெற்றிருந்தால் நீங்கள் நிச்சயம் செய்வீர்கள்"

"அவனுக்கு ஏற்கனவே மரண தண்டனை விதிக்கப்பட்டு விட்டது. இப்போது காலம் கடந்து விட்டது"

அவளுக்குப் பின்னால் நின்ற லூசியோ "இன்னும் நீ எவ்வித உணர்ச்சியும் இல்லாமல் பட்டும் படாமலும்தான் பேசிக் கொண்டிருக்கிறாய்" என மீண்டும் சிடுசிடுத்தான்.

அவனை கண்டு கொள்ளாமல் இசபெல்லா மன்றாடினாள்.

"காலம் கடந்து விட்டது என்றா சொல்கிறீர்கள்? இல்லை. நான் பேசிய ஒரு வார்த்தையை என்னால் திரும்ப பெற முடியும். ஆனால் ஒரு உயிரை அவ்வாறு திரும்ப கொண்டு வர இயலாது. நல்லது. நான் சொல்வதை நம்புங்கள். மாமனிதர்களும் விரும்பும் ஒரு சடங்கு... மன்னனின் மணிமகுடம்... அதிகாரியின் சார்பில் மக்கள் சுழற்றும் நீதியின் வாள்... காவலனின் கைத்தடி... நீதிபதியின் மேன்மையை பறைசாற்றும் அங்கி... இவை எதுவுமே கருணை அலங்கரிப்பது போல் அவர்களை அலங்கரிக்க முடியாது. இந்த உயர்ந்த மனிதர்களின் சொந்த அடையாளங்களைக் காட்டிலும் கருணைதான் அவர்களுக்கு உண்மையான அழகு தருகிறது. என்னுடைய சகோதரன் உங்கள் இடத்தில் இருந்து, நீங்கள் அவன் இடத்தில் இருந்தால் அவன் செய்த அதே குற்றத்தை நீங்களும்தான் செய்திருப்பீர்கள். அதே சமயம் அவன் உங்களைப் போல் இவ்வளவு பிடிவாதம் செய்ய மாட்டான்..."

கோபம் கொண்ட ஆஞ்சலோ, "நான் உன்னை மிக வேண்டிக் கொள்கிறேன். இத்துடன் நிறுத்தி விட்டுப் புறப்படு" என எரிந்து விழுந்தான்.

"உங்களுக்கு இருக்கும் அதிகாரங்களை ஆண்டவன் எனக்கு அளித்திருந்து, சகோதரனிடம் இரக்கம் காட்டுமாறு கெஞ்சும் இசபெல்லாவாக என் முன்னால் நீங்கள் நின்றிருந்தால்... இதே

நிலைதான் அப்போது இருந்திருக்குமா? நிச்சயம் இல்லை. அப்போது நான் ஒரு நீதிபதியாக இருப்பதன் மகத்துவத்தையும், கைதியாக இருப்பதன் கொடுமையையும் உங்களுக்கு காட்டியிருப்பேன்"

அவளது நா தழுதழுத்தது. லூசியோ மீண்டும் அவள் காதை கடித்தான். "ம்... இதே தொனியில் தொடர்ந்து பேசு. அவர் மனதை மாற்றுவதற்கு இதுதான் வழி" என்றான்.

ஆனால் ஆஞ்சலோ அசையவில்லை. "உன்னுடைய சகோதரனுக்கு சட்டப்படி மரண தண்டனை விதிக்கப்பட்டுள்ளது. அவனுடைய நியாயத்தை எடுத்துரைப்பதாக எண்ணி நீ வார்த்தைகளை வீணடித்துக் கொண்டிருக்கிறாய்" என்றான்.

அவள் கண்கள் கலங்கின.

"ஐயோ... மண்ணில் வாழும் அனைத்து ஆன்மாக்களும் ஏன் இப்படி ஒரே விதமாக மனிதனின் முதல் பாவத்தால் சபிக்கப்பட்டு இருக்கிறார்கள்? கடவுளும் அந்த ஒன்றையே காரணமாக்கி அனைத்து ஆன்மாக்களையும் நிரந்தர சாபக்கேட்டுக்கு ஆளாக்கி விடாமல் அதற்கு ஒரு மீட்பை கண்டுபிடித்தார். (கிறிஸ்துவின் தியாகத்தால் அவர்கள் மீட்கப்பட்டனர்). வேறு விதமாகச் சொன்னால்... அவர் கருணை காட்டினார். சபிக்கப்பட்ட ஆன்மாக்கள் தங்களுடைய பாவங்களுக்கு பரிகாரம் தேடிக் கொள்ள ஒரு வாய்ப்பு அளித்தார். இந்த பிரபஞ்சத்தின் மிக உயர்ந்த நீதிபதியான கடவுள், நீங்கள் எப்படி இருக்கிறீர்களோ அதே போன்று உங்களை சீர்தூக்கிப் பார்த்தால் உங்கள் நிலைமை என்னவாகும்? கொஞ்சம் அதையும் கருத்தில் கொள்ளுங்கள். அப்போது உங்கள் உதடுகளில் இருந்து இரக்கம் தன்னால் பொங்கி வரும். அப்போது நீங்கள் புது மனிதனாகவே மாறி இருப்பீர்கள்"

"இளம்பெண்ணே... கலவரம் அடையாதே. அமைதியாக இரு. உன்னுடைய சகோதரனை தண்டிக்க விரும்புவது நான் அல்ல. சட்டம். என்னுடைய சொந்தக்காரனாகவோ, சகோதரனாகவோ, ஏன்... என் மகனாகவே இருந்தாலும் கூட அவனுக்கும் இதே கதிதான். அவன் நாளை இறந்தே ஆக வேண்டும்"

அவன் இப்போது அவளை உன்னிப்பாக கவனித்தான். அவள் துடித்தாள்.

"நாளையா? இது மிக அவசரம். தயவு செய்து அவனை மன்னியுங்கள். சாவுக்கு இன்னும் தயாராகாத இளைஞன் அவன். நம் சமையலறையில் கூட நாம் ஒரு பறவையை சரியான நேரத்தில்தான் கொல்கிறோம். சாவுக்குத் தயாராக இல்லாத உயிர் ஒன்றை நாம் இறைவனுக்கு பலி கொடுப்போமா? நம் ஆசை நிறைவேற வேண்டும், பசி ஆற வேண்டும் என்றாலும் கூட ஒரு விலங்கின் மீதும் நாம் இரக்கம் காட்டுகிறோம். சரியான சமயத்தில்தான் அதை கொல்கிறோம். மகாபிரபுவே. மீண்டும் ஒரு முறை சிந்தித்துப் பாருங்கள். இது போன்ற குற்றத்திற்காக இங்கே இதுவரை மரணத்தை தழுவியவர்கள் யார்? இதே குற்றத்தில் ஈடுபட்ட பலரும் இங்கே இருக்கத்தானே செய்கிறார்கள்?"

அவளுக்கு மட்டும் கேட்கும்படி லூசியோ, "ஆம்... மிகச் சரியாகச் சொன்னாய்" என்றான்.

வாய் விட்டுச் சிரித்தான் ஆஞ்சலோ.

"சட்டம் இதுவரை தூங்கிக் கொண்டு இருந்தது உண்மைதான். ஆனால் செத்து விடவில்லை. அது எப்போதுமே இயங்கிக் கொண்டுதான் இருந்தது. ஆனால் சரியாகப் பயன்படுத்தப்படாமல் இருந்தது. இத்தகைய குற்றத்தை செய்த ஒருவன் ஆரம்பத்திலேயே ஒடுக்கப்பட்டிருந்தால், பின்னர் பலரும் அந்த குற்றத்தை செய்ய துணிந்திருக்க மாட்டார்கள். இப்போது சட்டம் விழித்துக் கொண்டு விட்டது. இப்போது அது அனைத்தையும் உன்னிப்பாக கவனித்துக் கொண்டிருக்கிறது. அது மட்டுமல்ல. முக்காலத்தையும் உணர்ந்த ஞானி போல் கண்ணாடி ஒன்றை உற்று நோக்குகிறது. அந்த கண்ணாடி வரப்போகும் காலத்தை காட்டும். இனி நிகழக்கூடிய தீமைகள் பற்றியும் குறிப்பால் உணர்த்தும். இந்த தீமைகள் புதியவையாக இருக்கலாம். அல்லது சட்டத்தின் கவனக்குறைவு மற்றும் உதாசீனத்தால் அவை கருக்களாக உருவாகி இருக்கலாம். எனவே புதிதாக பிறக்க ஆயத்தமாகிக் கொண்டும் இருக்கலாம். இத்தகைய தீமைகள் பிறக்கவும், வளரவும் இனியும் அனுமதி இல்லை. மாறாக அவை கருவிலேயே அழிக்கப்படும். முளையிலேயே கிள்ளி எறியப்படும்"

“இருக்கலாம் ஐயா... கொஞ்சம் கருணை காட்டும்படிதான் வேண்டுகிறேன்”

“நான் நீதி வழங்கும்போது இரக்கம் காட்டுகிறேன். சட்டத்தை அமல்படுத்துவதன் மூலம் நான் அறிந்திராத நபர்கள் மீது பரிதாபப்படுகிறேன். சட்டத்தை மீறுவதால் ஏற்படும் அபாயம் குறித்து தண்டிக்கப்படுவோர் எச்சரிக்கை செய்யாமல் இருக்கும் பட்சத்தில் மற்றவர்களும் அதே குற்றத்தைச் செய்யத் துணிந்து விடுவார்கள். எனவே சட்டத்தை மீறிய ஒருவனுக்கு நான் உடனடியாக தீர்ப்பு வழங்குகிறேன். ஆனால் அந்தக் குற்றத்தை மீண்டும் செய்வதற்கு அவன் உயிருடன் இருப்பதில்லை. எனவே உன்னை நீயே தேற்றிக் கொள். உன் சகோதரன் கண்டிப்பாக நாளை இறந்தே ஆக வேண்டும்”

“அப்படியானால்... இது போன்ற ஒரு தண்டனையை முதன் முதலில் நீங்கள்தான் விதிக்க வேண்டிய கட்டாயம் உள்ளது? அதற்கு என் சகோதரன்தான் முதல் பலி ஆடு. அப்படித்தானே? அரக்கனின் அசுர பலத்தை பெற்றிருப்பது நல்லதுதான். ஆனால் அது தன் பலத்தை பிரயோகிக்க கொடுங்கோன்மையை ருசி பார்க்கிறது”

இசபெல்லாவின் குரல் உடைந்து போயிருந்தது. மீண்டும் லூரசியோ, “சரியான பதில்” என கிசுகிசுத்தான். அவள் தொடர்ந்து புலம்பினாள்.

“அதிகாரத்தில் உள்ள அனைவரும் அந்தக் கடவுளுக்கு (ஜூபிடர்) நிகராக ஆவேசத்துடன் கர்ஜித்துக் கொண்டே இருப்பார்களேயானால் அப்புறம் அவருக்கு அமைதியும், நிம்மதியும் ஏது? ஏனென்றால் ஒவ்வொரு சாதாரண அரசு அதிகாரியும் தன் பணியைச் செய்யும்போது தொடர்ந்து கர்ஜித்து அவரது சொர்க்கத்தை அமைதியற்ற இடமாக ஆக்குகிறான். இறைவன் இரக்கம் நிறைந்தவர். ஏனென்றால், விண்ணுலகின் கூரான மின்னல் ஓக் மரத்தைப் பிளப்பது போல் ஆணவம் கொண்ட மனிதர்களையே இறைவன் அழிக்கிறார். மெல்லிய செடிகளைப் போன்ற எளிய, அப்பாவி மனிதர்களை மன்னித்து விடுகிறார். இந்த வகையில் மனிதன் சொர்க்கத்தில் இருந்து முரண்படுகிறான். குறுகிய காலமே செல்லக் கூடிய நிலையற்ற அதிகாரங்களால் அகம்பாவம் கொண்டு அலைகிறான். அவன் நிலையானது என

எண்ணும் அந்த அதிகாரத்தின் இயல்பு மற்றும் மரியாதை குறித்து அறியாமையில் இருப்பதை அவன் உணர்வதில்லை. நிச்சயம் என உணர வேண்டிய தன் ஆன்மாவின் உண்மை இயல்பை அறிவதில்லை. எனவே கோபக்கார குரங்கு ஒன்றைப் போல் நடந்து கொள்கிறான். வானுலகின் முன்னிலையில் முட்டாள்தனமான தந்திரங்களை கையாள்கிறான். அவனது நடத்தையைக் கண்டு அந்த தேவதைகளும் அழுவார்கள். மனிதர்களைப் போல் அவர்களுக்கும் நகைச்சுவை உணர்வு இருந்தால், அகம்பாவம் பிடித்த மனிதர்களின் மூடச் செயல்களைக் கண்டு சாகும் வரை சிரிப்பார்கள்"

ஆஞ்சலோவின் உணர்வுகளில் இப்போது ஏதோ இனம் புரியாத மாற்றங்கள். அவளை இப்போது வித்தியாசமாகப் பார்த்தான். அதே வேளையில் அவனுக்குள் வேறு ஏதோ ஒன்று விழித்துக் கொண்டது போல் இருந்தது.

அவனிடம் தெரிந்த சில நுட்பமான மாற்றங்களை கவனித்த லூசியோ தணிந்த குரலில், "பெண்ணே விடாதே... அவர் மனம் இளகும் வரை இதே பாணியில் கெஞ்சு. நிச்சயம் இறங்கி வருவார். ஏற்கனவே அவர் அசையத் தொடங்கி விட்டதை நான் பார்க்கிறான்" என்றான்.

அதுவரை அவனது கிசுகிசுப்புகளை ஒட்டுக் கேட்டுக் கொண்டிருந்த தலைமைக் காவலன் அவனிடம், "அவரது மனதை மாற்றும் வலிமையை அவளுக்குத் தருமாறு ஆண்டவனிடம் வேண்டிக் கொள்" என்றான்.

இப்போது சற்றே ஊக்கம் பெற்ற இசபெல்லா, "நம்மால் பாரபட்சமின்றி மற்ற மனிதர்களை நமக்கு இணையாக மதிப்பிட இயலாது. எனவே நாம் வழங்கும் நீதி ஒருதலைப் பட்சமாகவே இருக்கும். பெரிய மனிதர்கள் எல்லோரும் மகான்களுடன் தங்கு தடையின்றி உரையாடலாம். அது அவர்களுடைய அறிவாற்றலை வெளிப்படுத்துவதாக இருக்கும். ஆனால் அதே கருத்து சாதாரண மனிதன் ஒருவனிடமிருந்து வந்தால் அது தெய்வ நிந்தனையாகத்தான் கருதப்படும்" என்று கூறியபடி கண்ணீர் சிந்தினாள்.

லூசியோ, "ஆம். சரியான தொனியில் பேசுகிறாய். பெண்ணே... மேலும் பேசு" என அவளை ரகசியமாக ஊக்குவித்தான். அவளும் பழைய அச்சம், நடுக்கமின்றி தைரியமாக தொடர்ந்தாள்.

"ஒரு தளபதி என்ன சொன்னாலும் அது கோபத்தில் பேசியது அன்று வேறல்ல. அதே பேச்சை படைவீரன் பேசி விட்டால் அது பஞ்ச மாபாதகமாகி விடும்..."

"ம்... அப்படித்தான். இப்படியே தொடர்ந்து பேசு..."

அவளை மேலும் கீழும் பார்த்த ஆஞ்சலோ, "இதையெல்லாம் ஏன் என்னிடம் சொல்கிறாய்?" என்றான்.

"ஏனென்றால்... அதிகாரம் உள்ள ஒரு மனிதனும் மற்ற எல்லோரையும் போல அதே தவறுகளை செய்யக்கூடும். என்றாலும் அந்தத் தவறுகளை மூடி மறைக்கக் கூடிய அதிகாரம் அவனுக்குள் இருக்கிறது. சருமத்தின் மேல் உள்ள கறையைத் துடைக்கக் கூடிய மருந்து போன்றது அது. உங்களுடைய மனதை உற்று நோக்குங்கள். அடி ஆழத்தில் புதைந்திருக்கும் உங்கள் அகத்தின் கதவுகளைத் தட்டிப் பாருங்கள். பின் உங்கள் இதயத்தைக் கேளுங்கள். என் சகோதரன் செய்தது போன்ற இயற்கையான தவறு ஏதேனும் ஒன்றை நீங்கள் செய்தது பற்றி அதற்கு தெரியுமா என்று... என்னுடைய சகோதரன் செய்தது போன்ற ஒரு குற்றம் மீது உங்களுக்கு இயற்கையான ஆசை ஏற்பட்டதை அதை ஒப்புக் கொள்ளுமானால்... என்னுடைய சகோதரனின் வாழ்வுக்கு எதிரான எந்த ஒரு வார்த்தையையும் உங்களை உச்சரிக்க விடாமல் அந்த இயற்கை இச்சை தடுக்கட்டும்"

ஆஞ்சலோவின் கவனம் திசை மாறி இருந்தது. திரும்பிக் கொண்டான். அவனது விழிகள் அங்கும் இங்கும் நகர்ந்தன.

'இத்தகைய உயர்ந்த உணர்வுகளுடன் அவள் பேசுவது என் மனதில் புதிய சிந்தனைகளை தூண்டி விடுகிறது... என் கற்பனையில் புதிய கருத்துருக்களும் தோன்றுகின்றன' என்று தனக்குள் சொல்லிக் கொண்ட அவன் தன் உணர்வுகளை சற்றும் வெளிக்காட்டாமல் உரத்த குரலில், "நல்லது. உனக்கு விடை தருகிறேன்" என்றான்.

"கண்ணியமான பிரபுவே. தயவு செய்து திரும்புங்கள்"

“ம்… இந்த விஷயத்தை நான் பரிசீலனை செய்கிறேன். நாளை மீண்டும் வா”

“நான் உங்களுக்கு எவ்வாறு லஞ்சம் தரப் போகிறேன் என்பதை கவனியுங்கள். பிரபுவே… திரும்புங்கள்”

அவன் திரும்பினான். அவனுடைய விழிகள் வியப்பில் விரிந்தன. மனதில் ஏதேதோ கற்பனைகள் தோன்றின.

“என்ன சொல்கிறாய்? நீ எவ்வாறு எனக்கு லஞ்சம் தரப் போகிறாய்?”

“ஆம். உங்களுக்கு நான் சில பரிசுகளை தரப் போகிறேன். அந்தப் பரிசுகள் மண்ணுலகில் தாங்கள் பார்க்கும் பொருள்களாக இருக்காது. சொர்க்கமும் தங்களுடன் பகிர்ந்து கொள்ள விரும்பும் வெகுமதிகளாக இருக்கும்”

அவன் கண்கள் அவளை ஊடுருவின.

லூசியோ திகைத்தான். அவளுடைய பேச்சு இப்போது அவனுக்கு எரிச்சல் ஊட்டுவதாக இருந்தது. “இதுவரை சாதித்த எல்லாவற்றையும் கெடுத்துத் தொலைத்து விட்டாயே” என முணுமுணுத்தான். அதை அவள் பொருட்படுத்தவில்லை.

“மதிப்பு ஏறுவதும், இறங்குவதுமாக இருக்கும் அற்ப தங்கக் காசுகள் அல்லது நவரத்தினங்களை நான் தங்களுக்கு லஞ்சமாகத் தர மாட்டேன். மாறாக உண்மையான பிரார்த்தனைகளைத் தருவேன். அவை வானில் உயர்ந்து சென்று சூரியன் உதிப்பதற்கு முன் சொர்க்கத்தில் அடியெடுத்து வைக்கும். உலகத்தின் கறைகளில் இருந்து பாதுகாக்கப்பட்ட தூய ஆன்மாக்களாலும், உலகியல் சிறுமைகளில் கவனம் செலுத்தாத தவ கன்னியராலும் இந்த பிரார்த்தனைகள் செய்யப்படும்”

ஆஞ்சலோவிடம் ஓர் ஏமாற்ற உணர்வு தோன்றி மறைந்தது.

“நல்லது. நாளை வா” என அவளுக்கு விடை கொடுத்தான்.

நிம்மதிப் பெருமூச்சு விட்ட லூசியோ, “இது போதும். எல்லாம் நன்மைக்கே. வா. போகலாம்” என்றான்.

ஆஞ்சலோவிடம் அவள், "கடவுள் உங்கள் கௌரவத்தை காக்கட்டும்" என ஆசீர்வதிப்பது போல் கூறினாள்.

"அப்படியே ஆகட்டும். நாளை மீண்டும் இங்கே வர உனக்கு அனுமதி அளித்ததன் மூலம் என்னை நானே சபலத்தின் பாதையில் செலுத்துகிறேன். அங்கே பிரார்த்தனைகள் தமக்குள் குறுக்கிடுகின்றன. பிரார்த்தனையின் நோக்கம் ஒரு மனிதனை சபலத்தின் பிடியில் இருந்து விடுவிப்பதே. ஆனால் இங்கு நடப்பது நேர்மாறாக இருக்கிறது"

"தங்களை நான் நாளை எந்த சமயத்தில் வந்து சந்திக்க வேண்டும் பிரபு?"

"முற்பகலில் எந்த நேரத்திலும் வரலாம்"

அவள் தலை வணங்கினாள். மீண்டும், "கடவுள் உங்கள் கௌரவத்தை காப்பாற்றட்டும்" என கூறி விட்டு அவள் நகர, லூசியோவும், தலைமைக் காவலனும் அவளைத் தொடர்ந்து வெளியேறினார்கள்.

பார்வையில் இருந்து அவள் மறையும் வரை அவளையே பார்த்துக் கொண்டிருந்த ஆஞ்சலோ திரும்பினான். தனித்து இருந்த அவன் முதன் முறையாக தனக்குள் லேசான தடுமாற்றத்தை உணர்ந்தான். அவன் மனம் ஓலமிட்டது.

"இவளிடமிருந்து கடவுள் என் கண்ணியத்தைக் காக்க வேண்டும். இவளுடைய தூய்மை என் அந்தஸ்தையே ஆட்டம் காணச் செய்கிறதே... என்ன இது? எனக்குள் என்ன நடக்கிறது? இது இவளுடைய தவறா? அல்லது என்னுடையதா? யார் பாவம் செய்வது? சபலத்தைத் தூண்டும் அவளா? இல்லை சபலத்திற்கு ஆளான நானா? ஓ... இது அவளுடைய தவறு அல்ல. அவள் என்னை தூண்ட முயலவில்லை. மாறாக, அவளுடைய தூய்மையும், வெள்ளை உள்ளமும் கிளறி விட்ட கீழ்த்தரமான ஆசைகளால் நான்தான் தடுமாறிக் கொண்டிருக்கிறேன். ஆதவனின் கதிர்களால் துர்நாற்றத்தை வெளியிடும் பிணத்துடன் என்னை ஒப்பிடலாம். ஆனால் நான் அதே கதிர்களால் இன்னும் அதிகமாக மணம்

கமழும் வயலெட் பூவைப் போன்றவன் அல்ல. இந்த குணவதியின் தாக்கத்தின் கீழ் நான் களங்கமாகிக் கொண்டிருக்கிறேன். அவளுடைய ஆதிக்கத்தின் கீழ் உண்மையில் என்னுடைய நற்குணங்கள் இன்னும் அதிக வலிமை அடைந்திருக்க வேண்டும். ஒழுக்கங்கெட்ட பெண்ணை விட ஒரு தூய பெண் அதிகமாகத் தூண்டுகிறாளே...

"...இது சாத்தியம்தானா? குப்பை கூளங்களை கூட்டிக் குவிக்க இங்கே போதிய அளவு இடம் இருக்கும்போது, குப்பைக் கிடங்காக ஆக்குவதன் மூலம் நாம் ஏன் ஒரு கோவிலை நாசம் செய்ய வேண்டும்? (ஆண்களின் காமத்தைத் தணிக்க நிறைய விலைமாதர்கள் இருக்கும்போது அவர்கள் ஏன் சுத்தமான ஒருத்தியை அனுபவிக்க விரும்புகிறார்கள்?). ஓ... இது எனக்கு ஒரு கேவலமான விஷயம். இதற்காக நான் வெட்கித் தலை குனிய வேண்டும். நான் என்ன செய்கிறேன்? இந்தப் பெண் மீது பாலியல் ஆசை தோன்றுவதை உணரத் தொடங்கி இருக்கிறேன். என்னிடம் இருக்கும் இந்த கேவலமான ஆசை அவளுடைய கனிவாலும், நற்பண்புகளாலும் தோன்றியதா? அவளுடைய சகோதரனுக்கு மன்னிப்பு வழங்க வேண்டும் என்றும் எண்ணுகிறேன்...

"...நீதியரசர்கள் தாமே நேர்மை தவறும்போது கள்வர்களும் கூட தம் செயலுக்கு நியாயம் கற்பிக்க முடியும். அவள் மீது நான் காதல் வசப்பட்டு விட்டேனா? அதனால்தான் அவளது கருவிழிகளைக் கண்டு களிப்புற மறுபடியும் அவளுடைய மன்றாட்டைக் கேட்க விரும்புகிறேனா? எதைப் பற்றி நான் ஆழ்ந்து சிந்தித்துக் கொண்டிருக்கிறேன்? சைத்தான் உண்மையிலேயே மனிதனின் நயவஞ்சக எதிரிதான். நல்லவன் ஒருவனை தீமையின் பக்கம் இழுக்க அவன் புனிதன் வடிவம் எடுத்து வருகிறான். புனிதம் போல் தெரியும் ஒன்றைக் காட்டுகிறான்.

"...ஆனால் உண்மையில் அது பாவம்தான். அந்தச் சபலம் மிக ஆபத்தானது. அது ஒரு தூய பெண்ணின் மீது காதல் கொள்ளச் செய்து பாவத்திற்குத்தான் அழைத்துச் செல்கிறது. ஐயோ... கைதேர்ந்த ஒரு விலைமாதுவும் கூட தன் உடல் கவர்ச்சியுடன் தன் முழு பலத்தையும் பிரயோகித்தால் கூட இப்படி என் மன உறுதியைக் அசைக்க முடியாதே... ஆனால் இந்தப் புண்ணியவதி

என்னை முழுமையாக வென்று விட்டாளே! பெண்களால் பித்துப் பிடித்து அலையும் ஆண்களைக் காணும் போதெல்லாம் எப்படி இவ்வாறு ஆகிறார்கள் என இதுவரை எனக்குள் நகைத்தும், வியந்தும் வந்தேனே... ஆனால் இப்போது நானே அப்படி ஆகி விட்டேனே..."

ஆஞ்சலோ தனது உள்ளத்திலும், உடலிலும் அதுவரை அனுபவித்திராத பலவீனத்தை உணர்ந்தான். தளர்ந்த நடையுடன் தன்னுடைய அறைக்கு சென்றான்.

7

சிறைச்சாலையில் வின்சென்ஷியோ

சிறைச்சாலை முன்னால் இருந்த சுவர்கள் சூழ்ந்த முற்றத்தில், பாதிரியார் வேடத்தில் இருந்த கோமகன் வின்செென்ஷியோ மெதுவாக நடந்து வந்தான். அதைக் கண்ட தலைமை சிறைக்காவலன் அவன் அருகில் பயபக்தியுடன் சென்றான்.

ஒரு கணம் அவனை உற்றுப் பார்த்த கோமகன், “வணக்கம். நீங்கள்தான் தலைமைக் காவலர் என எண்ணுகிறேன்” என்றான்.

“ஆம் ஐயா. நான்தான் தலைமைக் காவலன். பண்பான பாதிரியாரே, தங்களுக்கு என்ன வேண்டும்?”

“சக உயிர்களை நேசிக்க வேண்டும் என்ற கிறித்தவ மத தத்துவத்தால் உந்தப்பட்டும், நான் சார்ந்திருக்கும் துறவிகளின் ஆணையால் என் மீது சுமத்தப்பட்டிருக்கும் கடமையால் தூண்டப்பட்டும் இருக்கும் நான் இந்தச் சிறைச்சாலையில் துன்புற்று வாடிக் கொண்டிருக்கும் ஆன்மாக்களை பார்க்க வந்திருக்கிறேன். எல்லாப் பாதிரியார்களுக்கும் இருப்பது போல் அவர்களைப் பார்க்கும் உரிமையை நீங்கள் அளிக்க வேண்டும். அவர்களுடன் பேச அனுமதிக்க வேண்டும். அது மட்டுமல்லாமல் அவர்கள் இழைத்த

குற்றங்களின் தன்மையையும் எனக்குத் தெரிவிக்க வேண்டும். அப்போதுதான் நான் அவர்களுக்குத் தேவையான ஆன்ம அமைதியைத் தர முடியும்”

அதே சமயம் கிளாடியோவின் காதலி ஜூலியட் தன்னுடைய சிறையில் இருந்து வெளிப்பட்டாள். ஒரு கணம் அதைக் கவனித்த தலைமைக் காவலன் பிறகு கோமகன் பக்கம் திரும்பினான்.

“தேவை என்றால் அதற்கும் மேலாக உதவ தயாராக இருக்கிறேன். இதோ... ஒரு கைதி வருகிறாள். என்னுடைய பராமரிப்பில் விடப்பட்டிருக்கும் நல்ல பெண் இவள். இளமை வேகத்தால் ஆசைக்கு அடிபணிந்து தனது பெயரைக் கெடுத்துக் கொண்டு விட்டாள். இப்போது கர்ப்பிணியாக இருக்கிறாள். இதற்கு காரணமான மனிதனுக்கு மரண தண்டனை விதிக்கப்பட்டு இருக்கிறது. அவன் ஓர் இளைஞன். இத்தகைய குற்றத்திற்காக மரணத்தை தழுவுவதைக் காட்டிலும், இது போன்ற இன்னொரு குற்றம் இழைப்பதற்குத்தான் அவன் மிகவும் பொருத்தமானவன்”

கோமகனின் விழிகள் விரிந்தன. அதே சமயம் முகம் தெரியாத யாரோ ஒரு மரண தண்டனை கைதிக்காக அவன் மனம் இரங்கியது.

“அவனுடைய மரண தண்டனை எப்போது நிறைவேற்றப்பட உள்ளது?”

“எனக்குத் தெரிந்தவரை அது நாளையே நடக்க வேண்டும்”

அதற்குள் ஜூலியட் அவர்களை நெருங்கி விட்டிருந்தாள். தலைமைக் காவலன் அவளை நோக்கி, “உனக்காக நான் சில ஏற்பாடுகளை செய்திருக்கிறேன். கொஞ்சம் பொறு. உனக்காகத் தயார் செய்யப்பட்டுள்ள அந்த இடத்திற்கு நீ விரைவில் செல்ல வேண்டியிருக்கும்” என்றான்.

கோமகன் அவளை முழுமையாக ஆராய்ந்தான். துக்கம் தொண்டையை அடைக்க பேச முடியாமல் நின்றிருந்த அவள் அவனை பரிதாபமாக பார்த்தாள். (அவன் மாறுவேடத்தில் இருந்ததால்) இந்தப் பாதிரியாராவது தன்னைக் காப்பாற்ற மாட்டாரா என்ற ஏக்கம் அவள் முகத்தில் தெரிந்தது. அவன் அவளிடம் கனிவாகப் பேசினான்.

"அழகிய பெண்ணே. நீ செய்த பாவத்திற்காகவும், அதன் விளைவுகளுக்காகவும் இப்போது நீ மனம் வருந்துகிறாயா?"

அவள் நா தழுதழுக்க, "கண்டிப்பாக. அத்துடன் மகா பொறுமையுடன் இந்த அவமானத்தையும் தாங்கிக் கொள்கிறேன்" என்றாள்.

"உன் மனசாட்சியின் மீது குற்றம் சுமத்த நான் உனக்கு கற்றுத் தருவேன். உன்னுடைய மனவருத்தம் உண்மையானதா அல்லது வெறும் வெளிவேஷமா என்பதை பரிசோதிக்கவும் கற்றுக் கொடுப்பேன்"

"மகிழ்ச்சியுடன் அதை கற்றுக் கொள்வேன் ஐயா"

"உனக்கு இந்த கொடுமையைச் செய்த மனிதனை நீ நேசிக்கிறாயா?"

"ஆம். அவனுக்குத் துன்பம் கொடுத்த பெண்ணை நான் எந்த அளவிற்கு நேசிக்கிறேனோ அந்த அளவிற்கு... அதாவது... என்னை நான் எந்த அளவிற்கு விரும்புகிறேனோ அதே அளவு..."

"அப்படியானால்... உன்னுடைய குற்றம் பரஸ்பர சம்மதம் மற்றும் ஒத்துழைப்பின் பேரில் நடைபெற்றது போல் தோன்றுகிறதே...?"

அவள் விம்மினாள். "ஆம். இருவரும் உடன்பட்டுத்தான் அந்தத் தவறை செய்தோம்" என்றாள்.

"அப்படி என்றால்... அவனுடைய குற்றத்தை விட நீ செய்த பாவம் மோசமாக இருக்கிறதே..."

"மறுக்காமல் நான் அதை ஒப்புக் கொள்கிறேன். அதற்காக மனம் வருந்தவும் செய்கிறேன் தந்தையே..."

"மகளே... இதுதான் உனக்கு அழகு. ஆனால்... புனித சட்டங்களையும், அறநெறிகளையும் மீறி விட்டதற்காகத்தான் நீ வருந்த வேண்டும். உன்னுடைய பாவத்தால் விளைந்த அவமானத்திற்காக அல்ல"

"என்னுடைய நடத்தை கேவலமானது என்பதால் நான் உண்மையாக வருந்துகிறேன். எனவே இந்த அவமானத்தை சந்தோஷமாக அனுபவிக்கிறேன்"

"இதே மனநிலையுடன் நீ திருப்தி கொள். நான் அறிந்த வரை உன் காதலன் நாளை இறக்கப் போகிறான். எனவே அவனுக்கு மதபோதனைகளை கூறப் போகிறேன். கடவுளின் கருணை உன்னிடம் நிலைக்கட்டும். உன்னை ஆசீர்வதிக்கிறேன்"

பிறகு அவன் கைதிகள் இருந்த சிறைகளை நோக்கிச் சென்றான்.

"நாளை அவன் கண்டிப்பாக சாக வேண்டும். ஓ. என்னை உயிர் வாழ அனுமதிக்கும் இந்தச் சட்டம்தான் எவ்வளவு கொடுமையானது. மரணத்தை விட இந்த வாழ்க்கை என்னை மோசமாக அச்சுறுத்துகிறதே" என ஜூலியட் புலம்பினாள்.

"கிளாடியோ நாளை மரணத்தைத் தழுவ இருப்பதை நினைக்கும்போது உண்மையிலேயே கலக்கமாக இருக்கிறது" என்று தலைமைக் காவலனும் வருந்த, மன அழுத்தத்துடன் அவர்கள் புறப்பட்டனர்.

8

ஆஞ்சலோவின் உள்முகம்

ஆட்சி அலுவல் மன்றத்திற்கு முன்னால் இருந்த தனி அறையில் மண்டியிட்டு பிரார்த்தனை செய்து முடித்த ஆஞ்சலோ எழுந்தான். அவன் உள்ளத்தில் குழப்பமான எண்ணங்கள் தோன்றிக் கொண்டிருந்தன. எனவே மனம் புழுங்கியது.

'வழிபடவும், சிந்திக்கவும் நான் விரும்பும்போது என்னுடைய பிரார்த்தனையும், சிந்தனையும் வேறு வேறு திசைகளில் பயணிக்கின்றன. நான் ஏதோ ஒன்றுக்காக ஆராதிக்க, என் மனமோ வேறு பக்கம் செல்கிறது. விண்ணுலகை நோக்கிய என் பிரார்த்தனையின் வார்த்தைகள் எல்லாம் அர்த்தமில்லாமல் இருக்கின்றன. ஏனென்றால் அவற்றில் எந்த உணர்வும் இல்லை. வார்த்தைகளை மட்டுமே நான் உச்சரிக்கிறேன். ஆனால் என்னுடைய சிந்தனை அந்த வார்த்தைகளில் கவனம் செலுத்தாமல் இசபெல்லாவையே குறி வைக்கிறது. என்னுடைய நாக்குதான் கடவுளின் பெயரை உச்சரிக்கிறது. ஆனால் இதயத்திலோ என் மூளை உருவாக்கிய கேடு மேலும் மேலும் வலுவாகிக் கொண்டே போகிறது. திரும்பத் திரும்பப் படிக்கும்போது நல்ல நூல் ஒன்றும் சலிப்பூட்டத் தொடங்குவது போல, ஆராதிக்கும் என்னுடைய இந்த மனநிலையும் வறண்டும், களைத்தும் போகிறது. என் சிந்தனையை வெளிப்படுத்தும் வகையில் எனக்குள் நான் பேசும் இந்த

வார்த்தைகளை யாரும் ஒட்டுக் கேட்பதை நான் விரும்பவில்லை. ஆனால் எனது உளத்தூய்மையில் நான் கர்வம் கொள்வது வழக்கம்தான். என்றாலும், இப்போது நான் அதை ஒருவன் தன் தொப்பியில் முட்டாள்தனமாக செருகிய அலங்காரச் சிறகாகத்தான் பார்க்கிறேன். அது காற்றில் படபடத்து தன் அகம்பாவத்தைக் காட்டுகிறது. ஐயோ... அணிந்திருக்கும் ஆடைகளால் கவர்ச்சி அடையும் ஒரு மனிதனின் வெளி அந்தஸ்தும், புறத்தோற்றமும் முட்டாள்களின் இதயங்களில் திகில் ஊட்டுகிறது. அறிவாளிகளும் கூட வெளித் தோற்றத்தால் ஏற்படும் பொய்யான பிம்பத்தை தடுக்க முடியாமல் தவிக்கிறார்கள். எவ்வளவுதான் மூடி மறைக்க முயன்றாலும் காமம் காமமாகத்தான் மிஞ்சி நிற்கிறது. சைத்தான் அதன் கொம்புகளை வைத்து அடையாளம் காணப்படுகிறது. சைத்தானின் கொம்புகளில் நாம் 'நல்ல தேவதை' என்று எழுதி வைத்தாலும் கூட, அதை யாரும் அவ்வாறு கருத மாட்டார்கள். ஏனென்றால் கொம்புகள் அதை சைத்தான் என்றுதான் முத்திரை குத்திக் கொண்டிருக்கும்...'

இவ்வாறு அவன் மனம் ஓலமிட்டுக் கொண்டிருக்கும்போது யாரோ கதவை லேசாக தட்டினார்கள்.

ஆஞ்சலோ அந்தப் பக்கம் திரும்பி, "யார் அங்கே?" என்று வினவ, அவனுடைய சேவகர்களில் ஒருவன் அவனுடைய அனுமதிக்கு காத்திராமல் உள்ளே நுழைந்து வணங்கினான்.

"பிரபு... இசபெல்லா எனும் கன்னியாஸ்திரி தங்களைப் பார்க்க விரும்புகிறார்"

அவன் முகம் அவனையும் அறியாமல் மலர்ந்தது. ஆனால் உடனடியாக முகத்தைக் கடுமையாக்கிக் கொண்டு, "அவளை இங்கே வரச்சொல்" என்றான். சேவகன் மீண்டும் வணங்கி விட்டு நகர்ந்தான்.

ஆஞ்சலோவின் மனம் ஆர்ப்பரித்தது.

'ஓ... விண்ணகமே... என்னுடைய ரத்தம் ஏன் இப்படி வெள்ளம் போல் இதயத்திற்குள் பாய்கிறது? அதனால் என் இதயம் திக்கு முக்காடுகிறது. அத்துடன் ஒழுங்காக செயல்பட முடியாத வண்ணம் மற்ற அங்கங்களையும் ஆட்டுவிக்கிறது. மயங்கி விழுந்த ஒரு மனிதனைக் காப்பாற்ற முயலும் மக்கள் கூட்டம் இப்படித்தான் நடந்து கொள்ளும். உணர்விழந்த மனிதனுக்கு உதவி செய்ய ஓடும் கூட்டம் அவன் கண் விழிக்கத் தேவையான காற்றோட்டத்தை

மறைக்கிறது. இதே போன்றுதான் மக்கள் கூட்டம் பாசத்தையும், விசுவாசத்தையும் காட்டுவதற்காக கடமைகளை எல்லாம் உதறி விட்டுத் தங்கள் அன்பு மன்னவனை மொய்க்கிறது. ஆனால் இந்த நடத்தை முட்டாள்தனமானது. மன்னன் மீது மக்கள் கொண்ட அன்பு நாகரிகமற்றது என்பதையே அது காட்டுகிறது. எனவே அது அவர்களுடைய தவறு என்பதில் சந்தேகமே இல்லை...'

இவ்வாறு அவன் எண்ணிக் கொண்டிருக்கும்போதே இசபெல்லா உள்ளே நுழைந்தாள். அவனை வணங்கினாள். ஒரு கணம் உச்சி முதல் பாதம் வரை அவளது எழிலை ரசித்த ஆஞ்சலோ லேசாகப் புன்னகைத்தான்.

"அழகிய பெண்ணே... எப்படி இருக்கிறாய்?"

"ஐயா... உங்கள் முடிவு என்ன என்பதை தெரிந்து விட்டுப் போகலாம் என்று வந்தேன்..." என அவள் தவிப்புடன் கூறினாள்.

அவன் தனக்குள், 'தன்னுடைய சகோதரனைப் பொறுத்தவரை என்னுடைய எண்ணம் என்ன என்று அவள் கேட்கிறாள். இந்த விஷயத்தில் என்னுடைய விருப்பம் என்னவென்று கேட்பதை விட, அவளைப் பொறுத்தவரை என்னுடைய விருப்பம் என்னவென்று கேட்பதற்காக வந்திருந்தால் நான் இன்னும் அதிக மகிழ்ச்சி அடைவேன்...' என்று சொல்லிக் கொண்டான்.

பிறகு, "உன்னுடைய சகோதரனுக்கு மன்னிப்பு வழங்க என்னால் முடியாது" என்றான்.

அவன் இப்படித்தான் கூறுவான் என ஏற்கனவே தெரிந்தது போல அவள் ஒரு கணம் அமைதியாக இருந்தாள். அதற்கு மேல் அவனிடம் மன்றாட அவளுடைய தன்மானம் இடம் தரவில்லை. எனவே புறப்பட ஆயத்தமானாள்.

"ஐயா. இதுதான் உங்கள் முடிவு என்றால் இதற்கு மேல் இந்த விஷயத்தில் யாரும் எதுவும் செய்ய இயலாது. இறைவன் உங்களுடைய பெருமையைக் காக்கட்டும்"

"நில். நீயும், நானும் வாழும் காலம் வரை வாழ உன் சகோதரனாலும் முடியும். ஆனால் அவனை இன்னும் சிறிது காலம் வேண்டுமானால் உயிர் வாழ நான் அனுமதிக்க முடியும். என்றாலும் அவன் கண்டிப்பாக இறந்தே ஆக வேண்டும்"

"அவனுக்கு நீங்கள் மரண தண்டனை விதித்து விட்டீர்கள். அதனால் அவன் இறந்தே ஆக வேண்டும். இல்லையா?"

"ஆம்"

அவள் விரக்தியுடன் புன்னகைத்தாள்.

"அவனுடைய மரண தண்டனை எப்போது நிறைவேற்றப்படும் என்பதை நான் தெரிந்து கொள்ள விரும்புகிறேன். அவனை நீங்கள் குறுகிய காலமோ, நீண்ட காலமோ வாழ அனுமதித்தால், அவனுடைய ஆன்மா கலங்காதிருக்கும் வகையில் அந்த கால கட்டத்தில் அவனுக்கு உரிய மதபோதனைகளை வழங்க ஏற்பாடு செய்யுமாறு உங்களை வேண்டிக் கொள்கிறேன்"

"ஆ... இந்த ஒழுங்கீன நடவடிக்கைகள் எல்லாமே வெறுக்கத்தக்கவை. இத்தகைய அருவருப்பான செயல்களை செய்தவர்களுக்கு இது அவமானம். கொலை செய்யும் குற்றவாளி ஒருவன் இறைவன் படைத்த இன்னுயிர் ஒன்றை இயற்கையிடம் இருந்து பறித்துக் கொள்கிறான். மன்னிக்க முடியாத அளவிற்கு அது கொடிய செயல். அதைப் போலவே ஒரு பெண்ணுடன் கள்ளத் தொடர்பு கொண்டு பாவகரமாக ஒரு குழந்தையை பெற்றெடுக்கும் மனிதனுக்கும் மன்னிப்புக் கிடையாது. தகாத உறவால் ஒரு பெண்ணை கர்ப்பிணியாக்கும் ஒருவன் தனக்கு மிக இனிமையாக இருக்கும் சிற்றின்பத்தை அனுபவிக்கிறான். ஆனால் அதன் மூலம் கடவுளின் பிம்பத்தை பொய்யாக அணிந்து வரும் குழந்தை ஒன்றை கொண்டு வருகிறான். சட்ட விரோதமாக அரசனின் உருவத்தைப் பொறித்து கள்ள நாணயங்களை தயாரிப்பவனின் குற்றத்தைப் போலவே கடுமையாக கண்டிக்கப்பட வேண்டிய செயல் இது. தடை செய்யப்பட்ட வழிமுறைகளையும், கருவிகளையும் வைத்து போலி நாணயங்கள் தயாரிப்பது போல் இயற்கை படைத்த ஒரு உயிரைக் கொலை செய்வதும் மிக எளிதானதுதான். கள்ள நாணயம் தயாரித்தவனை மன்னிப்பது எவ்வாறு ஆட்சேபணைக்குரியதோ தவறான உறவால் ஒரு பெண்ணைத் தாயாக்குவதும் அப்படித்தான்..."

"இந்தச் சட்டம் சொர்க்கத்தில் வேண்டுமானால் பின்பற்றப்படலாம். ஆனால் பூமியில் இதை பின்பற்ற வேண்டிய அவசியமில்லை"

"அப்படியா சொல்கிறாய்? அப்படியானால் நான் ஒரு பிரச்சினையை

உன் முன்னால் வைக்கிறேன். எதை நீ விரும்புகிறாய்? நேர்மையான சட்டம் உன்னுடைய சகோதரனின் உயிரைப் பறிப்பதையா... அல்லது அவனை காப்பாற்றுவதற்காக... எந்த சுகமான பாவத்திற்கு உன் சகோதரனின் காதலி தன் உடலை அர்ப்பணித்தாளோ, அதே குற்றத்திற்காக உன் உடலை அர்ப்பணிப்பதையா?"

அவனது உள்நோக்கம் புரியாமல் இசபெல்லா பேசினாள்.

"ஐயா... நான் என் ஆன்மாவை ஆபத்திற்கு உள்ளாக்குவதை விட நான் என் உடலை தியாகம் செய்யவே மிகவும் தயாராக இருப்பேன்..."

"நான் உன் ஆன்மாவைப் பற்றி பேசவில்லை. சில நிர்ப்பந்தங்களால் மனிதர்கள் செய்யும் பாவங்கள் நிச்சயமாக விண்ணுலகில் பதிவு செய்யப்படுகின்றன. ஆனால் கடவுள் மனிதர்களை சீர்தூக்கிப் பார்க்கும்போது அத்தகைய பாவங்கள் கணக்கில் எடுத்துக் கொள்ளப்படுவதில்லை. எனவே அநேக பாவங்கள் தண்டிக்கப்படாமலேயே விடப்படுகின்றன"

"நீங்கள் என்ன சொல்கிறீர்கள்? புரியவில்லை"

"இல்லை. சில கண்ணோட்டங்களைத்தான் நான் எடுத்துரைத்தேன். ஆனால் அதன்படி நான் நடக்கவில்லை. ஏனென்றால் அதனை நான் மறுத்தும் வாதாட முடியும். இன்னொரு கேள்விக்கு நீ பதில் சொல். சட்டப் புத்தகத்தில் எழுதப்பட்டு இருப்பதைத்தான் நான் கூறுகிறேன். நானே அந்த சட்டத்தை உருவாக்கவில்லை. அந்தச் சட்டத்தின்படியே உன் சகோதரனுக்கு மரண தண்டனை விதித்து இருக்கிறேன். இப்போது அவன் உயிரைக் காப்பாற்றினால்... அது ஒரு தர்மம்தான் என்றாலும் கூட சட்ட விரோதம் என்பதால் பாவச் செயல் ஆகி விடாதா?"

"அப்படி ஒரு தர்மம் செய்வது உங்களுக்கு மகிழ்ச்சி தருமானால்... அது என் ஆன்மாவிற்கு அபாயம் ஏற்படுத்தினால் கூட ஏற்றுக் கொள்ளத் தயாராக இருக்கிறேன். அதே சமயம், உங்களுடைய மன்னிப்பு பாவச் செயலாக இருக்காது. முழுக்க முழுக்க புண்ணிய காரியமாகத்தான் இருக்கும்"

“அதாவது... உன் ஆன்மாவிற்கு இடர் ஏற்படுத்தும் என்றாலும் கூட உளமாற இப்படி உறுதி கூறுகிறாய் அல்லவா? அப்படி என்றால் பாவத்தையும், புண்ணியத்தையும் நீ சமமாகப் பாவிக்கிறாய் என்றுதானே அர்த்தம்?”

“அவனுடைய உயிருக்காக மன்றாடுவது ஒரு பாவம் என்றால்... கடவுளே... அதன் பலன்களை நானே ஏற்றுக் கொள்கிறேன். எனது வேண்டுகோளை நீங்கள் ஏற்று, என் சகோதரனை மன்னிப்பது பாவம் என்றால், அந்தப் பாவத்திற்கு உங்களைப் பொறுப்பாக்க வேண்டாம் என்றும், அதனை என் மீது சுமத்தி, என்னை தண்டிக்கும்படியும் நான் தினமும் காலையில் இறைவனை வேண்டிக் கொள்வேன்”

ஆஞ்சலோவிற்கு அவளுடைய வெள்ளை உள்ளம் புரிந்தது. எனவே மறுப்பது போல் தலையசைத்தான்.

“இல்லை. நான் சொல்வதை கவனமாக கேள். என்னுடைய வார்த்தைகளுக்கு நீ தரும் அர்த்தங்கள் வேறு. உண்மைப் பொருள் அதுவல்ல. வேறு வார்த்தைகளில் சொல்வதானால்... என்னுடைய வார்த்தைகளின் உள் அர்த்தங்களை நீ புரிந்து கொள்ளவில்லை. ஒன்று, நீ அறியாமையில் இருக்கவேண்டும். அல்லது அறியாதது போல் நடிக்க வேண்டும். ஆனால் உண்மையில் உனக்கு எல்லாமே புரியும். எனவே நடிப்பது நல்லதல்ல”

அவள் பரிதாபமாக, “ஐயா... நான் ஒன்றும் அறியாதவளாகவும், எதற்கும் பயன் இல்லாதவளாகவுமே இருந்து விட்டுப் போகிறேன். ஆனால் நான் எப்படிப்பட்டவளாக இருப்பேன் என நினைக்கிறீர்களோ அதை விட மேலானவள் இல்லை என்பதை தயவு செய்து நம்புங்கள். நான் நடிக்கவில்லை” என்றாள்.

“புத்திசாலிகள் எல்லோருமே தகுதிக்கு மாறாக தங்களை உயர்த்திக் காட்ட விரும்பும்போது என்ன உத்தியைக் கையாள்வார்களோ அதே உத்தியைத்தான் நீயும் கையாள்கிறாய். அதாவது, அறிஞர்கள் தங்களுடைய ஞானம் உயரியது என்பதை உணர்த்த தம்மைத் தாமே மட்டம் தட்டிக் கொள்வார்கள். பெண்களின் முக அழகை மூடி மறைக்கும் கறுப்புத் திரையானது மறைந்திருக்கும் முகம் (உண்மைக்கு மாறாக) பன்மடங்கு அழகானது எனக் காண்போரை கற்பனை செய்ய வைக்கிறது. வெளியே தெரிவதைக் காட்டிலும் பத்து

மடங்கு அதிக அழகை முகமூடிகள் பொய்யாக உணர்த்துகின்றன. இன்னும் கவனமாகக் கேள். நேரடியாக நீ புரிந்து கொள்ளும் வகையில் நான் இன்னும் தெளிவாகப் பேசுகிறேன். உன்னுடைய சகோதரன் சாகத்தான் வேண்டும்"

"அப்படியே ஆகட்டும். வேறு வழியில்லை". அவள் குரல் உடைந்திருந்தது.

"மரணத்தின் வலியை அனுபவிப்பதன் மூலம்தான் அவனுடைய குற்றத்திற்கு கழுவாய் மேற்கொள்ளப்பட வேண்டும். அதுதான் சட்டத்தின் பார்வை"

"உண்மை"

"அவனுடைய உயிரை காப்பாற்ற வேறு வழியே இல்லை என்பதை ஒப்புக்கொள். அந்தக் காட்சியை மனக்கண்ணால் பார். நான் குறிப்பிடப் போகும் நபருக்கோ அல்லது வேறு யாருக்கோ நான் சலுகை எதுவும் அளிக்கவில்லை. ஆனால் ஒரு கேள்வி வடிவில்தான் அதை உனக்கு காட்டுகிறேன். உன் மீது மோகம் கொண்ட ஒரு கற்பனை மனிதனுக்கு உன் உடல் அழகை காணிக்கையாக்கும் விருப்பம் அன்றி வேறு எதுவுமில்லை. நீதிமான்களில் அவனுடைய புகழ் மகத்தானது. அவன் மிக முக்கிய இடத்தில் இருக்கிறான். சக்தி வாய்ந்த சட்டத்தின் பிடியில் இருந்து உன் சகோதரனைக் காக்கக் கூடியவன் அவன்தான். அந்த மாதிரி மனிதன் ஒருவனுக்கு உன் உடலை அர்ப்பணிப்பதைத் தவிர உன் சகோதரன் உயிரைக் காக்கக் கூடிய யதார்த்தமான வழி வேறு எதுவுமில்லை என்பதை புரிந்து கொள். அல்லது மரணத்தை தழுவ அவனுக்கு அனுமதி கொடு. என்ன செய்யப் போகிறாய்? அவனை சாக விடப் போகிறாயா?"

அவள் அதிர்ந்தாள். என்ன சொல்கிறான் இவன்? அதே தவறு... அதே குற்றம்... கிளாடியோ எந்த பாவத்திற்காக மரண தண்டனை பெற்றானோ அதே பாவத்தை அல்லவா இவனும் செய்ய துணிந்து விட்டான்? முறையற்ற உறவுதான் என்றாலும் கிளாடியோ தன்னை விரும்பிய ஒரு பெண்ணுடன்தான் கூடினான். ஆனால் இவன்...? கன்னியாஸ்திரியாக விரும்பும் ஒரு பெண்ணை அல்லவா பெண்டாள நினைக்கிறான்? சண்டாளன். இனி இந்த நாட்டின் கதி என்ன...?

அவள் கதி கலங்கிப் போனாள். தன் உடலை கோடிப் புழுக்கள் குடைவது போன்ற அருவருப்பு அடைந்தாள். அந்த குளிரிலும் அவள் உடல் வியர்த்தது. கால்கள் நடுங்கின. நா வறண்டது. அவனை ஒரு கணம் எரித்து விடுவது போல் பார்த்தாள். அவன் அவளையே உன்னிப்பாக கவனிக்க அவள் உடல் கூசியது. ஆனால் இந்த சூழ்நிலையில் பொறுமையும், நிதானமும் மட்டும் அவசியம் என உள்ளுணர்வு கூறியது.

எனவே அவள் தீர்மானமாக, "நான் எனக்காக எவ்வளவு பாடுபடுவேனோ அந்த அளவு என் சகோதரனுக்காகவும் பாடுபடுவேன். நான் மட்டும் மரண தண்டனைக்கு ஆளாகி இருந்தால்... இந்த கேவலமான காரியத்திற்காக என் உடலை ஒப்படைப்பதை விட கூரான கசையடிகளால் ஏற்படும் வெட்டுக் காயங்களைக் கூட என் உடலை அலங்கரிக்கும் நவரத்தினங்களாக ஏற்றுக் கொள்வேன். மரணத்திடம் என்னை முழுதாக அர்ப்பணிப்பேன். என்னுடைய நீண்ட நாள் ஏக்கமாக இருந்த பஞ்சணை போல் சாவின் மடியில் துயில் கொள்ள விரும்பி கசையடிகளை வரவேற்பதற்காக உடனடியாக நான் ஆடைகளைக் களைந்து பிறந்த மேனியாக நிற்பேன். ஆனால் என்னுடைய உயிரைக் காப்பாற்றுவதற்காக ஒருவனின் சதை வெறிக்கு எனது உடலை ஒருபோதும் சமர்ப்பிக்க மாட்டேன்" என்றாள்.

ஆஞ்சலோ சிரித்துக் கொண்டே, "அப்படியானால் உன் சகோதரனைக் காப்பாற்ற இயலாது. அவன் கண்டிப்பாக இறக்க வேண்டும்" என்றான்.

"ஒருவனின் காம இச்சைக்கு என் உடலை இரையாக்குவதை விட அவனுடைய மரணமே மிகச் சிறந்த தீர்வாக இருக்கும். பாவம் செய்து சகோதரனின் உயிரைக் காப்பாற்றி, அதன் மூலம் பெரும் களங்கம் அடைந்து ஆன்மாவை அழிப்பதை விட அவன் உடனடியாக மரணத்தை தழுவுவதே நல்லது"

"அப்படி என்றால்... ஈவு இரக்கமற்ற செயல் என எதை நீ வர்ணித்தாயோ அதைப் போலவே உன்னுடைய செயலும் கொடியது இல்லையா? உன்னுடைய பேச்சுக்களுக்கு இப்போது நீயே எதிரியாக இல்லையா?"

"பெரிய விலை கொடுத்து ஒரு கைதியின் விடுதலையைப் பெறுவது...

எந்த விலையும் இன்றி பொது மன்னிப்பு வாயிலாக ஒரு கைதி விடுதலை அடைவது... இரண்டுமே ஒன்றோடு ஒன்று பொருந்தாத விஷயங்கள். ஒரு பெண் தன்னுடைய கற்பை பறிகொடுத்து சம்பாதிக்கும் இரக்கம் என்பது சட்டப்படி பெறப்படும் கருணையுடன் எந்த விதத்திலும் தொடர்பு இல்லாதது"

"உன் வாதங்களின் இறுதியில் சட்டத்தை கொடுங்கோலனாக காட்சி அளிக்கும்படி நீ செய்து விட்டது போல் தோன்றுகிறது. அந்தச் செயலை பாவம் என்று கூறுவதை விட இன்பம் அனுபவித்தல் என நிரூபிக்க விரும்புகிறாய் போலவும் தெரிகிறது"

"ஐயோ... பிரபுவே... என்னை மன்னியுங்கள். நாம் ஏதேனும் ஒன்றை பெற விரும்பும் சமயங்களில் எல்லாம் இப்படித்தான் தலைகீழாக நடந்து விடுகிறது. அது போன்ற சூழ்நிலைகளில் நாம் உண்மை எண்ணங்களுக்கு முரணாக வேறு அர்த்தத்தில் பேசி விடுகிறோம். நாம் நேசிக்கும் ஒருவருக்கு ஏதேனும் அனுகூலம் கிடைக்க வேண்டும் என்பதற்காக நாம் வெறுக்கும் ஒரு விஷயத்தைக் கூட பெரும்பாலும் மன்னித்து விடவே விரும்புகிறோம்..."

அவள் போராடினாள். அவள் பேசப் பேச அவன் இன்னும் உற்சாகம் அடைந்தான். எப்படியாவது அவளை தன் ஆசை வலையில் வீழ்த்தி விட துடித்தான். எனவே கொஞ்சமும் அசைந்து கொடுக்காமல் தொடர்ந்தான்.

"நாம் எல்லோரும் பலவீனமானவர்கள். பொதுவான மனித பலவீனங்கள் எல்லாமே நம்மிடம் இருக்கின்றன"

இப்போது அவளுக்கு ஒரு சமிக்ஞை கிடைத்தது. எனவே கொஞ்சம் ஊக்கம் பெற்றாள்.

"ஆம். நம் அனைவருக்கும் பலவீனங்களே இல்லை என்றால் என் சகோதரன் தாராளமாக செத்து ஒழியட்டும். அவனுடைய குற்றத்தில் வேறு யாருக்கும் பங்கு இல்லை என்றால்... எந்த பலவீனத்துக்கு அவன் அடிபணிந்தானோ அந்த பலவீனத்தில் வேறு எந்த மனிதனும் சிக்கப் போவதில்லை என்றால் அவன் நன்றாக சாகட்டும்..."

அவள் கண்ணீர் மல்க கதறினாள். அவன் எவ்வித சலனமும் இன்றி, "இல்லை. பெண்களும் மிக பலவீனமானவர்கள். அவர்களும்

நிச்சயமாக தவறுகளுக்கு உட்பட்டவர்கள்தான்" என்றான்.

"ஆம். அவர்கள் பலவீனமானவர்கள். முகம் காட்டும் கண்ணாடியைப் போல் எளிதாக உடையக் கூடியவர்கள். எந்த பிம்பங்களை காட்டுகின்றனவோ அவற்றைப் போலவே அந்தக் கண்ணாடிகளும் மிக பலவீனமானவை. பெண்களின் கற்பும் அப்படித்தான் எளிதாக சிதைந்து விடுகிறது. பெண்களைப் பற்றி நான் என்ன நினைக்கிறேன் என்பதை தெரிந்து கொள்ள விரும்புகிறீர்களா? சொல்கிறேன். அவர்கள் அபலைகள். கடவுள்தான் அவர்களைக் காப்பாற்ற வேண்டும். இறைவன் ஆண்களை தன்னுடைய சாயலாகத்தான் படைத்தார். ஆனால் அவர்களோ இல்லாத உரிமையை எடுத்துக் கொண்டு பெண்களைத் தவறாகப் பயன்படுத்தி, தங்களுடைய இறை அம்சத்தையே நாசம் செய்கிறார்கள். பெண்கள் கொஞ்ச நஞ்சம் பலவீனமானவர்கள் அல்ல. ஆண்களை விட பத்து மடங்கு பலவீனமானவர்கள். தங்களுடைய நிறத்தைப் போலவே அவர்கள் மென்மையாக இருக்கிறார்கள். ஏனென்றால் தங்கள் கர்ப்பப்பையில் ஆண்கள் பதிக்கும் தவறான பிம்பங்களை வரவேற்க அவர்கள் எப்போதுமே தயாராக இருக்கிறார்கள்"

"நீ சொல்வது சரி. பெண் இனத்தின் குணாதிசயம் பற்றி நீ இவ்வாறு விவரித்த பிறகு நான் வெளிப்படையாகவே பேசுகிறேன். தவறிழைக்க முடியாத வகையில் மனித உயிர்கள் படைக்கப்படவில்லை. தவறுகளால் அசைக்க முடியாத அளவிற்கு நாம் வலிமையாக உண்டாக்கப்படவில்லை என்றே நான் நம்புகிறேன். உன் வார்த்தைகளாலேயே நான் எனது தற்போதைய நிலைப்பாட்டை விளக்குகிறேன். பெண்கள் எவ்வாறு நடந்து கொள்ள வேண்டும் என எதிர்பார்க்கப்படுகிறார்களோ அப்படித்தான் நீயும் நடக்க வேண்டும். நீ ஒரு பெண். எனவே நீயும் பெண்ணாகத்தான் இருக்க வேண்டும். உன்னுடைய பாலினத்தைத் தாண்டி நீ இருப்பதாக எண்ணிக் கொண்டால் பிறகு நீ ஒரு பெண்ணே அல்ல. வெளி அடையாளங்கள் அனைத்திலுமே உன்னை நீ ஒரு பெண்ணாகத்தான் வெளிப்படுத்திக் கொண்டிருக்கிறாய். நீ ஒரு பெண்தான் என்றால் பெண்களின் இயற்கை விதியாக இருக்கும் சீருடை ஒன்றை அணிவதன் மூலம் அதை நிரூபி"

"ஒரே ஒரு மொழியைத்தான் என்னால் புரிந்து கொள்ள முடிகிறது. பிரபு... நீங்கள் முதலில் பேசிய மொழியையே பேசும்படி கெஞ்சிக் கேட்டுக் கொள்கிறேன்"

"அப்படியானால் பச்சையாகச் சொல்கிறேன். நான் உன்னை காதலிக்கிறேன்"

அவன் இப்படிக் கூறியதும் அவளுடைய காதுகளில் அக்கினிக் குழம்பு பாய்ந்தது போல் இருந்தது. காதுகளைப் பொத்திக் கொள்ள எண்ணினாலும் நிற்கும் இடம் காரணமாக அது முடியவில்லை. எனவே வாதாடுவதைத் தவிர அவளுக்கு வேறு வழி இல்லை.

"இப்படித்தான் என் சகோதரனும் ஜூலியட்டை காதலித்தான். ஆனால் நீங்கள் அவளைக் காதலித்த குற்றத்திற்காக அவன் சாக வேண்டும் என்றல்லவா சொல்கிறீர்கள்?"

"அவன் சாக வேண்டாம் இசபெல்லா... நீ உன் அன்பை தருவதாக இருந்தால்..."

"உங்களுடைய நற்பண்பை சிற்றின்பத்தாலும், கொடூரத்தாலும் மறைத்துக் கொண்டிருப்பது என்னை அடைவதற்காகத்தான் என்பதை நான் அறிவேன். அவை உங்கள் இயற்கையான குணம் அல்ல"

"என் கௌரவத்தின் மீது ஆணையாக சொல்கிறேன். நான் உன்னை சோதிக்கவில்லை என்பதை நம்பு. என்னுடைய உண்மை நோக்கத்தைத்தான் நான் வெளிப்படுத்தினேன். அதாவது... நான் உன் காதலைப் பெற வேண்டும்"

"ஐயோ. நீங்கள் கூறும் விஷயத்தில் கௌரவம் என்பது துளியும் இல்லை. எனவே நான் நீங்கள் சொல்வதை நம்ப முடியாது. ஏனென்றால் உங்கள் குறிக்கோள் அழிவுக்கு வழி வகுப்பது. பாவகரமானது. நல்லதைப் போல தோன்றுகிறது. ஆனால் உண்மையில் அது நல்லது அல்ல..."

திடீரென அவள் உக்கிரமானாள். வெகுண்டு எழுந்தாள்.

"நான் உன்னை பொதுவெளியில் அசிங்கப்படுத்தி விடுவேன். ஆஞ்சலோ... ஜாக்கிரதை. என்னுடைய சகோதரனுக்கான மன்னிப்பு ஆணையில் உடனடியாக கையொப்பம் இடு. இல்லையென்றால் நீ எப்படிப்பட்ட மனிதன் என்பதை உரத்த குரலில் இந்த உலகிற்கு எடுத்துக் கூறி விடுவேன்..."

அவன் திடுக்கிட்டான். துறவறம் பூணத் துடிக்கும் அந்த தூய மலரிடமிருந்து அக்கினிப் பிழம்பாக வார்த்தைகள் வெளிப்படும் என அவன் சிறிதும் எதிர்பார்க்கவில்லை.

அவனது முகத்திரையைக் கிழிக்க அவள் தயாராகி விட்டது தெரிந்தது. ஆபத்து. இதை முளையிலேயே கிள்ளி எறிய வேண்டும். எனினும் அதை பக்குவமாக செய்ய வேண்டும். எனவே தன்னுடைய கோபத்தை வெளிக்காட்டாது ஏளனமாக புன்னகைத்தான்.

“யார் உன்னை நம்புவார்கள் இசபெல்லா? எனக்கு இருக்கும் நற்பெயர், என் கண்ணியம், ஒழுக்கம், அரசாங்க அந்தஸ்து, உன் குற்றச்சாட்டுகளுக்கு நான் கூறப்போகும் மறுப்பு எல்லாம் சேர்ந்து உன்னுடைய புகார்களை ஒன்றும் இல்லாமல் செய்து விடும். உன்னுடைய குற்றச்சாட்டு எல்லாம் வெறும் கூப்பாடாகவும், அவதூறாகவும்தான் எஞ்சி நிற்கும். என்னுடைய பாதையில் நான் பயணிக்க தொடங்கி விட்டேன். என்னுடைய நாடி நரம்புகள் அனைத்திலும் பாய்ந்து கொண்டிருக்கும் சிற்றின்ப ஆசைகள் எல்லாவற்றுக்கும் முழு சுதந்திரம் கொடுத்து விட்டேன். என்னுடைய விருப்பத்திற்கு நீ உடன்பட்டுத்தான் ஆக வேண்டும். நேரத்தை வீணடிக்கும் உன்னுடைய கூச்சம், நாணம் அனைத்தையும் மூட்டை கட்டி வை. அவையெல்லாம் நீ எதை கேட்கிறாயோ அதை மறுக்கின்றன. என் ஆசைக்கு உன் உடலை அர்ப்பணி. அதன் மூலம் உன்னுடைய சகோதரனை நீ காப்பாற்றிக் கொள். இல்லையென்றால் உன் சகோதரனின் மரண தண்டனை நிறைவேறுவது மட்டுமல்ல. அவனுடைய மரணம் நீண்டதொரு வேதனையாகவும் கூட மாறி விடும். அவசரமில்லை. உன்னுடைய பதிலை நாளை சொல். இல்லையென்றால், என்னை ஆட்டிப்படைத்துக் கொண்டிருக்கும் காதல் வெறியின் மீது ஆணையாக நான் இரக்கமற்றவன் என்பதை நிரூபிப்பேன்...”

அவன் நகர்ந்தான். அவள் பக்கம் திரும்பாமலேயே பேசினான்.

“உனக்குத் தெரிந்ததைப் பார். என்ன வேண்டுமானாலும் செய்து கொள். என்னுடைய பொய்யான கூற்றுகள் நீ கூறும் நிஜங்களை மக்களிடம் எடுபடாமல் செய்து விடும்”

அடுத்து அவன் வேகமாக உள்ளே சென்று மறைந்தான்.

இசபெல்லா ஸ்தம்பித்துப் போய் நின்றாள். ஏன் உயிரோடு இருக்கிறோம் என தோன்றியது. அவள் மனம் ஓலமிட்டது.

'இந்த அநியாயத்தை யாரிடம் போய் முறையிடுவேன்? அப்படியே முறையிட்டாலும் யார் என்னை நம்புவார்கள்? அந்தோ பரிதாபம்... ஒரே ஒரு நாக்கை வைத்துக் கொண்டு எப்படியெல்லாம் முன்னுக்குப் பின் முரணாகப் பேசுகிறாய்... அதன் மூலம் ஆபத்தை நோக்கி என்னைஅழைத்துச் செல்லப் பார்க்கிறாய். என்னுடைய சகோதரனின் நடத்தையை கண்டிக்கவும் செய்கிறாய். ஆமோதிக்கவும் செய்கிறாய். அவனது நடவடிக்கைக்கு பல்வேறு விளக்கங்களைத் தருவதன் மூலம் உன்னுடைய காம வெறிக்கு சட்டத்தை உட்படுத்துகிறாய். அதன் வாயிலாக உன்னுடைய கண்ணோட்டத்தில் எது சரியானதோ, எது தவறானதோ அதற்கேற்ப சட்டத்தை வளைக்க முயல்கிறாய். இனி நான் என் சகோதரனிடம் செல்வேன். அற்ப ஆசையால் அவனுக்கு அவமானம் நேர்ந்து விட்டது என்றாலும் அவனிடம் தன்மானம் மிக்க ஒரு மனம் இருக்கிறது. அவனுடைய சகோதரி கொடூரமான பேரத்திற்கு அடிபணிந்து, தன் உடலை களங்கப்படுத்துவதைக் காட்டிலும், இருபது தலைகள் இருந்தாலும் அனைத்தையும் அவன் கொடுப்பான். அவன் இறக்கட்டும். இசபெல்லா தூய்மையுடன் வாழட்டும். எனது தூய்மை என் சகோதரனின் உயிரை விட விலை பெரும் மதிப்பு மிக்கது. ஆஞ்சலோவின் கீழ்த்தரமான ஆசையை நான் அவனிடம் கூறுவேன். அதன் பிறகு சாவுக்கும், அதனால் அவனுடைய ஆன்மாவிற்கு வரப்போகும் அமைதிக்கும் தயாராகும்படி அவனைக் கேட்டுக் கொள்வேன்...'

அவள் ஒரு கணம் கண்களை மூடிக் கொண்டாள். அவளுக்கு இப்போது வேறு வழிகள் புலப்பட்டன. எனவே கொஞ்சம் நம்பிக்கை பிறந்தது போல் இருந்தது. விழிகளைத் துடைத்துக் கொண்டே அங்கிருந்து வேகமாக வெளியேறினாள்.

9

கிளாடியோ-வின்சென்ஷியோ சந்திப்பு

சிறைகளுக்கு முன்னால் இருந்த முற்றம் போன்ற பகுதியில் (பாதிரியார் வேடத்தில் இருக்கும்) கோமகன் வின்சென்ஷியோவும், தலைமை சிறைக்காவலனும் கிளாடியோவுடன் பேசிக் கொண்டிருந்தனர்.

பலிகடா போல் நின்று கொண்டிருந்த கிளாடியோவிடம் கோமகன், "ஆஞ்சலோ பிரபுவிடம் உனக்கு மன்னிப்புக் கிடைக்கும் என நீ நம்புகிறாயா?" என வினவினான்.

"என்னைப் போல் துயரத்தில் மூழ்கி இருக்கும் அனைவருக்குமே நம்பிக்கை ஒன்றைத் தவிர வேறு எந்த மருந்தும் இல்லை. எனக்கு மன்னிப்புக் கிடைக்கும் என்றும், நான் உயிர் பிழைப்பேன் என்றும் கொஞ்சம் நம்புகிறேன். அதே சமயம் நான் சாவுக்கும் தயாராக இருக்கிறேன்" என துக்கத்துடன் பதில் அளித்தான் கிளாடியோ.

"உனக்கு மன்னிப்புக் கிடைக்காது என்றே நினைத்துக் கொள். எனவே கண்டிப்பாக சாவு வரும் என்றே எண்ணி நீ உன்னை அதற்கு தயார்படுத்திக் கொள். இந்த மனநிலையை நீ ஏற்படுத்திக் கொண்டால் வாழ்வும், சாவும் சமமாகவே உனக்குத் தெரியும். வாழ்க்கை பற்றிய உன்னுடைய அறிவில் நீ இந்த வாசகங்களைக் கூற வேண்டும்: நான் உன்னை இழக்கிறேன் என்றால், எந்த ஒரு

அறிவுள்ள மனிதனும் வைத்துக் கொள்ள விரும்பாத ஒன்றையே இழக்கிறேன். விண்மீன்கள், வானிலை, தாவர வர்க்கம் மற்றும் கடல் அலைகளின் ஆதிக்கத்திற்கு உட்பட்ட வெறும் மூச்சுக் காற்றுதான் நீ. நீ வசிக்கும் இந்த உடல் இடைவிடாமல் அனைத்து வித துன்பங்களாலும் துயருற்றுக் கொண்டிருக்கிறது. நீ முழுக்க முழுக்க சாவின் கருணையில்தான் நிற்கிறாய். ஒழுக்கநெறி நாடகங்களில் விகடகவியை அது எவ்வாறு இழுத்துச் செல்கிறதோ அவ்வாறே உன்னையும் அது இழுக்கிறது. மேலும் விகடகவி மரணத்தை தவிர்க்க கடுமையாக முயற்சிக்கும்போது எப்படி அதன் அருகிலேயே சென்று விடுகிறானோ அதே போன்று நீயும் மரணத்திடம் இருந்து தப்பி ஓடப் பார்த்தாலும் உண்மையில் அதை நோக்கியே செல்கிறாய். நீ மேட்டுக்குடி ஆசாமி அல்ல. ஏனென்றால் நீ அனுபவிக்கும் அனைத்து வசதிகளுமே கீழ்மட்டப் பணிகளில் இருந்துதான் கிடைக்கிறது. வாழ்க்கை! நீ எந்த விதத்திலும் தைரியசாலி இல்லை. ஏனென்றால் சாதாரணப் பாம்பு ஒன்றின் மெல்லிய, பலவீனமான, வளைந்த நாவைப் பார்த்து அஞ்சுகிறாய். ஓய்வில் சிறந்தது எதுவென்றால் தூக்கம். ஓய்வு தேவைப்படும்போது நீ தூக்கத்தை வேண்டுகிறாய். அதே நேரத்தில், நீண்ட தூக்கம் போன்றதுதான் என்றாலும் கூட சாவைக் கண்டு நீ பயப்படுகிறாய். மேலும் உனக்கென வாழ்க்கை ஏதுமில்லை. ஏனென்றால் தூசியில் இருந்து முளைத்து வரும் ஆயிரக்கணக்கான தானியங்களில் இருந்துதான் உனக்கு உயிர் கிடைக்கிறது. உன்னிடம் இல்லாதவற்றைப் பெறுவதற்காக நீ பாடுபடுகிறாய். அதேவேளையில் உன்னிடம் இருப்பவற்றை மறந்து விடுகிறாய். எனவேதான் நீ மகிழ்ச்சியாக இல்லை. உன் மனநிலை மாறிக் கொண்டே இருப்பதால் நீ திடமாக இல்லை. தேய்ந்து, வளரும் நிலாவைப் போன்ற உன் மனநிலை வினோதமான வெளிப்புற மாயங்களை நோக்கி உன்னை அழைத்துச் செல்கிறது. நீ பணக்காரனாக இருந்தாலும் கூட ஏழையாகத்தான் இருப்பாய். ஏனென்றால் தனக்குச் சொந்தமில்லாத தங்கப் புதையலை தன் வளைந்த முதுகில் சுமந்து செல்லும் கழுதையைப் போலத்தான் நீ உணர்வாய். அந்தக் கழுதையைப் போலவே நீயும் உன் பெரும் செல்வத்தை மிகச் சிறிய பயணத்தின் போது எடுத்துச் செல்கிறாய். பயணத்தின் முடிவில் கழுதை அந்தச் சுமையில் இருந்து விடுபடுகிறது. அப்படித்தான் மரணமும் உன் செல்வங்களை அபகரித்துக் கொள்கிறது. உனக்கு நண்பர்கள் இல்லை. ஏனென்றால் உன்னை 'அப்பா' என்றழைக்கும், உனது ஆற்றலின் வெளிப்பாடாக விளங்கும் உன்னுடைய குழந்தைகள்

கூட, உன்னை விரைந்து கொல்லாமல் நின்று கொல்லும் நோய்களை சபித்துக் கொண்டிருக்கிறார்கள். கீல்வாதம், பால்வினை நோய்கள் மற்றும் நீர்க்கோர்ப்பை உன்னுடைய குழந்தைகள் நிந்திக்கிறார்கள். ஏனெனில் இந்த நோய்கள் உன்னை ஆட்கொள்கின்றன. ஆனால் சீக்கிரம் கொல்வதில்லை. நீ இளைஞனும் அல்ல. முதியவனும் அல்ல. ஏனென்றால் வாலிபன் எதிர்காலத்தை பார்க்கிறான். வயோதிகனோ கடந்த காலத்தைத் திரும்பிப் பார்க்கிறான். இரவு உணவுக்குப் பின் மனிதர்கள் காணும் கனவுகளையே மனித வாழ்க்கை ஒத்திருக்கிறது. நீ ஆசீர்வாதம் எனக் கருதும் உன் இளமை வயோதிகத்தில் சாபமாக மாறி விடுகிறது. பிறகு வாதத்தால் பீடிக்கப்பட்டிருக்கும் முதுமை உதவியையும், உபகரணங்களையும் நாடுகிறது. முதுமைக் காலத்தில் நீ பணக்காரனாக இருக்கலாம். ஆனால் வயோதிகன் ஆன பிறகு எதையுமே அனுபவிக்க முடியாதபடி ஆசை, காமம், உடல் அழகு, பலம் எல்லாமே போய் விடுகிறது. இத்தனை ஊனங்களும், பாதகங்களும் இருக்கும் போது பிறகு வாழ்க்கை என்ற பெயரில் என்னதான் இருக்கிறது? உண்மையில் வாழ்வின் பின்னால் ஓராயிரம் சாவுகள் மறைந்திருக்கின்றன. இருந்தாலும் ஏழை, பணக்காரன் அனைவரையும் சமமாக்கும் மரணத்தைக் கண்டு நாம் அஞ்சுகிறோம்..."

அவனுடைய நீண்ட பிரசங்கத்தைக் கேட்ட கிளாடியோவிற்கு கொஞ்சம் ஞானம் பிறந்தது போல் இருந்தது.

"பணிவுடன் நான் உங்களுக்கு நன்றி கூறுகிறேன் ஐயா. உயிருக்காக நான் மன்றாடும் அதே வேளையில் நான் மரணத்தையே நாடுவது போல் தோன்றுகிறது. அதுபோல் மரணத்தை நாடும் வேளையில் எனக்கு உயிர்ப்பிச்சை அளிக்கப்பட்டிருப்பது போல் தெரிகிறது. மரணம் வரட்டும். நான் அதற்கு ஆயத்தமாகவே இருக்கிறேன்" என்று கூறியவாறு அவன் கண் கலங்கினான்.

அப்போது வாயில்புறத்தில் ஏதோ அரவம் கேட்டது. மூவரும் திரும்பி பார்த்தார்கள். தொடர்ந்து ஒரு பெண் குரல் காற்றில் மிதந்து வந்தது.

"உள்ளே யாராவது இருக்கிறீர்களா? இங்கே அமைதி உண்டாகட்டும். கருணையும், நல்லுறவும் தழைக்கட்டும்"

உடனே வாயில்புறத்திற்கு விரைந்த தலைமைக் காவலன், "யார் அது?" என்று கேட்டவாறே கதவைத் திறந்தான்.

அங்கே இசபெல்லா தவிப்புடன் நின்று கொண்டிருந்தாள். அவளைக் கண்டதும் அவன் முக மலர்ச்சியுடன், "வாருங்கள். நீங்கள் வெளிப்படுத்திய விருப்பம் தங்களுக்கு இந்த வரவேற்பு உகந்ததுதான் என்பதை உறுதி செய்கிறது" என்று கூறி வழி விட்டான்.

துக்கம் தொண்டையை அடைக்க இசபெல்லா தன் சகோதரனை நோக்கி விரைந்தாள். அவன் அருகில் இருந்த பாதிரியாரை வணங்கினாள்.

அவர்கள் இருவரும் தனியாகப் பேசி ஒரு முடிவுக்கு வரட்டும் என எண்ணிய வின்சென்ஷியோ, "அன்பானவரே... நான் வருகிறேன். விரைவில் உங்களை மீண்டும் சந்திப்பேன்" என்று கூறி எழுந்தான்.

கிளாடியோ, "மிகப் புனிதமானவரே... நன்றி" என்றான்.

தலைமைக் காவலனிடம் இசபெல்லா, "ஐயா... கிளாடியோவிடம் நான் சில வார்த்தைகள் பேச வேண்டும். அதற்கு தங்கள் அனுமதி வேண்டும்" என்றாள்.

"நிச்சயமாக" என்று கூறிய அவன், கிளாடியோவைப் பார்த்து, "இதோ பார். உன் சகோதரி இங்கே இருக்கிறாள்..." என ஏதோ சொல்ல வர, கோமகன் மிக தணிவான குரலில், "தலைமைக் காவலரே. நான் உங்களிடம் கொஞ்சம் பேச வேண்டும்" என காதுகளில் கிசுகிசுத்தான்.

அவனும், "தாராளமாக பேசலாம்" என்றான்.

"அவர்கள் பேசுவதை நான் மறைந்து நின்று கேட்க விரும்புகிறேன்"

புரிந்து கொண்டு தலையாட்டிய அவன் சற்றுத் தள்ளி இருந்த சிதிலமடைந்த குட்டிச் சுவரை தன் விழிகளாலேயே சுட்டிக் காட்டினான்.

அப்படியே அவர்கள் நகர, தனித்து இருப்பதாக கருதி கிளாடியோ, "அன்புச் சகோதரி... இப்போது நீ என்ன நற்செய்தி கொண்டு வந்திருக்கிறாய்" என்று ஆவலுடன் கேட்டான்.

அவள் விரக்தியுடன், "நான் கொண்டு வந்திருக்கும் நற்செய்தி மற்ற அனைத்து நற்செய்திகளையும் போலவே உண்மையில் மிக நல்லதுதான். சொர்க்கத்துடன் கொஞ்சம் தொடர்பு வைத்திருக்கும் ஆஞ்சலோ பிரபு தன் தூதுவனாக அங்கே உன்னை அனுப்பத் துடிக்கிறார். அங்கே நீ நிரந்தரமாக தங்கி இருக்கும் தூதுவனாகத்தான் இருப்பாய். எனவே நீ விரைந்து ஆயத்தங்களை மேற்கொள். நாளை நீ புறப்பட வேண்டும்"

கதி கலங்கிப் போன கிளாடியோ, "வேறு வழியே இல்லையா?" என பதறினான்.

"ஒரே ஒரு வழி தவிர வேறு ஒன்றும் இல்லை. உன் தலையை நீ காப்பாற்ற வேண்டுமானால் ஓர் இதயத்தை நீ இரண்டாகப் பிளக்க வேண்டும்"

"ஆனால் ஏதோ ஒரு வழி இருக்கத்தான் செய்கிறது?"

"ஆம் சகோதரனே... நீ உயிர் வாழலாம். பேயிடம் இருந்து வரக்கூடிய ஒருவகை இரக்கத்தையே இந்த நீதிபதி (ஆஞ்சலோ) கொண்டிருக்கிறார். அதற்காக நீ மன்றாடினால் நிச்சயமாக உன்னுடைய உயிர் தப்பி விடும். ஆனால் அது சாகும் வரை உன்னை சங்கிலியால் பிணைக்கப்பட்ட கைதி ஆக்கிவிடும்"

"எனக்கு ஆயுள் தண்டனை விதிக்கப்படும் என்று சொல்கிறாயா?"

"ஆம். கண்டிப்பாக அதுதான். உன்னுடைய வாழ்க்கையே நிரந்தர தண்டனையாக மாறி விடும். நீ ஆடிப்பாட வசதியாக இந்தப் பரந்த உலகமே உனக்குச் சொந்தமாக இருந்தாலும் கூட உன் மனம் ஒரே எண்ணத்தில் நிலையாக சிறைப்பட்டு நிற்கும்"

"அப்படி ஒரு மன்னிப்பு மற்றும் விடுதலையின் தன்மை என்ன?"

"நீ மட்டும் அதற்கு சம்மதம் தெரிவித்து விட்டால் உன்னுடைய மானம், மரியாதை எல்லாம் வேரோடு பிடுங்கி எறியப்பட்டு விடும். நிர்வாண மனிதனைப் போலாகி, பெரும் அவமானத்திற்கு ஆளாவாய். இப்படி ஒரு மன்னிப்பை நீ ஏற்றுக் கொண்டால் நீ உயிர் வாழலாம். ஆனால் அது மிகவும் கேவலமான வாழ்க்கையாகத்தான் இருக்கும்"

"ஐயோ... தலை சுற்றுகிறது. கொஞ்சம் புரியும்படி சொல்"

“கிளாடியோ… எனக்கு பயமாக இருக்கிறது. இன்னும் ஆறு அல்லது ஏழு ஆண்டுகள் மட்டுமே நீடிக்கப் போகும் ஓர்அவல வாழ்க்கையைக் காப்பாற்றுவதற்காக என்ன விலையும் கொடுக்கத் தயாராக இருப்பாயா? மரணத்தைத் தழுவ உனக்குத் துணிவு இருக்கிறதா? மரணத்தின் வலி என்பது அது ஏற்படுத்தும் பயத்தில்தான் அதிகமாக இருக்கிறது. அப்பாவி வண்டு ஒன்றை நசுக்கிக் கொல்லும்போது, ஓர் அரக்கன் சாகும்போது எந்த அளவிற்கு வலியை அனுபவிப்பானோ அதே அளவிற்குத்தான் அதற்கும் வேதனை ஏற்படுகிறது. வேறு விதமாகச் சொன்னால்… உண்மை வலியும், துயரமும் மிக சிறியதுதான். கணப்பொழுதில் எல்லாம் முடிந்து விடும்”

“இந்தப் பழியை நீ ஏன் என் மீது சுமத்துகிறாய்? என்னை ஆண்மையற்றவன் என்று நினைத்தாயா? மலர் போன்ற மென்மையான ஒரு பெண்ணின் அறிவுரையைக் கேட்டுத்தான் துணிவையும், மன உறுதியையும் பெறுவேன் என எண்ணுகிறாயா? நான் கண்டிப்பாக சாக வேண்டும் என்றால்… மணமகளை வரவேற்பது போல் மரணம் எனும் இருளை எதிர்கொள்வேன். அதனை இறுகத் தழுவிக் கொள்வேன்”

“இதுதான். இந்தப் பேச்சுதான் உண்மையில் நீ என் சகோதரன் என்பதைக் காட்டுகிறது. கல்லறையில் அடக்கமாகி இருக்கும் நம் தந்தையின் நாவில் இருந்து வருவது போலவே இது இருக்கிறது. ஆம். நீ கட்டாயம் இறந்தாக வேண்டும். கீழ்த்தரமான வழிமுறைகளால் உன் வாழ்க்கையை பாதுகாத்துக் கொள்ள விரும்பாத பண்பாளனாக நீ இருக்கிறாய். வெளியே புனிதனைப் போல் காட்சி அளிக்கும் இந்த ஆட்சியாளனின் (ஆஞ்சலோ) சாந்தமான முகமும், கவனமான பேச்சும் இளைஞர்கள் தவறான நடவடிக்கைகளில் இறங்குவதை தடுக்கும் சக்தி கொண்டிருக்கின்றன. ஆனால் உண்மையில் அவன் ஒரு பேய். தன் வலிமையால் கோழியை நீரில் மூழ்கச் செய்யும் ராஜாளியைப் போல், தீய பழக்கவழக்கங்களை கைவிடும் வகையில் புத்திமதி கூறி இளைஞர்களை திருத்த அவனால் முடியும். இருந்தாலும் அவன் மிகக் கொடியவன். அவனுக்குள் இருக்கும் அசுத்தத்தை தோண்டி எடுத்தால் அவன் நரகம் அளவிற்கு மோசமான புதைகுழியாகவே இருப்பான்”

“என்றாலும் இந்த ஆஞ்சலோ ஒழுக்கசீலனாகக் கருதப்படுகிறான்”

“ஆம். அவனது நற்பண்புகள் எல்லாமே வெறும் நடிப்புதான்.

தன்னுடைய பேய்க் குணத்தை மறைக்க அவன் அதை தந்திரமாகப் பயன்படுத்துகிறான். தன்னுடைய அருவருப்பான உடலை அலங்கார ஆடைகளால் மூடி மறைக்கிறான். (உண்மையில் காமுகன். ஆனால் கடவுளைப் போலக் காட்டிக் கொள்கிறான்). இருக்கட்டும். என்னுடைய கற்பை பறிகொடுத்தால்தான் நீ விடுதலை ஆவாய் என்பதை உன்னால் கனவிலும் நினைக்க முடியுமா?"

அவன் ஒரு கணம் கண்களை மூடிக் கொண்டான். "ஐயோ... கடவுளே... அது ஒருபோதும் நடக்காது" என்றான்.

"ம்... ஆனால் அவன் அந்த நிபந்தனையின் பேரில்தான் உன்னை மன்னிப்பான். விடுதலை செய்வான். நீ முன்பு செய்தது போன்ற அதே தவறுக்காக இப்போது அவன் உன்னை மன்னிப்பான். நான் செய்ய வேண்டும் என அவன் விரும்பும் அதே தவறுக்குப் பரிசாக அவன் உன்னை விடுவித்து, மேலும் மேலும் அதே காரியங்களைச் செய்ய உனக்கு முழு சுதந்திரம் கொடுப்பான். இந்த இரவுதான் நான் அதைச் செய்ய வேண்டும் என அவன் எதிர்பார்க்கிறான். அதைப் பற்றி பேசவும் என் நா கூசுகிறது. ஆனால் நான் அதைச் செய்யவில்லை என்றால்... நாளையே நீ சாக வேண்டும்"

"இல்லை.. அந்தக் காரியத்தை நீ செய்யவே கூடாது"

"இது என்னுடைய உயிர்த் தியாகம் சம்பந்தப்பட்ட ஒன்று என்றால் உன்னை விடுதலை செய்ய நான் இப்போதே ஓர் ஊசியைப் போல் உயிரை உதறி விடுவேன்"

அவன் மனம் நெகிந்தது. "அன்பு இசபெல்லா நன்றி" என்றான்.

கண்கலங்கிய அவள், "கிளாடியோ... நாளை உயிர் துறக்கத் தயாராக இரு" என்றாள்.

"ம்... ஆனால்... எந்தச் சட்டத்தை கடுமையாக அமல்படுத்த அவன் விரும்புகிறானோ அதையே கேலிக் கூத்தாக்கும் விதத்தில் தன்னிடம் காம இச்சைகளைக் கொண்டிருக்கிறானா என்பதை நான் தெரிந்து கொள்ள விரும்புகிறேன். அவனுடைய பார்வையில் கள்ளக் காதல் என்பது நிச்சயமாக ஒரு பாவமே அல்ல. அப்படியே அவனுடைய கண்களுக்கு அது ஒரு பாவமாகத் தோன்றினாலும் கூட 7 கொடிய பாவங்களில் அதுதான் கடைசியில் இருக்கும்"

"ஏழு பாவங்களில் கடைசி எது?"

"அவனைப் பொறுத்தவரை கள்ளக் காதல்தான் சாதாரணப் பாவம். இந்த ஆஞ்சலோ சிறந்த அறிவாளி. அவனது கண்ணோட்டத்தில் விபசாரம் படுபாதகமான ஒன்றாக இருந்தால், உன்னுடன் கூடி சிற்றின்பம் அனுபவிக்க வேண்டும் என்பதற்காக நிரந்தர சாபத்திற்கு ஆளாகும் அபாயத்தை விரும்ப மாட்டான்"

கிளாடியோவின் மனநிலையில் ஏதோ ஒரு மாற்றம் ஏற்பட்டுக் கொண்டிருப்பது போல் அவளுக்குத் தோன்றியது.

"என்ன சொல்ல விரும்புகிறாய் சகோதரா?"

"மரணம் என்பது மிக பயங்கரமான ஒன்று"

"அதே சமயம் அவமானமும், களங்கமும் நிறைந்த வாழ்க்கை அருவருப்பானது"

"ஆம். ஆனால் சாவதையும், பிறகு இனம் புரியாத இடம் ஒன்றுக்குச் செல்லப் போவதையும் எண்ணினால் எனக்கு மிக வேதனையாக இருக்கிறது. புதைக்கப்படுவதையும், பின் ஜடமாக கல்லறைக்குள் முடங்கி அழுகுவதையும் நினைத்தால் இன்னும் வலிக்கிறது. உடலின் கதகதப்பும், இயக்கமும் நின்று போய், மண் மேடாக இறுகிக் கிடக்கப் போவதை எண்ணும்போது மேலும் வலிக்கிறது. வாழ்வின் வசந்தங்களை அனுபவிக்கத் தகுதி வாய்ந்த இந்த உயிர் பிறகு நெருப்பாற்றில் குளிக்க வேண்டியிருக்கும். அல்லது பனிப்பாறைகள் நிறைந்த இடத்தில் நடுக்கும் குளிரில் வசிக்க வேண்டியிருக்கும். கல்லறைக்கு அப்பால், விண்வெளியில் அந்தரத்தில் தொங்குவதாகக் கூறப்படும் உலகம் ஒன்றில் இடைவிடாமல் வீசும் ஆவேசக் காற்றுக்கு மத்தியில் ஒரு கைதி போல் வாழ்வதை நினைக்கும்போது எவ்வளவு கொடுமையாக உள்ளது. சாவுக்குப் பின் ஒருவனின் நிலை நமது கொடிய, அலைபாயும் சிந்தனைகளால் கற்பனை செய்ய முடிந்த சீரழிவை விட மிக மோசமாக இருக்கும். அப்படி ஒரு நிலைமையில் அவன் சித்ரவதைகளைப் பொறுக்க முடியாமல் ஊளையிடுவான். மொத்தத்தில் இது தாங்க முடியாத பயங்கரம் என்பதே உண்மை. முதுமை, உடல் வலி, கொடிய வறுமை மற்றும் சிறைவாசம் போன்றவற்றை ஒரு மனிதன் மீது சுமத்தும், உலகிலேயே கடுமையான களைப்பையும், வெறுப்பையும் உண்டாக்கும் ஒரு

வாழ்க்கை கூட நமது மரண பயத்துடன் ஒப்பிடும்போது சொர்க்கம் போன்றது..."

அவள் திகைத்தாள். அவனது எண்ண ஓட்டங்கள் இப்போது லேசாகப் புரிந்தது. "ஐயோ... ஐயோ..." என்று புலம்பிய அவள் கண்களை மூடிக் கொண்டாள். கிளாடியோ தொடர்ந்தான்.

"இனிய சகோதரி. இந்த உலகில் நான் தொடர்ந்து வாழும்படி ஏதாவது செய். உன்னுடைய சகோதரனின் உயிரைக் காப்பாற்றுவதற்காக நீ ஒரு பாவம் செய்தால் இயற்கை பெருந்தன்மையுடன் அதை ஒரு புண்ணியமாகவே பார்க்கும்"

அவள் அதிர்ந்தாள். ஆஞ்சலோ உறவாட அழைத்தபோது ஏற்பட்டதை விட இப்போது பன்மடங்கு அருவருப்பு அடைந்தாள். உடன் பிறந்தவளின் உடலை விற்று தன் உயிரைத் தக்க வைக்க நினைக்கும் அவனைப் பார்த்து சீறினாள்.

"மிருகமே. விசுவாசமற்ற கோழையே. நேர்மையற்றவனே. இழிவானவனே. என்னுடைய கற்பைத் தியாகம் செய்து இந்த உலகில் வாழ விரும்புகிறாயா? அப்படிச் செய்தால், இயற்கைக்கு மாறாக சொந்தச் சகோதரியுடனே கூடி உயிர் பிழைத்தது போன்ற ஒரு குற்றத்திற்கு ஆளாக மாட்டாயா? ஐயோ. உன்னுடைய மட்டரகமான மனப்பான்மையை நான் எவ்வாறு விளக்குவேன்? உன்னை என்னுடைய தந்தை பெற்றெடுக்கவில்லை. நீ வேறு யாருக்கோ பிறந்தவன். என் தந்தையின் ரத்த நாளங்களில் இருந்தது சுத்தமான ரத்தம். எனவே இவ்வளவு கேவலமான மிருகத்தை அவர் பெற்றிருக்க முடியாது. உச்சக்கட்ட வெறுப்புடன் நான் இப்போது உறுதிபடக் கூறுவதைக் கேள். நீ செத்துப் போ. இப்போதே உன் வாழ்க்கை முடிவுக்கு வரட்டும். மிக எளிதாக உன் உயிரைக் காப்பாற்றுவதற்கு சாத்தியம் இருந்தால் கூட தரம் தாழ்ந்து போய் அதைச் செய்ய மாட்டேன். மாறாக உன்னை சாகவே விட்டு விடுவேன். உன்னைச் சாக விடும்படி நான் கடவுளிடம் ஆயிரம் முறை பிரார்த்தனையும் செய்வேன். அதேவேளையில், என்னுடைய பிரார்த்தனையில் உன்னைக் காப்பாற்றுவதற்காக ஒரு வார்த்தை கூட உச்சரிக்க மாட்டேன்"

அவன் பேயறைந்தது போலாகி, "வேண்டாம் இசபெல்லா... நான் சொல்வதைக் கேள்" என்று கதறினான்.

"சீ... கேவலம். அசிங்கம். அவமானம். ஜூலியட்டுடன் முறைகேடான உறவு கொண்டு அவளை நீ கர்ப்பிணி ஆக்கியது தற்செயலான விஷயம் இல்லை என்றே இப்போது எனக்குத் தோன்றுகிறது. உன்னுடைய வாழ்க்கையின் வாடிக்கையான அங்கம்தான் அது. நீ வேண்டுமென்றே செய்திருப்பாய். உனக்கு நான் கருணை காட்டினால் நானே ஒரு விபசாரி என்பது போல் ஆகிவிடும். உன்னுடைய பாவத்திற்கு நானே துணை நிற்பது போல் இருக்கும். சிறிதும் தாமதிக்காமல் நீ இறந்து விடுவது நல்லது"

அவள் புறப்பட்டாள். "ஐயோ... இசபெல்லா... தயவு செய்து நான் சொல்வதை கேள்..." என அவன் அலறியதை பொருட்படுத்தாமல் அவள் வேகமாக நடக்கத் தொடங்கினாள். அதே நேரத்தில் மறைவிடத்தில் இருந்து வின்சென்ஷியோ வெளியே வந்தான். அவள் அருகே சென்றான். சிறைவாசிகளுக்கு ஆன்ம இளைப்பாறுதல் தருவதற்காக வந்திருக்கும் அந்தப் 'பாதிரியாரை' அவள் மரியாதைக்காக வணங்கினாள்.

"இளம் கன்னியாஸ்திரியே... நான் உங்களிடம் கொஞ்சம் பேச வேண்டும்" என்றான் அவன்.

"ஐயா... நீங்கள் என்ன சொல்ல விரும்புகிறீர்கள்?"

"எனக்காக நீங்கள் சிறிது நேரம் காத்திருந்தால் உன்னிடம் நான் சில விஷயங்களைக் கூறுகிறேன். பாதிரியாராக இருப்பதால் தங்கள் ஆன்ம நலனில் நான் அக்கறை கொண்டுள்ளேன். அது உங்களுக்கு நன்மை செய்யும் திருப்தியை எனக்கு அளிக்கும்"

"உண்மையில் எனக்கு நேரம் இல்லை. நான் இங்கே நேரத்தை செலவிடுவது என்னுடைய மற்ற கடமைகளை நான் துறப்பது போலாகி விடும். இருந்தாலும் உங்களுக்காக இன்னும் சிறிது நேரம் காத்திருக்கிறேன்"

அவள் அங்கிருந்து சென்று சற்றுத் தள்ளி காத்திருக்கத் தொடங்கினாள். அவன் கிளாடியோவின் சிறைக்குச் சென்றான். கம்பிகளுக்குப் பின்னால் நின்று கொண்டிருந்த அவன் பரிதாபமாகப் பார்த்தான். சற்றுத் தள்ளி தலைமைக் காவலன் நின்றிருந்தான். கிளாடியோவிற்கு ஆறுதல் அளிக்கும் விதமாக வின்சென்ஷியோ பேசத் தொடங்கினான்.

"மகனே... உனக்கும், உன் சகோதரிக்கும் இடையே நடந்த உரையாடலை நான் கேட்டேன். ஆஞ்சலோவிற்கு அவளைக் கெடுக்கும் எண்ணம் ஒருபோதும் இல்லை. மனித மனத்தின் செயல்பாடுகளை சீர்தூக்கிப் பார்க்கும் கலையைக் கற்றுக் கொள்வதற்காக அவன் அவளுடைய ஒழுக்கத்தைச் சோதிக்க மட்டுமே விரும்பினான். உன் சகோதரி தன்னுடைய குணாதிசயத்தில் கௌரவம் நிறைந்தவள் என்பதால் அவனுடைய காம இச்சைக்கு உடன்பட நாசூக்காக மறுத்து விட்டாள். தன் ஆசை மறுக்கப்பட்டதால் அவள் நல்லவள் என்பதை உணர்ந்து அவனும் அகமகிழ்ந்து போனான். அவன் என்னிடம்தான் தன் தவறுகளையும், பாவங்களையும் ஒப்புக்கொண்டு வருகிறான். அதனால் அவன் அவளை சோதனைதான் செய்தான் என்பது எனக்கு நன்றாகத் தெரியும். ஆக, நீ காப்பாற்றப்பட முடியாத நிலையில் இருக்கிறாய். எனவே நீ சாகத் தயாராக வேண்டும். பொய்யான நம்பிக்கைகளின் அடிப்படையில் நீ உன்னுடைய மரண வைராக்கியத்தை பலவீனம் அடையச் செய்யாதே. நாளையே நீ இறக்க வேண்டும். ஆகவே மண்டியிட்டு இறுதிப் பிரார்த்தனை செய்வதன் மூலம் நீ மரணத்திற்கு தயாராகு"

கிளாடியோவிற்கு துக்கம் தொண்டையை அடைத்தது. ஆனால் அது மரண பயத்தால் ஏற்பட்டது அல்ல. உடன்பிறந்த சகோதரியையே பாவத்திற்கு தூண்டியதை எண்ணி மனம் கலங்கினான். அவன் கண்கள் பனித்தன.

"திருத்தந்தையே... நான் என் சகோதரியிடம் மன்னிப்புக் கேட்க வேண்டும். இப்போது நான் இந்த அற்ப ஜீவிதத்தின் மீது வெறுப்பு ஏற்பட்டதாகவே உணர்கிறேன். எனவே அதை உதறித் தள்ள நான் பிரார்த்தனை செய்வேன்"

அவன் இப்படிக் கூறியதும் வின்சென்ஷியாவின் முகம் மலர்ந்தது.

"இந்தத் தீர்மானத்தில் நீ உறுதியாக இரு. வருகிறேன்" என்று கூறியபடி நகர்ந்த அவன் அருகே நின்றிருந்த தலைமைக் காவலனிடம், "நான் உங்களிடம் கொஞ்சம் பேச வேண்டும்" என்றான்.

இன்னும் நெருங்கி வந்த அவன், "என்ன சொல்ல விரும்புகிறீர்கள் தந்தையே?" என பணிவுடன் வினவினான்.

"நான் இந்தப் பெண்ணுடன் கொஞ்சம் தனியாகப் பேச வேண்டும். எனவே நீங்கள் புறப்படுங்கள். கிளாடியோவையும் அழைத்துச்

செல்லுங்கள். என்னுடன் தனித்து இருப்பதால் அவளுக்கு எந்த தீங்கும் நேராது. ஏனென்றால் நான் அணிந்திருக்கும் இந்த அங்கியின் புனிதத்துடன் எனது நோக்கங்கள் எல்லாம் மிகச் சரியாக இணைந்துள்ளன"

"நல்லது"

அவனும் கிளாடியோவும் புறப்பட்டனர். கொஞ்சம் தயங்கியபடி வின்சென்ஷியோ அருகில் வந்தாள் இசபெல்லா. அவளுடைய சாந்தமான இயல்பு அவளுடைய அழகுக்கு அழகு சேர்ப்பதை ஒரு கணம் கவனித்த அவன் அவளைத் தேற்றும் விதத்தில் ஆறுதல் கூறினான்.

"உனக்கு அழகைத் தந்த அந்த தெய்வீக சக்தி நற்குணங்களையும் வாரி வழங்கி இருக்கிறது. குணம் நன்றாக இல்லாதபோது வெளிப்புற அழகு சிறிது காலமே நன்றாக இருப்பது போல் தோன்றும். ஆனால் உன்னுடைய அழகின் ஆன்மாவாக இருக்கும் இந்தக் கனிவு உன்னுடைய உடல் அழகையும் கூட நிலைத்து நீடிக்கச் செய்யும். காம இச்சையுடன் உன்னை ஆஞ்சலோ அணுகியது அதிர்ஷ்டவசமாக என்னுடைய கவனத்திற்கு வந்திருக்கிறது. அவனுடைய நடத்தை எனக்கு ஆச்சரியத்தையும், குழப்பத்தையும் ஏற்படுத்தி உள்ளது. ஏனென்றால் இது போன்ற சபலங்களுக்கு அவன் ஆளானதாக முன் உதாரணங்கள் எதுவுமே இல்லை. எனவே மிக வியப்பாக இருக்கிறது. அவனுடைய காமப்பசிக்கு இரையாகி, அதன் மூலம் உன்னுடைய சகோதரனுக்கு மன்னிப்பை பெற வேண்டிய நிர்ப்பந்தம் ஏற்பட்டிருக்கிறது. அவனுடைய கோரிக்கைக்கு நீ எப்படி வினையாற்றப் போகிறாய்?"

"தீர்க்கமான பதில் ஒன்றை தருவதற்காக நான் இப்போது அவனிடம் செல்கிறேன். ஆஞ்சலோவுடன் படுக்கையை பகிர்ந்து கொண்டு, கர்ப்பமாகி, சட்ட விரோதமாக ஒரு குழந்தையை பெற்றெடுப்பதை விட சட்டத்தின் விருப்பத்திற்கு ஏற்ப என் சகோதரனை தாராளமாகச் சாக விடுவேன். ஆனால்... ஐயோ... இந்த ஆஞ்சலோவின் குணம் பற்றி நமது நல்ல பிரபு (வின்சென்ஷியோ) எவ்வளவு தவறான கண்ணோட்டம் கொண்டிருக்கிறார்! ஒருநாள் அவர் திரும்பி வந்து, நான் அவரைப் பார்த்து பேச முடிந்தால் அவரது அரசாங்கம் என்ன லட்சணத்தில் நடத்தப்பட்டு வந்தது என்பதை அம்பலப்படுத்துவேன். இதை நான் அவரிடம் கூறவில்லை என்றால் பிறகு எதற்காகவும்

நான் வாய் திறக்கப் போவதில்லை”

“அப்படி உன்னால் கூற முடியாது போனாலும் கூட நிச்சயமாக அது உன் பக்கத்தில் பெரிய தவறாக இருக்காது. இன்றைய நிலையில் ஆஞ்சலோ உன்னுடைய குற்றச்சாட்டை கண்டிப்பாக மறுப்பான். மேலும் உன்னுடைய நன்னடத்தையை சோதித்துப் பார்த்ததாகவே அவன் சொல்வான். எனவே என்னுடைய வழிகாட்டுதலையும், மக்கள் நலனில் விருப்பம் கொண்டு நான் சொல்ல வேண்டி இருப்பதையும் கவனமாகக் கேள். ஒரு தீர்வு தானாகவே வருகிறது. பெரும் அநீதிக்கு ஆளான ஓர் அபலைப் பெண்ணுக்கு தகுந்த அனுகூலம் ஒன்றை நீ மிக நியாயமாக அளிப்பது சாத்தியம் என்றே நான் கருதுகிறேன். மேலும் சட்டம் சுமத்தி இருக்கும் தண்டனையில் இருந்தும் நீ உன் சகோதரனைக் காப்பாற்ற முடியும். உன்னுடைய உளத்தூய்மைக்கு களங்கம் எதுவும் இன்றியே நீ அதை செய்யலாம். காணாமல் போன பிரபு ஒருநாள் திரும்பி வந்து இந்த வழக்கு முழுவதையும் விசாரிக்க நேரும்போது நீ அவருக்கு பேரானந்தம் அளிப்பாய்”

அவள் முகம் மலர்ந்தது. ‘பாதிரியார்’ ஒரு சிறிய நம்பிக்கையை விதைத்தது போல் உணர்ந்தாள். விழிகளை துடைத்துக் கொண்டாள்.

“ஐயா... இந்த விஷயம் தொடர்பாக நீங்கள் மேலும் பேச விரும்புகிறேன். என்னுடைய நேர்மையான உள்ளத்திற்கு சரி என தோன்றும் எதையும் செய்யும் துணிச்சல் எனக்கு இருக்கிறது”

“ஒரு குணவதி எப்போதுமே தைரியமாகத்தான் இருப்பாள். மேலும் நல்லவர்கள் ஒருபோதும் அஞ்ச மாட்டார்கள். மரியானா பற்றி நீ கேள்விப்பட்டது உண்டா? கடலில் காணாமல் போன பிரபல போர் வீரன் பிரடெரிக்கின் தங்கை...”

“கேள்விப்பட்டிருக்கிறேன். அவளது குணத்தை பலரும் பாராட்டிப் பேசி இருக்கிறார்கள்”

“அந்தப் பெண் உண்மையில் இந்த ஆஞ்சலோவிற்குத்தான் திருமணம் செய்து வைக்கப்பட்டிருக்க வேண்டும். அவள் அவனை மணமுடிக்க உறுதிமொழி எடுத்திருந்தாள். அதுபோல் நிச்சயதார்த்தமும் நடந்தது. திருமண நாளும் கூட குறிக்கப்பட்டு விட்டது. ஆனால் நிச்சயம் செய்த தேதிக்கும், திருமண நாளுக்கும்

இடைப்பட்ட காலத்தில் அவளுடைய அண்ணன் பிரடெரிக் வந்து கொண்டிருந்த கப்பல் கடலில் மூழ்கியது. தங்கையின் கல்யாண சீர்வரிசையையும் அவன் அந்தக் கப்பலில்தான் கொண்டு வந்தான். இந்த அப்பாவிப் பெண்ணைப் பொறுத்தவரை அந்த விபத்தின் விளைவுகள் எப்படி இருந்திருக்கும் என்று யோசித்துப் பார். முதலில், அவளைப் போற்றி பாதுகாத்து, அன்பைப் பொழிந்த அருமைச் சகோதரனை இழந்தாள். அவனுடன் அவளது எதிர்கால வாழ்க்கைக்கும், வளத்திற்கும் காரணமாக இருக்கப் போகும் திருமணச் சீர்வரிசையையும் பறிகொடுத்தாள். சகோதரனையும், சம்பத்துக்களையும் தொலைத்த பிறகு அவளுடைய கல்யாணம் நின்று போனது. அதன் பிறகு வெளியே உத்தமனாகத் தெரியும் இந்த ஆஞ்சலோவும் கிடைக்காமல் போனான்"

இசபெல்லாவின் விழிகள் வியப்பால் விரிந்தன. அவளால் அதை நம்பவே முடியவில்லை. "இப்படியெல்லாம் நடந்ததா? இப்படித்தான் ஆஞ்சலோ அவளை கைவிட்டானா?" என்றாள்.

"ஆம். தன்னுடைய துரதிருஷ்டத்தை எண்ணி அவள் கதறி அழுது கொண்டிருந்த சமயத்தில்தான் ஆஞ்சலோ அவளை உதறி விட்டுச் சென்றான். அவளுக்கு ஆறுதல் கூட கூறவில்லை. அவள் கண்ணீரைத் துடைக்க முயலவில்லை. கொடுத்த அனைத்து வாக்குறுதிகளில் இருந்தும் பின் வாங்கினான். அது மட்டுமல்ல. தீய செயல்களில் ஈடுபட்ட குற்றத்தை அவளிடம் கண்டதாக நடித்தான். சுருக்கமாகச் சொன்னால் வருங்கால மனைவி என்ற முறையில் அவன் அவளுக்குக் கொடுத்தது எல்லாமே புலம்பல்தான். அந்தப் புலம்பல் அவன் தந்த நினைவுப் பரிசாக இப்போதும் அவளிடம் நீடிக்கிறது. அவனோ அவளது கண்ணீரைக் கண்டு கலங்காமல் பளிங்குச் சிலை போல் நிற்கிறான். அந்தச் சிலை இப்போதும் அவளுடைய கண்ணீரால் கழுவப்பட்டுக் கொண்டிருக்கிறது. என்றாலும் அவன் மனம் இளகவில்லை"

"ஐயோ. இந்த உலகில் இருந்து விலக்கி வைத்ததன் மூலம் இந்தப் பெண்ணின் மேல் மரணம் எவ்வளவு அன்பு காட்டி இருக்கிறது! இந்த மனிதனை (ஆஞ்சலோ) உலகில் நிம்மதியாக வாழ விட்டிருக்கும் இந்த வாழ்க்கைதான் எவ்வளவு கறை படிந்தது! ஆனால் தற்போதைய சூழ்நிலையில் அந்தப் பெண் எப்படி நன்மை எதுவும் பெற முடியும்?"

அவன் புன்னகைத்தான்.

"அந்தப் பெண்ணுக்கும், ஆஞ்சலோவிற்கும் இடையே இருக்கும் இடைவெளியில் உன்னால் எளிதாக பாலம் அமைக்க முடியும். மேலும் அந்த இடைவெளியை நிரப்பப் போகும் வழிமுறையால் உன் சகோதரனுடைய உயிர் காப்பாற்றப்படுவது மட்டுமல்ல. உன்னுடைய மானமும் காக்கப்படும்"

அவளுக்கு மீண்டும் ஆச்சரியமாக இருந்தது. இதயம் படபடக்க, "திருத்தந்தையே. எவ்வாறு அதை நிறைவேற்றுவது என கூறுங்கள்" என ஆவலுடன் வினவினாள்.

"அவள் இயல்பிலேயே மிக நல்ல பெண். ஆஞ்சலோவிடம் தொடக்கத்தில் அவள் வைத்த அன்பு அவளிடம் இன்னும் நீடிக்கிறது. அவன் அவளை அறவே வெறுத்து, துரோகமும் இழைத்து விட்டான். உண்மையில் அவனுடைய நடவடிக்கைகளைப் பார்த்து அவன் மீது கொண்ட அன்பு அவளிடம் முழுமையாக அணைந்து போயிருக்க வேண்டும். ஆனால் அவனுடைய துரோகமும், உதாசீனமும் அவளுடைய அன்பை இன்னும் ஆழமாக்கியது. அது தடுப்பை உடைத்து சீறிப்பாயும் வெள்ளம் போலானது. என்னுடைய திட்டத்தைக் கூறுகிறேன். நீ ஆஞ்சலோவிடம் செல்ல வேண்டும். தன்னுடைய ஆசைக்கு இணங்குமாறு அவன் உன்னை வற்புறுத்தும்போது அதற்கு தயாராக இருப்பது போல் பதில் கூறு. அவனுடைய ஒவ்வொரு வேண்டுகோளுக்கும் சம்மதம் சொல். ஆனால் நீ ஆதாயம் அடையும் வகையில் சில நிபந்தனைகள் மட்டும் விதிக்க வேண்டும். முதலில் அதிக நேரம் அவனுடன் செலவிட முடியாது என்று கூற வேண்டும். அடுத்து, அவனது ஆசையை நிறைவேற்றும் இடம் மிக தனிமையாகவும், அரையிருளும், அமைதியும் கொண்டதாக இருக்க வேண்டும். மூன்றாவதாக, உன் வசதிக்கேற்ப கூடும் நேரத்தை நீயே நிர்ணயிப்பதாகச் சொல். இயல்பானதாகத் தோன்றும் இந்த நிபந்தனைகளுக்கு அவன் சம்மதிக்கும்போது நாம் விரும்பும் விளைவுகள் தானாகவே பின்தொடர்ந்து வரும். ஆனால் ஆஞ்சலோ உடனான இந்தச் சந்திப்பில் உனக்குப் பதிலாக மரியானா இடம் பெற வேண்டும். அதற்கு நாம் அவளை தயார்படுத்துவோம். பிறகு இந்த ரகசிய உறவு வெளியே தெரிய வந்தால் அவன் அவளை திருமணம் செய்து கொள்ள வேண்டிய கட்டாயம் ஏற்படும். இந்த தந்திரத்தால் உன் சகோதரன் உயிரைக் காப்பாற்ற முடியும். உன்னுடைய கற்பும் காப்பாற்றப்படும். மரியானாவிற்கோ மிகப் பெரிய நன்மை உண்டாகும். வியன்னா பிரபுவின் இடத்தில் துணை ஆளுநராக இருக்கும் இந்த வேஷதாரி நியாயத் தராசின் முன்னால்

சீர்தூக்கிப் பார்க்கப்படுவான். அப்போது அவனுடைய ஒழுக்கத் தகுதிகள் உண்மையாக மதிப்பீடு செய்யப்படும். மரியானாவைப் பொறுத்தவரை நான் முன்கூட்டியே ஆயத்தப்படுத்தி, அவனுடைய வேட்கையை எதிர்கொள்ளத் தயாராக்குவேன். எந்த அளவிற்கு இந்தத் திட்டத்தை சிறப்பாக செயல்படுத்துவது என முறையாக நீ யோசித்தால் அதன் பலனை நீயும், மரியானாவும் சேர்ந்தே அடைவீர்கள். அந்தப் பலன் இந்த நாடகத்தையும் நியாயளமாக்கும். யாருமே இதை குற்றம் சொல்லப் போவதும் இல்லை. இந்த திட்டம் பற்றி நீ என்ன நினைக்கிறாய்?"

அவள் நிம்மதிப் பெருமூச்சு விட்டாள். "இந்தத் திட்டம் பற்றிய எண்ணமே எனக்கு பெரிய ஆறுதலாக இருக்கிறது. இது மிகப் பெரிய வெற்றி பெறும் என உறுதியாக நம்புகிறேன்" என்றாள்.

"ஆனால் இந்தத் திட்டத்தை நீ நல்ல முறையில் நிறைவேற்றுவதில்தான் அந்த வெற்றி இருக்கிறது. ஆஞ்சலோவிடம் விரைந்து செல். இன்று இரவே உன்னுடன் கூட வேண்டும் என்று அவன் கெஞ்சினால் உடனடியாக அதற்குச் சம்மதி. நான் இப்போதே புனித லூக்காஸ் ஆலயத்திற்குச் செல்கிறேன். அந்தப் பகுதியி அகழியால் சூழப்பட்ட ஒரு பண்ணை வீட்டில்தான் அபலை மரியானா வசித்து வருகிறாள். என்ன மாதிரியான முன்னேற்றங்கள் ஏற்பட்டுள்ளது என்பதை எனக்குத் தெரிவிப்பதற்காக நீ அங்கே வர வேண்டும். நீ உடனடியாக ஆஞ்சலோவிடம் இந்த விஷயத்தைப் பேசி முடிவு எடுக்க வேண்டும். அப்போதுதான் சிறிதும் தாமதிக்காமல் இத்திட்டத்தை நிறைவேற்ற முடியும்"

"நல்லது ஐயா. எனக்கு இவ்வளவு பெரிய நிவாரணம் அளித்தமைக்கு மிக்க நன்றி. வருகிறேன்"

அவள் விரைந்தாள். அவள் மகிழ்ச்சியுடன் செல்வதை ஒரு கணம் ரசித்து விட்டு வின்சென்ஷியோவும் புறப்பட்டான்.

10

சிறைச்சாலை முன் விவாதம்

சிறைச்சாலையின் முன்னால் உள்ள தெரு.

பாம்ப்பே மற்றும் சில காவலர்களுடன் எல்போ வந்தான். அதே நேரத்தில் 'பாதிரியார்' வின்சென்ஷியோவும் வெளியே வந்தான். அவர்கள் அவனை வணங்கினார்கள். பாம்ப்பே மீது கடும் கோபத்தில் இருந்த எல்போ பொரிந்து தள்ளினான்.

"உன்னை எங்களால் திருத்த முடியாமல் போய், ஆண்களையும், பெண்களையும் விலங்குகளைப் போல் வாங்கி விற்கும் விபசார தரகனாக நீ நீடித்தால் மொத்த உலகமும் எல்லா இனத்திலும், எல்லா நிறத்திலும் சட்ட விரோதமான கணக்கற்ற குழந்தைகளைத்தான் பெற்றுத் தள்ளிக் கொண்டிருக்கும்"

வின்சென்ஷியோ ஒரு கணம் கண்களை மூடிக் கொண்டான். தன் நாட்டின் நிலைமையை எண்ணி அவனுக்கு துக்கமாக இருந்தது. 'கடவுளே... எவ்வளவு மோசமான ஆசாமிகள் இங்கே இருக்கிறார்கள்...!' என்று தனக்குள் சொல்லிக் கொண்டான்.

பாம்ப்பே எல்போவிற்கு பதிலடி கொடுத்தான்.

"பணம் காய்க்கும் இரண்டு வியாபாரங்களில் ஒன்றை சட்டம் நசுக்கிய அன்றே உலகின் சந்தோஷங்கள் எல்லாம் ஒழிந்து விட்டது. இன்னொரு வியாபாரம் நீடிக்க சட்டம் அனுமதி அளித்திருக்கிறது. அதாவது விபசாரம் தடை செய்யப்பட்டு விட்டது. ஆனால் வட்டித் தொழில் தொடர அனுமதி அளிக்கப்பட்டுள்ளது. இந்த இரண்டு வியாபாரங்களில் வட்டித் தொழிலை விட, தடை செய்யப்பட்ட பாலியல் தொழில்தான் மக்களுக்கு இன்பத்தை வாரி வழங்கியது. இப்போது கந்து வட்டிக்காரர்கள் செழித்து வளர்ந்து கொண்டிருக்கிறார்கள். உடலை கதகதப்பாக்க அவர்கள் கம்பளி அங்கிகளை அணிந்துள்ளனர். அந்த அங்கிகள் அவர்களுடைய தொழிலுக்கும் பாதுகாப்பாக இருக்கின்றன. அவை வெதுவெதுப்பான நரித்தோல் மற்றும் செம்மறியாட்டுத் தோலால் தயாரிக்கப்பட்டவை. நரித்தோலால் ஆன அங்கி அவர்கள் நரியைப் போலவே தந்திரக்காரர்கள் என்பதைக் காட்டுகிறது. மேலும் சாதாரண மக்களை விட அவர்கள் பெரும் பணக்காரர்கள் என்பதை பறைசாற்றுகிறது. செம்மறியாடு அப்பாவி விலங்குதான். ஆனால் லேவாதேவிக்காரர்களைப் பொறுத்தவரை நரித்தோல் அங்கிதான் மிக முக்கியமானது. ஏனென்றால் ஆட்டுத்தோல் அங்கி போலன்றி அது நரியின் சாயலை நன்றாக வெளிப்படுத்துகிறது. ஆட்டுத்தோல் அவர்களுடைய அங்கியில் வெறும் அலங்காரமாகத்தான் இருக்கிறது. மேலும் அவர்களுடைய நயவஞ்சகத்தை மூடி மறைக்கும் திரையாக உள்ளது"

அவனுடைய எதிர்வாதம் உண்மையில் வின்சென்ஷியாவிற்கு வியப்பூட்டும் விதத்தில் இருந்தது. ஆனால் எல்போ ஆத்திரமடைந்தான்.

"நாங்கள் போகும் இடத்திற்கு நீயும் வா" என்று எரிச்சலுடன் கூறிய அவன் வின்சென்ஷியோ பக்கம் திரும்பி, "திருத்தந்தையே... உங்களுக்கு ஆசீர்வாதம்" என்றான்.

பதிலுக்கு அவனும், "நல்ல சகோதரரே... உங்களுக்கும் ஆசீர்வாதம்" என்றான். பிறகு, "இந்த ஆசாமி செய்த குற்றம் என்ன?" என விசாரித்தான்.

"ஐயா. கன்னி மேரி ஆணையாகச் சொல்கிறேன். இவன் சட்டத்தை

மீறி விட்டான். மேலும் இவன் ஒரு திருடன் என்றே நம்புகிறோம். ஏனென்றால் பூட்டுக்களைத் திறக்க உதவும் உபகரணம்★ ஒன்று இவனிடம் இருப்பதைக் கண்டுபிடித்தோம். அதை பறிமுதல் செய்து துணை ஆளுநரிடம் (ஆஞ்சலோ) அனுப்பி உள்ளோம்"

வின்சென்ஷியோ கொதித்துப் போய், "அசிங்கம். நீ ஒரு மோசமான விபசார தரகன். கீழ்த்தரமான நோக்கங்களுக்காக வாடிக்கையாளர்களுக்கு பெண்களை அனுப்பும் நீ விபசாரம் என்ற சமூகத் தீமைக்கு முழுப் பொறுப்பாக இருக்கிறாய். அந்தத் தீமைதான் உனக்கு பிழைப்பாகவே உள்ளது. இந்தக் கேவலமான தொழிலை செய்து அதன் மூலம் வரும் வருமானத்தால் உண்பதிலும், உடுத்துவதிலும் என்ன அர்த்தம் இருக்கிறது என நினைத்துப் பார். உனக்கு நீயே இப்படி சொல்லிக் கொள்: 'காமத்தை தணிக்கும் வெறுக்கத்தக்க மற்றும் மிருகத்தனமான வேலையைச் செய்யும் விலைமாதர்களை வாடிக்கையாளர்களுக்கு வழங்குவதால் கிடைக்கும் பணத்தில் நான் குடிக்கிறேன். உண்ணுகிறேன். உடுத்துகிறேன்.' இவ்வளவு கேவலமான சதை வியாபாரத்தை நம்பி உன் வாழ்க்கை இருக்கும்போது நீ அதை கண்ணியமான வாழ்வு என்று கூற முடியுமா? போ. போய் திருந்தி வாழும் வழியைப் பார்" என பாம்ப்பேயிடம் சீறினான்.

அவன் கொஞ்சம் வருந்துவது போல, "உண்மை ஐயா. எப்படிப் பார்த்தாலும் என்னுடைய தொழில் கேவலமானது. அருவருப்பானது. ஆனால் ஐயா... என்னால் ஒன்றை நிரூபிக்க முடியும்..." என்று ஏதோ சொல்ல முயன்றபோது வின்சென்ஷியோ குறுக்கிட்டான்.

"இல்லை. நீ எதையும் நிரூபிக்க வேண்டிய அவசியமில்லை. பாவத்தை நியாயப்படுத்தும் வாதத் திறமையை சைத்தான் உனக்கு வழங்கி இருந்தால் பிறகு நீ உண்மையில் அவனுடைய சீடன் என்பதே உறுதியாகும்" என்று கூறி அவன் வாயை அடைத்தான்.

★ கற்புக் கவசம் (chastity-belt) எனும் ஒரு வகை பூட்டு பழங்காலத்தில் பயன்படுத்தப்பட்டு வந்ததாக தெரிகிறது. ஆண்கள் வெளியே செல்லும்போது தம் மனைவியர் ஒழுக்கம் தவறி விடாமல் இருக்க அதைப் பயன்படுத்துவார்களாம். மன்னர்களிடம் இந்தப் பழக்கம் அதிகம் இருந்ததாகக் கூறப்படுகிறது. இங்கே எல்போ குறிப்பிடும் பூட்டு அதுதான் என சில குறிப்புகள் தெரிவிக்கின்றன.

பிறகு எல்போவிடம் திரும்பி, "ஐயா. இவனை சிறைச்சாலைக்கு கொண்டு செல்லுங்கள். இந்த மானங்கெட்ட விலங்கு தன்னைத் தானே திருத்திக் கொள்வதற்கு முன்பாக தண்டனையும், நீதிபோதனையும் இணைந்து பணியாற்றட்டும்" என்றான்.

"துணை ஆளுநர் ஆஞ்சலோவின் முன்னால் இவன் நிறுத்தப்பட வேண்டும். அவர் ஏற்கனவே இவனை எச்சரித்து இருக்கிறார். அவரால் ஒரு விபசார தரகனை மன்னிக்கவே இயலாது. விபசார தரகனாக அவர் முன் இவன் தோன்றினால் கடுமையான நடவடிக்கையும், தண்டனையும் உறுதி" என்றான் எல்போ.

"நாம் எல்லோருமே தவறுகளில் இருந்து விலகி நிற்பவர்களைப் போல் காட்சி அளிக்கிறோம். ஏனென்றால் நேர்மையானவர்கள் போன்ற வேஷத்தை நாம் அணிந்திருக்கிறோம்"

ஆஞ்சலோவின் நீதிமான் வேஷத்தையே அவன் மறைமுகமாகச் சாடினான். ஆனால் எல்போவிற்கு அது கொஞ்சம் பொருந்தாத பதிலாகத் தெரிந்தது.

என்றாலும், "ஐயா. தங்கள் இடுப்பை இந்த நாடா எவ்வாறு சுற்றி இருக்கிறதோ அதே போன்று இவன் கழுத்தை கயிறுகள் இறுக்கப் போவது நிச்சயம்" என சமாளித்தான்.

அப்போது லூசியோ அங்கே வந்தான். அவனைப் பார்த்ததும் பாம்ப்பேக்கு கொஞ்சம் நம்பிக்கை பிறந்தது.

எனவே அவன், "இதோ என் கண்ணியமான நண்பன் வருகிறான். அவன் மூலம் உதவி வருவதையே நான் பார்க்கிறேன். இப்போது என்னை நிபந்தனையுடன் விடுதலை (*bail*) செய்யும்படி நான் கோர முடியும்" என தெம்பாகக் கூறினான்.

லூசியோ லேசாக நகைத்தான். அதன் பொருள் அவனுக்கு மட்டும்தான் தெரியும். காவலர்களைப் பார்த்துக் கொண்டே அவன் பாம்ப்பேக்கு ஆறுதல் கூறுவது போல் பேசத் தொடங்கினான்.

"உயர்ந்த பாம்ப்பே... என்ன விஷயம்? அரசு அதிகாரிகளால் கைது செய்யப்பட்டுள்ளாயா? வரலாற்று பாம்ப்பே சிறைப்பிடிக்கப்பட்ட பின் சீசரின் தேர்ச் சக்கரத்தில் கட்டப்பட்டது போன்ற அதே நிலையில்தான் நீ இப்போது இருக்கிறாயா? பேரணியின் முன்னால் தேரில் அமர்ந்திருந்த வெற்றி வீரர் சீசரால் இழுத்துச் செல்லப்பட்ட பாம்ப்பே போல் இந்தக் காவலர்கள் உன்னை அழைத்துச் செல்கிறார்களா?★ என்ன நடந்தது? சில புதிய பெண்களை பிடித்து விலைமாதர்களாக மாற்றி உன் வாடிக்கையாளர்களுக்கு அனுப்ப உன்னால் முடியவில்லையா? பிக்மாலியன் எனும் சிற்பி ஒரு பெண்ணின் சிலையை வடித்தார். அந்தச் சிலை உயிருள்ள பெண்ணாகவே மாறியது. உன்னுடைய தொழிலில் நீ அப்பாவிப் பெண்களை விபசாரிகளாக மாற்றும் ஒரு பிக்மாலியனாகத்தான் இருக்கிறாய். வாடிக்கையாளர்களின் ஆசையை நிறைவேற்றி, அவர்கள் சட்டைப் பைக்குகள் கையை விட்டு கொஞ்சம் பணத்தை எடுத்துப் பிழைக்கும்படி உன்னால் புதிய பெண்களைப் பெற முடியவில்லையா? ஏன் பதில் சொல்லாமல் நிற்கிறாய்? உன்னுடைய தொழில், அதன் சம்பிரதாயங்கள் மற்றும் வழிமுறைகள் குறித்து என்னிடம் என்ன கூற விரும்புகிறாய்? கடைசியாகப் பெய்த அடைமழையில் உன்னுடைய தொழில் தந்திரங்கள் எல்லாமே மூழ்கி விட்டதா? என்னிடம் சொல்ல என்ன இருக்கிறது? வயதான பெண் ஒருத்தி போலத்தான் இப்போது நீ நிற்கிறாய். நண்பா. உலகம் இப்போது அன்று இருந்தது போல்தான் இருக்கிறதா? எந்த திசையை நோக்கி அது போய்க் கொண்டிருக்கிறது? உலகம் இருண்டு போய் விட்டதா? இப்போது அது அதிகம் பேச முடியாத இடம் ஆகி விட்டதா? அல்லது அது வேறு வேடம் பூண்டு விட்டதா? இந்த உலகின் புதிய பாதை என்ன?"

வின்சென்ஷியோவிற்கு கடுங்கோபம் வந்தது. "இவன் முடிவே இல்லாமல் பேசுவான் போல் தெரிகிறது. மூச்சு விடாமல் பேசிக் கொண்டே இருக்கிறான். அது மிகவும் மோசமாகிக் கொண்டே போகிறது" என்றான் எரிச்சலுடன்.

★ உண்மையில் வரலாற்று பாம்ப்பே அவ்வாறு நடத்தப்படவில்லை. ஆனால் அவருடைய புதல்வர்களுக்கு அந்த கதி நேர்ந்தது.

அவனை பாதிரியார் என எண்ணியதால் அதை சட்டை செய்யாத அவன் பாம்பேயிடம், “என் இதயத்திற்கு இனியவள் எப்படி இருக்கிறாள்? நீ பணிவிடை செய்யும் அந்தப் பெண் நன்றாக இருக்கிறாளா? தன் வாடிக்கையாளர்களின் காம இச்சைகளைத் தணிக்க இன்னும் அவள் பெண்களை வாரி வழங்கிக் கொண்டிருக்கிறாளா?” என ஆவலுடன் வினவினான்.

தன்னை ஒரு பாதிரியாராகக் கூட அவன் மதிக்கவில்லை என்பதை வின்சென்ஷியோ கவனித்தான். எல்போவும் மற்றவர்களும் அவர்கள் இருவரையும் எரித்து விடுவது போல் பார்த்தார்கள். எதைப் பற்றியும் கவலைப்படாத பாம்ப்பே தன் நண்பனுக்கு அக்கறையுடன் பதில் சொல்லிக் கொண்டிருந்தான்.

“ஆம். ஆனால் நீண்ட காலமாக இதே தொழிலைச் செய்து வந்ததால் இப்போது அவள் மிகவும் சோர்ந்து போய் விட்டாள். மேலும் பால்வினை நோய்களால் பாதிக்கப்பட்டு சிகிச்சை பெற்று வருகிறாள்”

“நல்லது. என்ன நடக்க வேண்டுமோ அதுதான் நடந்திருக்கிறது. இளம் விலைமாது ஒருத்தி வயதான பின் எப்போதுமே விபசார விடுதி நடத்தத் தொடங்கி விடுகிறாள். அப்போது இளமையில் அவளைத் தொற்றிக் கொண்ட நோய்களுக்காக அவள் வைத்தியம் பார்க்கத்தான் வேண்டியிருக்கிறது. விபசார தொழிலில் இது தவிர்க்க முடியாத விளைவு. விலைமாதுவின் தலைவிதி இதுதான். அது இருக்கட்டும். நீ என்ன இப்போது சிறைச்சாலைக்கா போகிறாய்?”

அவன் துக்கத்துடன், “ஆம்” என்றான்.

“சரி. நீ சிறைச்சாலைக்கு கொண்டு செல்லப்படுவதில் எந்த தவறும் இல்லை. போய் வா. போய் நான்தான் உன்னுடைய கைதுக்கும், சிறைவாசத்திற்கும் காரணம் என்று சொல். உன்னுடைய கடன்களை அடைக்க முடியாமல் போனதால்தானே இப்போது நீ சிறைக்குப் போகிறாய் பாம்ப்பே? அல்லது வேறு ஏதேனும் காரணம் இருக்கிறதா?”

“ஆண்களின் சுகத்திற்காக பெண்களை ஏற்பாடு செய்யும் விபசார தரகு வேலையில் ஈடுபட்டதாக என் மீது குற்றம் சாட்டப்பட்டுள்ளது.

அதனால்தான் சிறைக்குப் போகிறேன்”

பிறவிக் குறும்பனான லூசியோ இப்போது எல்போவிடம் திரும்பி, “நல்லது. அவனை சிறையில் தள்ளுங்கள். ஒரு விபசார தரகனுக்கு சிறைவாசம்தான் தண்டனை என்றால் அதைப் பெற வேண்டிய உரிமை நிச்சயம் இவனுக்கு இருக்கிறது. சந்தேகமேயில்லாமல் இவன் ஒரு தரகன்தான். அதுவும் நீண்ட கால அனுபவம் வாய்ந்த தரகன். பிறவியிலேயே இவன் ஒரு விபசார தரகன்” என்றான்.

பிறகு பாம்ப்பேயிடம், “சென்று வா பாம்ப்பே. சிறைச்சாலைக்கு என்னுடைய நல்வாழ்த்துக்களைக் கூறு. சிறைதான் இனி உன்னுடைய இல்லமாக இருக்கப் போகிறது. எனவே வீட்டைக் காக்கும் குடும்பப் பெண்ணைப் போல நீயும் அதைக் காக்கும் நல்ல பராமரிப்பாளன் ஆவாய்” என வாழ்த்தினான்.

பாம்ப்பே குழம்பினான். அவனை சரியாகப் புரிந்து கொள்ள முடியாமல், “எனக்காகப் பரிந்து பேசி நீ என்னை இப்போது விடுவிப்பாய் என நம்புகிறேன்” என்று கெஞ்சினான். அவன் உடனடியாக மறுத்தான்.

“இல்லை. இல்லை. நான் அப்படிச் செய்ய மாட்டேன் பாம்ப்பே. அப்படிச் செய்வது அழகல்ல. உன்னுடைய சிறைவாசம் நீடிப்பதற்காகவே நான் பிரார்த்தனை செய்வேன். அமைதியாக சிறைவாசத்தை ஏற்றுக் கொள்ளாமல் உன் எரிச்சலைக் காட்டிக் கொண்டிருந்தால் பிறகு இன்னும் அதிக சங்கிலிகள் உன்னைப் பிணைக்கும். நம்பிக்கைக்குரிய பாம்ப்பே, விடை தருகிறேன்”

பிறகு ‘பாதிரியார்’ பக்கம் திரும்பிய அவன், “தந்தையே. உங்களுக்கு ஆசீர்வாதம் உண்டாகட்டும்” என்றான்.

பதிலுக்கு அவன், “உனக்கும் ஆசீர்வாதம்” என்று கூறி லேசாகச் சிரித்தான்.

பாம்ப்பே பரிதாபமாக விழித்தான். அவனிடம் லூசியோ கண்களைச் சிமிட்டியடி, “அந்த வேசி பிரிட்ஜெட் இன்னும் தன் முகத்திற்கு ஒப்பனை இட்டுக் கொண்டுதான் இருக்கிறாளா?” என்று கேட்டான்.

எல்போ உடனடியாக சுதாரித்துக் கொண்டான். இனியும்

அவர்களைப் பேச விடுவது தவறு என தோன்றியதால் பாம்ப்பேயின் தோளில் தட்டி, "சரி சரி... கிளம்பு" என்றான்.

லூசியோவை நிராதரவாகப் பார்த்த அவன், "அப்படியானால் என்னை விடுவிக்க நீ முயற்சி எதுவும் செய்ய மாட்டாயா?" என்றான் பரிதாபமாக.

"இப்போதும் மாட்டேன். எப்போதும் மாட்டேன்" என தீர்க்கமாக கூறிய அவன் வின்சென்ஷியோவிடம், "உலக நடப்புகள் பற்றிய செய்திகள் ஏதும் உண்டா ஐயா? மக்கள் என்ன பேசிக் கொள்கிறார்கள்?" என்று கேட்டான்.

பொறுமை இழந்த எல்போ, "ம்... நட" என்று கூறியபடி பாம்ப்பேயை முன்னே தள்ளினான். லூசியோ அவனிடம், "நாய்க்குட்டி ஒன்று தன்னுடைய கூண்டுக்குள் செல்வது போல் சிறைக்குள் அடைக்கலமாகி விடு பாம்ப்பே. அதுதான் உனக்குச் சரியான இடம். எனவே நீ கண்டிப்பாக அங்குதான் செல்ல வேண்டும்"

எல்போவும், மற்ற காவலர்களும் பாம்ப்பேயே இழுத்துக் கொண்டு உள்ளே சென்றார்கள். அவர்கள் செல்வதை ஒரு வித வக்கிரத்துடன் பார்த்துப் புன்னகைத்த லூசியோ 'பாதிரியாரை' பார்த்து, "ஐயா. நம்முடைய பிரபு (வின்சென்ஷியோ) பற்றி ஏதேனும் தகவல் உண்டா?" என கொஞ்சம் அக்கறையுடன் விசாரித்தான்.

"இல்லை. எந்த தகவலும் இல்லை. உனக்கு ஏதாவது தெரியுமா?"

"நமது பிரபு இப்போது ரஷியப் பேரரசருடன் இருப்பதாக சிலர் பேசிக் கொள்கிறார்கள். சிலர் அவர் ரோமில் இருப்பதாகச் சொல்கிறார்கள். ஆனால் அவர் எங்கு இருப்பார் என நீங்கள் எண்ணுகிறீர்கள்?"

"அவர் எங்கே இருக்கிறார் என எனக்குத் தெரியாது. ஆனால் எங்கிருந்தாலும் அவர் நன்றாக இருக்க வேண்டும்"

"நாட்டை விட்டுச் சென்று ஒரு பிச்சைக்காரனின் வாழ்க்கையை மேற்கொண்டதன் மூலம் அவர் பைத்தியக்காரத்தனமான, அபத்தமான காரியம் ஒன்றை செய்து விட்டார். அப்படிச் செய்ய அவருக்கு எந்த உரிமையும் இல்லை. ஏனென்றால் அவர்

பிச்சைக்காரனாகப் பிறக்கவில்லை. அவர் இல்லாத நிலையில் ஆஞ்சலோ பிரபு திறமை மிக்க ஆட்சியாளராக செயல்பட்டுக் கொண்டிருக்கிறார். அவர் தன் கடமைகளை மிகத் தீவிரமாக நிறைவேற்றி வருகிறார். அனைத்து சட்ட மீறல்களையும் கடுமையாக தண்டித்து வருகிறார்"

தன்னைத் தாக்கி ஆஞ்சலோவைப் பாராட்டிக் கொண்டிருக்கும் அவனை எவ்வித சலனமும் இன்றி பார்த்த வின்சென்ஷியோ எந்த உணர்ச்சியையும் வெளிக்காட்டாமல், "அப்படிச் செய்வதன் மூலம் அவர் சரியான பாதையில்தான் சென்று கொண்டிருக்கிறார்" என்றான்.

"என்றாலும் பாலியல் குற்றவாளிகளை கையாள்வதில் அவர் கொஞ்சம் தளர்வாக இருந்தால் அவருக்கு எந்தத் தொல்லையும் இருக்காது. தந்தையே... இந்த வகையில் அவர் கொடூரமாக நடந்து கொள்கிறார்"

"பாலியல் குற்றங்கள் மலிந்து விட்டன. இந்தக் கொடுமையை ஒழிக்க வேண்டும் என்றால் கடுமையான தண்டனை வழங்குவதால் மட்டும்தானே முடியும்?"

"ஆம். உண்மையைச் சொன்னால் இந்தத் தீமை ஏராளமான மக்களைப் பீடித்திருக்கிறது. என்றாலும் இது மனித இயல்புடன் நெருங்கிய தொடர்பு கொண்டது. எனவே ஐயா, உணவு உண்பதையும், தண்ணீர் குடிப்பதையும் கூட தடை செய்யும் வரை இதை முழுமையாக ஒழிக்க முடியாது. அப்புறம் சாதாரண வழிமுறையில், அதாவது ஓர் ஆணும், பெண்ணும் கூடி உயிர்களை உண்டாக்கும் இயற்கை முறையில் ஆஞ்சலோ பிறக்கவில்லை என மக்கள் கிண்டலாகப் பேசுகிறார்கள். இது சரிதானா?"

"இயற்கையான வழிமுறையில் இல்லை என்றால் அப்புறம் அவர் எப்படிப் பிறந்தாராம்?"

"கடல் கன்னி ஒருத்திதான் கருத்தரித்து அவரைப் பெற்றாள் என சிலர் கூறுகிறார்கள். சிலர் ஒரே இன மீன்கள் இரண்டு கூடி அவரைப் பெற்றெடுத்தன என்று சொல்கிறார்கள். (அதாவது அவருடைய பிறப்புக்கும், பாலியல் உணர்வுகளுக்கும் எந்த சம்பந்தமும் இல்லை). ஆனால் ஒன்று மட்டும் உறுதி. எனக்குத் தெரிந்தவரை அவருடைய

சிறுநீர் கூட பனிக்கட்டி போல் உறைந்திருக்கும். அந்த அளவிற்கு குளிர்ந்து போனவர். அது ஓர் உணர்ச்சியற்ற சிலை. எனவே அதனால் குழந்தைகளைப் பெற்றெடுக்க இயலாது. இந்த உண்மையை யாராலும் மறுக்கவும் முடியாது”

வின்சென்ஷியோ சிரித்தபடி, “நீ தமாஷாகப் பேசுகிறாய். மேலும் மிகச் சரளமாகவும் பேசுகிறாய்” என்றான்.

“சிற்றின்ப நாட்டத்தில் ஒருவன் சட்டத்தை மீறி விட்டான் என்பதற்காக ஆஞ்சலோ மரண தண்டனை விதித்தது மிகவும் இரக்கமற்ற செயல். காணாமல் போன உண்மை ஆட்சியாளர் (வின்சென்ஷியோ) ஒருபோதும் இத்தகைய கண்மூடித்தனமான நடவடிக்கைகளை எடுத்ததில்லை. முறைகேடாக நூற்றுக்கணக்கான பிள்ளைகளைப் பெற்ற குற்றத்திற்காக ஒருவனுக்கு மரண தண்டனை விதிக்கும் முன் அவர் ஆயிரக்கணக்கான குழந்தைகளின் பராமரிப்புச் செலவை ஏற்று இருப்பார். காதல் விளையாட்டுக்கும், கவர்ந்திழுக்கும் கலைக்கும் அவர் கொஞ்சம் மரியாதை கொடுத்தார். ஏனென்றால் இது போன்ற விளையாட்டுக்கள் பொதுச் சேவையாக இருக்கும் என்பது அவருக்குத் தெரியும். அந்த அறிவால் அவர் கிளாடியோ போன்ற குற்றவாளிகள் மீது கருணை காட்டவே தூண்டப்பட்டு இருப்பார்”

“இப்போது நாட்டை விட்டுப் போயிருக்கும் பிரபு பெண்களுடன் காதல் விவகாரத்தில் ஈடுபட்டதாக நான் இதுவரை கேள்விப்படவில்லை. அவர் அப்படிப்பட்ட மனிதர் அல்ல”

“இல்லை ஐயா. நீங்கள் சொல்வது தவறு”

“அவரைப் பற்றி நீ குறிப்பால் உணர்த்தும் ஒன்றை என்றால் துளியும் நம்ப முடியவில்லை”

“பெண்கள் மீது அவர் நாட்டம் கொண்டிருக்கவில்லை என்றா கூறுகிறீர்கள்? அவருக்கு கண்டிப்பாக அத்தகைய விருப்பங்கள் உண்டு. ஐம்பது வயது பிச்சைக்காரியைக் கூட விட மாட்டார். ஆனால் அவளைத் தூண்டுவதற்குப் பதில் அவளுடைய பிச்சைப் பாத்திரத்தில் பொற்காசு ஒன்றைப் போடுவது அவருடைய வழக்கம். ஆக, நிச்சயமாக அவருடைய மூளையில் இயற்கைக்கு மாறான காம எண்ணங்கள் நிறைந்திருந்தன. இன்னொரு தகவலையும்

சொல்கிறேன். அவருக்கு குடிப்பழக்கமும் உண்டு"

வின்சென்ஷியோ அதிர்ந்து போனான். தன்னைப் பற்றி அவன் இப்படிச் சொல்வதைக் கேட்கும்போது அவனுக்கு பல சந்தேகங்கள் தோன்றின. இவன் மட்டும்தான் தன்னைப் பற்றி பல தவறான எண்ணங்களைக் கொண்டிருக்கிறானா, அல்லது நாட்டில் பலரும் அப்படியே எண்ணிக் கொண்டிருக்கிறார்களா என்று அவன் கவலைப்பட்டான்.

"அவரைப் பற்றி இத்தகைய கண்ணோட்டங்களை வெளிப்படுத்துவதன் மூலம் நிச்சயம் நீ அநியாயமாகப் பேசுகிறாய்" என்றான். அவன் குரல் உடைந்து போயிருந்தது. அவன் அதை சட்டை செய்யவில்லை.

"ஐயா. நான் அவருடைய நெருங்கிய நண்பன். அவர் யாரிடமும் ஒட்டாத நபர். அவர் அப்படி இருப்பதற்கான காரணம் எனக்குத் தெரியும்"

அவன் பல்லைக் கடித்தான். எனினும் தன்னுடைய உணர்ச்சிகளை வெளியே காட்டாமல், "அவர் தனித்து இருப்பதற்கான காரணத்தைக் கூற வேண்டுகிறேன்" என்றான் பொறுமையாக.

"இல்லை ஐயா. மன்னியுங்கள். அதை என்னால் கூற இயலாது. அது ஒரு ரகசியம். எனவே வெளியே கசிந்து விடாமல் அதைக் காக்க வேண்டும். ஆனால் ஒன்றை மட்டும் உங்களுக்கு தெரியப்படுத்துகிறேன்... நாட்டில் உள்ள அநேக மக்கள் அவரை ஒரு ஞானி என்றே எண்ணிக் கொண்டிருக்கிறார்கள்"

"அப்படியா? நல்லது. அதில் எந்த சந்தேகமும் இல்லை"

"அவர் ஒரு வெற்று முரசம். ஒன்றும் தெரியாதவர். விவேகம் இல்லாதவர்..." என்று அவன் ஆரம்பிக்க வின்சென்ஷியோ அவசரமாக குறுக்கிட்டான்.

"கெட்ட எண்ணம் அல்லது முட்டாள்தனம் அல்லது உன்னுடைய தவறு காரணமாக அவரைப் பற்றி நீ இவ்வாறு இழிவாகப் பேசுகிறாய். அவருடைய வாழ்க்கை முறையும், நாட்டு விவகாரங்களை அவர் கையாண்ட விதமும்தான் அவருக்கு இவ்வளவு புகழைத் தேடித் தந்திருக்கிறது. இதற்கு எந்த ஆதாரமும்

தேவையில்லை. என்றாலும் கூட அதுதான் ஆதாரம். அவரது வெளி நடவடிக்கைகளை வைத்தே அவரை சுலபமாக எடை போடலாம். அவர் மீது காழ்ப்புணர்வு கொண்டவர்களுக்கும் கூட அப்போது அவர் சிறந்த அறிவாளியாகவும், ராஜதந்திரியாகவும், ராணுவ வீரராகவும் தோன்றுவார். ஆக, எதுவும் தெரியாத முட்டாள் போல் நீ பேசுகிறாய். அப்படி இல்லை என்றால், அவரைப் பற்றி உனக்கு நன்றாகத் தெரியும் என்றால் அப்புறம் இப்படி பேசுவதற்கு கெட்ட எண்ணம்தான் காரணமாக இருக்க முடியும்"

"ஐயா, அவரை நான் நன்கறிவேன். அத்துடன் அவரை நான் நேசிக்கவும் செய்கிறேன்"

"ஒருவரை உண்மையாக நேசிக்கும் மனிதன் அவரைப் பற்றிய துல்லியமான அறிவோடுதான் எப்போதுமே பேசுவான். மேலும் அப்படிப்பட்ட ஒருவன் உன்னைப் போலன்றி அவர் மீது மிகுந்த அன்பையும் வெளிப்படுத்துவான். வின்சென்ஷியோ பிரபுவின் மீது உனக்கு அன்பும் கிடையாது. அவரைப் பற்றிய துல்லியமான அறிவும் கிடையாது"

"இல்லை ஐயா. உறுதியாகவும், நன்றாகவும் அவரைப் பற்றி எனக்குத் தெரியும்"

"நம்ப முடியவில்லை. ஏனென்றால் நீ என்ன பேசுகிறாய் என்று உனக்கே தெரியாது. அநேக மக்கள் அவர் திரும்பி வர வேண்டும் என பிரார்த்தனை செய்கிறார்கள். அப்படி அவர் வந்தால் இப்போது நீ முன்வைக்கும் கருத்துக்களையும், குற்றச்சாட்டுகளையும் அவர் முகத்துக்கு நேராக கூறும்படி நான் உன்னைக் கேட்டுக் கொள்வேன். உண்மையாகத்தான் நீ பேசி இருக்கிறாய் என்றால் அந்த நிலைப்பாட்டில் நீடிக்கும் தைரியமும் உனக்கு இருக்க வேண்டும். நிச்சயமாக நான் அவர் முன்னால் ஆஜராக அழைப்பேன். இப்போது நீ உன் பெயரைச் சொல்ல வேண்டுகிறேன்"

"ஐயா. என் பெயர் லூசியோ. பிரபுவுக்கு என்னை நன்றாகத் தெரியும்"

"அவர் திரும்பி வரும்போது நான் உயிரோடு இருந்தால்... உன்னுடைய கருத்துக்களை அவரிடம் என்னால் எடுத்துச் சொல்ல முடிந்தால்... உன்னைப் பற்றி அப்போது இன்னும் அதிகமாக

தெரிந்து கொள்வார்”

இப்போது அவன் சற்றே சூடாகி, “உங்களைப் பார்த்து நான் பயப்பட மாட்டேன்” என்றான். வின்சென்ஷியோவிற்கு அவனுடைய எண்ண ஓட்டங்கள் நன்றாகப் புரிந்தது.

“நம் பிரபு ஒருபோதும் திரும்பி வர மாட்டார் என்று நினைக்கிறாய். அல்லது நான் ஓர் ஆபத்தில்லாத எதிரி என கற்பனை செய்து கொண்டிருக்கிறாய். உண்மைதான். நான் உனக்கு தீங்கிழைக்க மாட்டேன். ஆனால் அவருக்கு எதிராக கூறிய புகார்களை எல்லாம் பின்னாளில் மறுத்து சத்தியம் செய்வாயா?”

“இல்லை. மறுக்க மாட்டேன். அதை விட தூக்கில் தொங்குவேன். பாதிரியாரே... நீங்கள் என்னை தவறாகப் புரிந்து கொண்டிருக்கிறீர்கள். ஆனால் இதைப் பற்றி இனிமேலும் பேச வேண்டாம். வேறு விஷயத்திற்கு வருவோம். கிளாடியோ நாளை சாகப் போகிறானா இல்லையா? அதைப் பற்றிக் கூற முடியுமா?”

“ஐயா. அவன் ஏன் சாக வேண்டும்?”

எதுவும் தெரியாதது போல் கேட்கும் பாதிரியாரைப் பார்த்து அவனுக்கு கடுங்கோபம் வந்தது.

“ஏன் என்றா கேட்கிறீர்கள்? குடுவை ஒன்றில் புனல் வைத்து நீர் நிரப்பியதற்காக (கன்னிப் பெண் ஒருத்தியை கர்ப்பிணி ஆக்கியதற்காக) அவன் சாக இருக்கிறான். நமது பிரபு நாட்டுக்கு திரும்பி வர வேண்டும். இந்த துணை ஆட்சியாளன் (ஆஞ்சலோ) பிறப்பு உறுப்புக்களே இல்லாதவன். பாலியல் இன்பங்கள் மீது எல்லா வகை கட்டுப்பாடுகளையும் விதித்து அவன் நம் நாட்டில் மக்கள்தொகையையே காணாமல் செய்து விடுவான். தன் வீட்டு உத்திரத்தில் கூடு கட்ட சிட்டுக்குருவிகளையும் அனுமதிக்க மாட்டான். ஏனென்றால் கட்டுக்கடங்காத உடல் பசியும், வரம்பற்ற புணர்ச்சியும் கொண்டிருப்பதாக குருவிகள் மீதும் குற்றம் சாட்டுவான். பாலியல் குற்றங்களுக்காக வின்சென்ஷியோ பிரபுவும் தண்டனைகள் கொடுத்தார். ஆனால், தவறு செய்தவர்களைப் பற்றியோ, அவர்களுடைய தவறுகள் பற்றியோ வெளியே தெரியாதபடி ரகசியமாக தண்டித்தார். அதை அவர் பொதுமக்களுக்குத்

தெரியப்படுத்தியது இல்லை. அவர் நாட்டிற்கு திரும்ப வேண்டும். தன்னுடைய கால்சட்டையை இறுக்கிப் பிடித்திருந்த இடுப்பு வாரை (பெல்ட்) இயற்கையான ஒன்றுக்காக தளர்த்திய குற்றத்திற்காகத்தான் அவனுக்கு மரண தண்டனை விதிக்கப்பட்டுள்ளது என கன்னி மேரி ஆணையாக கூறுகிறேன். பாதிரியாரே... சென்று வாருங்கள். என்னுடைய நலனுக்காக கடவுளிடம் வேண்டிக் கொள்ளுங்கள். நான் மறுபடியும் சொல்கிறேன்... வெள்ளிக்கிழமை உள்ளிட்ட விரத நாட்களில் மாமிசம் சாப்பிடுவது போன்ற தவறுகளை நம்முடைய பிரபுவும் நிச்சயம் செய்தவர்தான் (விலைமாதர்களிடம் கூட உறவாடும் பழக்கம் கொண்டிருந்தவர் நமது பிரபு). கெட்ட காரியங்களில் ஈடுபடும் வயதை இப்போது அவர் தாண்டி விட்டார். எனினும், கெட்டுப் போன ரொட்டி மற்றும் பூண்டு வாடை அடிக்கும் பிச்சைக்காரிக்கும் முத்தம் கொடுக்க அவர் தயங்க மாட்டார். பிரபுவைப் பற்றி நான் இப்படியெல்லாம் பேசுகிறேன் என்று நீங்கள் யாரிடம் வேண்டுமானாலும் தாராளமாகச் சொல்லிக் கொள்ளுங்கள். வருகிறேன்"

அவன் புறப்பட்டான். வின்சென்ஷியோ திகைத்துப் போய் நின்றான்.

'ஒரு மனிதன் எவ்வளவு சக்தி வாய்ந்தவனாக இருந்தாலும் சரி. எவ்வளவு உயர்ந்தவனாக இருந்தாலும் சரி. அவன் விமர்சனங்களில் இருந்தும், கண்டனங்களில் இருந்தும் தப்பிக்கவே முடியாது போலிருக்கிறது. மிக உன்னத மனிதன் கூட அவனுடைய முதுகிற்குப் பின்னால் தூற்றப்படுகிறான். நாட்டை ஆள்பவன் எவ்வளவு வலிமை படைத்திருந்தாலும் புழுதி வாரி தூற்றுபவர்களின் நாவில் இருந்து வெளிப்படும் நஞ்சை தடுக்கவே இயலாது' என அவன் தனக்குள் வருந்தினான்.

அப்போது யாரோ வருவது போலிருந்தது. எனவே தன் உணர்ச்சிகளை வெளியே காட்டிக் கொள்ளாமல் திரும்பினான். சற்று தூரத்தில் எஸ்கலஸ் வந்து கொண்டிருந்தான். அவனைத் தொடர்ந்து தலைமைக் காவலன், மற்ற காவலர்கள், திருமதி ஓவர்டன் ஆகியோர் வந்தனர்.

காவலர்களைப் பார்த்து எஸ்கலஸ், "அவளை சிறைக்கு கொண்டு செல்லுங்கள்" என உத்தரவிட்டான். ஓவர்டன் அவனிடம் மன்றாடினாள்.

"ஐயா பிரபு... என் மீது கருணை காட்டுங்கள். மேன்மை தங்கிய

தங்களை அனைவரும் அன்பு உள்ளம் கொண்டவர் என போற்றுகிறார்கள்..."

"உன்னுடைய தவறான நடவடிக்கைகள் குறித்து ஏற்கனவே உனக்கு மூன்று முறை எச்சரிக்கை கொடுக்கப்பட்டு விட்டது. ஆனால் நீ திரும்பத் திரும்ப அதே குற்றத்தை செய்து கொண்டிருக்கிறாய். உன்னுடைய இந்த நடத்தை இரக்கமுள்ள மனிதனைக் கூட எரிமலையாக்கி விடும். அவனுடைய நெஞ்சில் ஈரமில்லாமலும் செய்து விடும்..."

குறுக்கிட்ட தலைமைக் காவலன், "மேன்மை தங்கிய ஐயா. இவள் தொடர்ந்து பனிரெண்டு ஆண்டுகள் விபசாரியாக இருந்து வந்திருக்கிறாள்" என்றான்.

அவள் அழுது கொண்டே, "ஐயா... லூசியோ என்பவன் என்னைப் பற்றிக் கொடுத்த தவறான தகவல் இது. பெரிய பிரபு (வின்சென்ஷியோ) இருந்த சமயத்தில் அவன் கேட் கீப்டவுன் என்ற பெண்ணை திருமண வாக்குறுதி கொடுத்து கர்ப்பிணியாக்கி விட்டான். அவள் குழந்தை பெற்றாள். புனிதர் பிலிப் மற்றும் புனிதர் ஜேம்ஸின் ஆண்டுத் திருநாளான வருகிற மே 1-ஆம் தேதி அந்தக் குழந்தைக்கு ஒன்றே கால் வயது நிறைவடைகிறது. அந்தக் குழந்தையை நான்தான் வளர்க்கிறேன். இப்போது சொல்லுங்கள். இந்த லூசியோ எப்படியெல்லாம் என்னை இழிவுபடுத்துகிறான் என்று பாருங்கள்" என்றாள்.

"தான்தோன்றித்தனமாக வாழ்ந்து கொண்டிருப்பவன் அவன். நிச்சயமாக அவனும் என் முன்னால் கொண்டு வந்து நிறுத்த ஆணை யிடப்படுவான். ஆனால் உன்னைப் பொறுத்தவரை நீ சிறைக்குச் சென்றுதான் ஆக வேண்டும். போ. மேலும் நான் எதையும் கேட்க விரும்பவில்லை"

காவலர்கள் நடக்க, அவள் பரிதாபமாக பாதிரியாரைப் பார்த்துக் கொண்டே நகர்ந்தாள்.

எஸ்கலஸ் தலைமைக் காவலனிடம், "கிளாடியோ விஷயத்தில் ஆஞ்சலோ பிரபுவின் மனதை மாற்ற முடியும் என தோன்றவில்லை. எனவே நாளை அவன் கண்டிப்பாக இறந்தாக வேண்டும். (இறுதியாக பாவமன்னிப்பு பெறுவதற்காக) பாதிரியார் அவனைச்

சந்திக்க ஏற்பாடு செய்யுங்கள். கிறித்தவ தர்மம் வேண்டுவது போல் மத அடிப்படையில் அவன் சாவை எதிர்கொள்ள தயாராகட்டும். இரக்க உணர்வால் நான் எவ்வாறு உந்தப்படுகிறேனோ, அவ்வாறு ஆஞ்சலோவும் அசைந்து கொடுத்தால் மட்டுமே கிளாடியோ பிழைப்பான்" என்றான்.

"ஐயா. இந்தப் பாதிரியார் அவனை ஏற்கனவே சந்தித்து மரணத்திற்கு ஆயத்தமாகும்படி செய்திருப்பது உங்களுக்குத் தெரியுமா?" என்று அவன் பணிவுடன் கேட்டான்.

இப்போது எஸ்கலஸ் பாதிரியார் பக்கம் திரும்பி, "மாலை வணக்கம் தந்தையே" என்று கூறி வணங்கினான்.

அதுவரை அமைதியாக நின்றிருந்த வின்சென்ஷியோ, "உங்களுக்கு ஆனந்தமும், நன்மையும் உண்டாகட்டும்" என கையைத் தூக்கி ஆசீர்வதித்தான்.

"எங்கிருந்து வருகிறீர்கள் ஐயா?"

"நான் இந்த நாட்டைச் சேர்ந்தவன் அல்ல. ஆனால் இப்போது நான் இங்கே இருப்பதால் என்னுடைய தொண்டு நோக்கங்களுக்காக இந்த வாய்ப்பை பயன்படுத்திக் கொள்ள முடியும். அற நிலையம் ஒன்றை சேர்ந்த பாதிரியார் நான். போப்பாண்டவருடன் விசேஷ திருப்பணி ஒன்றில் கலந்து கொள்வதற்காக நான் ரோமில் உள்ள அவரது ராஜ்ஜியத்திற்கு சென்று சமீபத்தில்தான் திரும்பினேன்"

"மகிழ்ச்சி. வெளியுலகில் இருந்து இப்போது நீங்கள் என்ன செய்தி கொண்டு வந்திருக்கிறீர்கள் ஐயா?"

"விசேஷமாக எதுவும் இல்லை. ஒன்றைத் தவிர. தர்மம் இப்போது கடும் காய்ச்சல் கண்டு நோயாளி போல் அவதிப்பட்டுக் கொண்டிருக்கிறது. மரணம் ஒன்றே அதற்கு நிவாரணம் அளிக்க முடியும். நீண்ட காலமாக இருந்து வரும் இந்த அவல நிலையால் மக்கள் துயருற்று இருக்கிறார்கள். ஆக, இப்போது எது தேவை என்றால்...மாற்றம்! இந்த அவல வாழ்வை நெடுங்காலம் தொடரும்படி மக்களை நிர்ப்பந்திக்கக் கூடாது. இந்த வகையில் அவர்களுடைய முன்னேற்றத்திற்கும், மகிழ்ச்சிக்கும் தேவையானவற்றை வழங்குவது நல்லது. இன்றைய உலகில் நாடுகளின் ஸ்திரத்தன்மையை உறுதி

செய்யக்கூடிய நிஜங்கள் எதுவும் உயிர் வாழவில்லை. ஆனாலும் மக்கள் மத்தியில் அளவுக்கதிகமான பாதுகாப்பு உணர்வு இருக்கிறது. அது நட்பையும் சபிக்கப்பட்ட ஒன்றாக மாற்றுகிறது. நான் கூறியதெல்லாம் உண்மையில் ஒரு புதிர். ஆனால் இந்தப் புதிர்தான் உலகின் ஞானத்தையும் ஆள்கிறது. நான் சொன்ன செய்தி ஒன்றும் புதிதல்ல. உண்மையில் இது அன்றாடம் நடப்பதுதான். இப்போது நான் உங்களைக் கேட்கிறேன். பெரிய பிரபு உண்மையில் என்ன மாதிரியான குணம் படைத்தவர் என்பதைக் கூறுங்கள்"

எஸ்கலஸ் சிரித்தான். "மற்ற எல்லா நடவடிக்கைகளுக்கும் மேலாக அவர் தன்னுடைய சொந்த இயல்பு மற்றும் மனப்பான்மையை புரிந்து கொள்ளவே கடுமையாக முயற்சி செய்து கொண்டிருந்தார்" என்றான்.

தன்னைப் பற்றிய அவனது கண்ணோட்டத்தைக் கண்டு உள்ளூர வியந்த வின்சென்ஷியோ, "அவர் என்ன மாதிரியான சந்தோஷங்களுக்கு அடிமைப்பட்டுக் கிடந்தார்?" என்று மேலும் துளைப்பது போல் கேட்டான்.

"ம்... ஏழையின் சிரிப்பில் அவர் இறைவனைக் கண்டார். மற்றவர்களின் மகிழ்ச்சியையே தன்னுடைய மகிழ்ச்சியாகக் கருதினார். அவர் ஓர் உயர்ந்த மனிதர். தன்னுடைய அனைத்து மனநிலைகளிலுமே மிதமானவர். ஆனால் அவரது மென்மையான போக்குகளால் ஏற்பட்ட விளைவுகளை அவர்தான் சந்திக்க வேண்டும். எனவே அவர் தன்னுடைய இலட்சியங்களில் வெற்றி பெற நாம் பிரார்த்தனை செய்வோம். இப்போது நான் உங்களிடமிருந்து தெரிந்து கொள்ள வேண்டியது என்னவென்றால்... சாவை சந்திக்க கிளாடியோ எந்த அளவிற்குத் தயாராக இருக்கிறான் என்பதே... நீங்கள் அவனைப் பார்த்துப் பேசி விட்டு வந்ததாகக் கேள்விப்பட்டேன்"

"நீதிபதி தன்னிடம் அநியாயமாக நடந்து கொள்ளவில்லை என்றே கிளாடியோ கூறுகிறான். அத்துடன் நீதிபதியின் முடிவுக்கு கட்டுப்பட முழு மனதுடன் தயாராக இருக்கிறான். அதேவேளையில் தான் எப்படியும் மன்னிக்கப்படுவோம் என்ற பொய்யான நம்பிக்கையையும் தன்னகத்தே வளர்த்துக் கொண்டிருக்கிறான். மனிதனின் இயல்பான பலவீனம் தரும் நம்பிக்கை அது. எனினும், என்னுடைய ஓய்வு நேரத்தை மிகப் பயனுள்ளதாக்கி, அந்த நம்பிக்கைகளின் பொய்மையை நான் அவனுக்கு நன்கு உணர்த்தி இருக்கிறேன். எனவே இப்போது அவன் சாவு உறுதி என்ற

எண்ணத்தில் இருக்கிறான்”

“ஒரு பாதிரியாராக விண்ணகத்திற்கு நீங்கள் உறுதி அளித்த கடமையை சிறப்பாக நிறைவேற்றி இருக்கிறீர்கள். அத்துடன் தங்கள் திருப்பணி தர்மத்திற்கு இணங்க இந்தக் கைதிக்கு தேவையானதை அளித்து சேவை செய்துள்ளீர்கள். இந்த துரதிருஷ்டசாலியைக் காப்பாற்ற நான் என்னால் முடிந்த முயற்சிகளை எல்லாம் செய்து விட்டேன். அதற்காக நான் முறைகேடான காரியம் எதிலும் ஈடுபடவில்லை. ஆனால் எனது நீதிமான் சகோதரர் தான் மிக கடுமையானவர் என்பதைக் காட்டி விட்டார். கருணையின் சாயல் துளியும் இன்றி நீதியின் மறுவடிவமாகவே அவர் மாறி விட்டதாக நானே அவரைப் பாராட்ட நேர்ந்தது என்றால் பாருங்களேன்”

“கிளாடியோ வழக்கு விசாரணையின்போது வெளிப்படுத்திய மிக கடுமையான ஒழுக்கநெறிகளுக்கு ஏற்ப ஆஞ்சலோ தன் வாழ்க்கையையும் நடத்தி வருகிறார் என்றால் அப்புறம் அவரைக் குறை கூறுவதில் எந்தப் பயனும் இல்லை. ஆனால் ஊருக்குச் செய்யும் உபதேசத்தை தானே பின்பற்றவில்லை என்றால் பிறகு கிளாடியோவிற்கு வழங்கப்பட்ட அதே தண்டனைதான் அவருக்கும் உரித்தாகும்”

“நல்லது ஐயா. விடை பெறுகிறேன். இப்போது நான் அந்தக் கைதியைப் பார்க்கத்தான் போகிறேன்”

“உங்களுக்கு அமைதி உண்டாகட்டும்” என்று ‘பாதிரியார்’ ஆசீர்வதித்தார்.

எஸ்கலஸூம், தலைமைக் காவலனும் மீண்டும் அவரை வணங்கி விட்டு சிறைச்சாலைக்குள் சென்று மறைந்தார்கள். தனியாக நின்ற வின்சென்ஷியோ தன்னைப் பற்றி எஸ்கலஸ் கூறிய கருத்துக்களால் சற்றே நிம்மதி அடைந்திருந்தான்.

‘கடவுள் சித்தத்திற்கு ஏற்ப நீதி பரிபாலனம் செய்வதாக காட்டிக் கொள்ளும் ஒருவன், தன்னுடைய தீர்ப்புகளில் எப்படிக் கடுமை காட்டுகிறானோ அதைப் போலவே தன்னுடைய சொந்த வாழ்க்கையிலும் ஒழுக்கசீலனாக நடக்க வேண்டும். அப்படிப்பட்ட மனிதன் தானே கருணையின் முன்மாதிரியாக இருக்க வேண்டும். அத்தகைய நிலைப்பாடு தர்மம் கூட அப்படி ஓர் உறுதி கொள்ள

முடியாத அளவிற்கு சபலங்களை எதிர்த்து நிற்கும்...

'...ஒரு குற்றத்திற்காக மற்றவர்களை தண்டிக்கும்போது அவன் வழங்கும் அதே தண்டனைதான் அவன் அந்தக் குற்றத்தைச் செய்யும்போதும் வழங்கப்பட வேண்டும். கூடுதலாகவோ, குறைவாகவோ இருக்கக் கூடாது. சில தவறுகளைச் செய்வதில் இன்புறும் அவன், அதே தவறுகளை மற்றவர்கள் செய்யும்போது மரண தண்டனை விதிப்பது என்பது மிகக் கொடுமையானது. வெட்கக் கேடானதும் கூட. எந்த தீமைகளை தனக்குள் வளர அனுமதித்துக் கொண்டிருக்கிறானோ, அதே தீமைகளை மற்றவர்கள் மனதில் இருந்து வேரறுக்க ஆஞ்சலோ நினைப்பது அபத்தம். வெளியே தேவதை போல் தெரியும் ஒருவன் எல்லாப் பாவங்களையும் தன்னகத்தே சுமந்து கொண்டிருப்பது உண்மையில் துரதிருஷ்டவசமானது. மற்றவர்கள் என்றால் தண்டிக்கப்பட வேண்டிய அதே குற்றங்களை ஒருவன் இப்போது நேரத்தையும், சந்தர்ப்பத்தையும் சாதகமாக்கிக் கொண்டு தானே எவ்வளவு செய்கிறான்...!

'...சிலந்தி வலையைப் போல் லேசான உத்திகளாலும், வழிமுறைகளாலும் மக்கள் கைப்பற்றும் உலக ஆதாயங்கள் மற்றும் அனுகூலங்கள் எவ்வளவு பெரிதாகவும், கனமாகவும் இருக்கின்றன! தீமையின் வழிமுறையை எதிர்க்க நான் சூழ்ச்சியின் வழிமுறையைக் கையாள வேண்டும். இன்று இரவு மரியானாவுடன் ஆஞ்சலோ கூடும்படி நான் சில ஏற்பாடுகளை செய்திருக்கிறேன். அவள் முதலில் அவனுக்குத்தான் நிச்சயிக்கப்பட்டவள். ஆனால் பின்னர் அவள் மீது அவன் கடும் வெறுப்புணர்வை வளர்த்துக் கொண்டான். இன்று மரியானா இசபெல்லாவைப் போல் வேடம் பூண்டு செல்வாள். ஆஞ்சலோ அவளை முட்டாளாக்கினான். இப்போது இசபெல்லா வேடத்தில் சென்று படுக்கையில் அவனுடன் இணைந்து மரியானா அவனை முட்டாளாக்குவாள். இவ்வாறு பொய்மைக்கு பொய்மையே பதில் சொல்லும். மரியானாவை ஆஞ்சலோ திருமணம் செய்ய வேண்டும் என்ற பழைய ஒப்பந்தம் இதன் மூலம் நடைமுறைக்கு வரும்...'

தனக்குள் இவ்வாறு பேசிக் கொண்ட வின்சென்ஷியோ தலை நிமிர்ந்து ஆகாயத்தைப் பார்த்தான். ஒரு கணம் கண்களை மூடி ஆராதித்தான். பின்னர் அந்த இடத்தை விட்டு அகன்றான்.

11

மரியானா, இசபெல்லா சந்திப்பு

வியன்னா புறநகர்ப் பகுதியில் சற்றே தனித்து இருந்த ஒரு பண்ணை வீடு.

தன்னை அங்கு வந்து சந்திக்கும்படி மரியானாவிடமும், இசபெல்லாவிடமும் தனித்தனியாக வின்சென்ஷியோ ஏற்கனவே கூறி இருந்தான். அதன்படி அந்த இடத்திற்கு முதலில் மரியானா வந்தாள். குறித்த நேரத்திற்கு மிகவும் முன்பாகவே வந்து விட்ட அவள் துணைக்கு ஒரு சிறுவனையும் அழைத்து வந்திருந்தாள். கொஞ்சம் பதற்றத்துடன் அமர்ந்திருந்த அவளது மனநிலை புரியாமல் சிறுவன் உற்சாகமாக கவிதை ஒன்றை உரக்கப் பாடிக் கொண்டே வந்தான்.

"எடுத்து விடு, ஓ... அந்த உதடுகளை எடுத்து விடு... எனக்கு விசுவாசமாக இருப்பதாக அளித்த வாக்குறுதிகளை மீறி தம் இனிமையை எனக்கு மறுத்து விட்ட அந்த உதடுகளை எடுத்து விடு. அதனுடன்... விடியலின் வெளிச்சம் போல் பிரகாசமாக இருப்பதால், அவற்றையே விடியல் என தவறாகப் புரிந்து கொள்ளப்பட வாய்ப்பிருக்கும் அந்த விழிகளையும் எடுத்து விடு. எனினும், நான் உனக்கு கொடுத்த முத்தங்கள் எல்லாம் உன் மீது நான் கொண்ட காதலின் உறுதியையும், என் காதல் எப்போதும் நிலையானது என்ற சத்தியத்தையும் வெளிப்படுத்தும் நோக்கம் கொண்டிருந்தன. ஆனால் என் முத்தங்கள் எந்த நோக்கத்தையும் நிறைவேற்றவில்லை.

ஆம். நிறைவேற்றவில்லை. ஏனென்றால் நீ என் மீது கொண்ட காதல் பொய்யானது...”

வயதுக்கு மீறிய கவிதை ஒன்றை வாசித்துக் கொண்டிருந்த அவனை மரியானா முறைத்தாள். அதேவேளையில் (பாதிரியார் வேடத்தில் இருக்கும்) வின்சென்ஷியோ வேகமாக வந்து கொண்டிருப்பதைப் பார்த்தாள்.

சிறுவனின் தலையில் லேசாக குட்டு வைத்த அவள், “உன் பாட்டை நிறுத்தி விட்டு உடனே ஓடிப்போய் விடு. எனக்கு நிம்மதி அளிக்கக் கூடிய ஒரு மனிதர் வருகிறார். அவரது அறிவுரைகள் எப்போதுமே கொந்தளிக்கும் என் மனதை சாந்தப்படுத்தி இருக்கின்றன” என்றாள்.

அவன் ஓட்டம் பிடித்தான். அதற்குள் நெருங்கி விட்ட வின்சென்ஷியோவைப் பார்த்து அவள் வணங்கினாள். சிறுவனின் பாட்டை ஒருவேளை ‘பாதிரியார்’ மறைந்து நின்று கேட்டிருப்பாரோ என்று அவளுக்கு சந்தேகமாக இருந்தது.

எனவே, “ஐயா. மன்னியுங்கள். இந்த சூழ்நிலையில் நான் கவிதை ஒன்றை கேட்டுக் கொண்டிருந்ததை நீங்கள் பார்த்திருக்கக் கூடாது என்றே விரும்புகிறேன். நான் அப்படி இருந்ததன் காரணத்தை விளக்குகிறேன். மேலும் என்னை நம்புங்கள். அந்தப் பாடல் எனக்கு எந்த விதத்திலும் மகிழ்ச்சி அளிக்கவில்லை. ஆனால் என்னுடைய துக்கத்திற்கு கொஞ்சம் ஆறுதலாக இருந்தது” என்று சமாளித்தாள்.

புன்னகைத்த வின்சென்ஷியோ, “பரவாயில்லை. இசையானது பெரும்பாலும் இனிய தோற்றத்தை வெளிப்படுத்தி, தீமையை நோக்கி நன்மையை வழிநடத்தக் கூடிய மந்திர சக்தி கொண்டது என்றாலும் அந்தப் பாட்டை நீ கேட்டுக் கொண்டிருந்தது நல்லதுதான். சரி. வேறு யாராவது இங்கு வந்து என்னைப் பற்றி விசாரித்தார்களா? ஏனென்றால் இதே நேரத்தில் என்னை இங்கு வந்து பார்க்கும்படி வேறு ஒரு நபரிடமும் சொல்லி வைத்திருந்தேன்” என்றான்.

சற்றே குழப்பம் அடைந்த அவள், “இல்லை ஐயா. யாரும் வரவில்லை. நான் இங்கே நீண்ட நேரமாக இருக்கிறேன்” என்றாள்.

அவள் சொல்லி வாய் மூடுமுன் இசபெல்லா அங்கு வந்து சேர்ந்தாள். வேகமாக வந்ததால் அவளுக்கு மூச்சிறைத்தது. மரியானாவை ஒரு கணம் ஏற இறங்கப் பார்த்துக் கொண்ட அவள் பாதிரியாரை வணங்கினாள். அவன் அவளை மரியானாவிற்கு அறிமுகம் செய்து

வைத்தான்.

“நான் கேட்டது இந்தப் பெண்ணைப் பற்றித்தான். இப்போது நான் இவருடன் கொஞ்சம் தனியாகப் பேச வேண்டும். எனவே சிறிது நேரம் இந்த இடத்தை விட்டு சற்றுத் தள்ளிச் செல்ல வேண்டுகிறேன். சிறிது நேரம் கழித்து நீ என்னைப் பார்க்கும்போது உனக்கு நல்ல பலன் கிடைக்கும்”

“நான் எப்போதும் உங்களுக்கு நன்றி உள்ளவளாக இருப்பேன் ஐயா” என்று கண்ணீர் மல்க கூறிய அவள் நகர்ந்தாள். அவன் இசபெல்லா பக்கம் திரும்பினான்.

“நாம் சந்திப்பது நன்மைக்கே. நீ இங்கே வந்து என்னைப் பார்த்தது நலமே. துணை ஆளுநராக இருக்கும் அந்த ‘நல்ல’ மனிதனிடம் இருந்து நீ கொண்டு வந்திருக்கும் செய்தி என்ன?”

ஒரு கணம் சுற்றும் முற்றும் பார்த்துக் கொண்ட அவள், “செங்கல் சுவர் சூழ்ந்த தோட்டம் ஒன்று அவருக்கு உள்ளது. அதன் மேற்குப் பகுதியின் பின்புறம் ஒரு திராட்சைத் தோட்டமும் இருக்கிறது. மரத்தால் ஆன ஒரு சிறிய கதவைத் திறந்துதான் அதற்குள் போக வேண்டும்...” என்று கூறியபடி மறைத்து வைத்திருந்த இரண்டு சாவிகளை எடுத்து அவனிடம் காட்டினாள். அதில் ஒன்று பெரிதாகவும், மற்றொன்று சிறிதாகவும் இருந்தது.

“இந்தப் பெரிய சாவி தோட்டத்தின் பிரதான வாயில் கதவுக்கு உரியது. இது திராட்சைத் தோட்டத்தின் சிறிய கதவுக்கான சாவி. நள்ளிரவில் அங்கே வந்து சந்திப்பதாக நான் அவருக்கு வாக்குறுதி கொடுத்திருக்கிறேன்”

அவன் யோசித்தான். “நீ அந்த இடத்திற்கு சரியாகப் போய்ச் சேர இந்த தகவல்கள் மட்டும் போதுமா?” என்றான்.

“தாராளமாகப் போதும். அனைத்து விவரங்களையும் நான் மிகச் சரியாகவும், கவனமாகவும் மனதில் குறித்து வைத்திருக்கிறேன். ஒருமுறைக்கு இரண்டு முறை அவரே எனக்கு வழி காட்டினார். குற்ற உணர்வுள்ள மனிதனைப் போல், கிசுகிசுப்பான குரலில், வார்த்தைகளால் மட்டுமல்லாமல் சைகைகளாலும் விரிவான குறிப்புகள் கொடுத்தார். மொத்தத்தில் இதற்காக மிகுந்த சிரத்தை

எடுத்துக் கொண்டார்"

"சரி. இருவரும் தனிமையில் சந்திப்பதற்காக வேறு ஏதேனும் சமிக்ஞைகள் குறித்து முடிவு செய்தீர்களா? அப்படி ஏதும் இருந்தால் அதைப் பற்றி மரியானாவிடமும் சொல்ல வேண்டும். அப்போதுதான் அவளும் அதை சரியாகச் செய்ய முடியும்"

"இல்லை. மையிருட்டில் அவள் சரியான பாதையைக் கண்டுபிடித்து அந்த இடத்திற்கு போய்ச் சேர வேண்டியதைத் தவிர வேறு எதுவும் இல்லை. மேலும் நான் சிறிது நேரம்தான் அவருடன் இருப்பேன் என கண்டிப்பாகக் கூறி இருக்கிறேன். ஒரு பணிப்பெண் என்னுடன் வருவாள் என்றும், எனக்காக அவள் காத்திருப்பாள் என்றும் சொல்லி இருக்கிறேன். அத்துடன் என் சகோதரனுக்காக பரிந்து பேசத்தான் அங்கே நான் செல்கிறேன் என அந்தப் பணிப்பெண் நம்பிக் கொண்டிருப்பாள் என்றும் அவரிடம் கூறி உள்ளேன்"

அவன் முகம் மலர்ந்தது. "திருப்திகரமான ஏற்பாடுகளை செய்திருக்கிறாய். மரியானாவிடம் நான் இது பற்றி இன்னும் ஒரு வார்த்தை கூட பேசவில்லை" என்று கூறியபடி, அவள் சென்றிருந்த திசையை நோக்கி, "மரியானா... எங்கே இருக்கிறாய்? இப்போது நீ வெளியே வரலாம்" என உரத்த குரலில் அழைத்தான்.

சில வினாடிகளில் அவள் சற்றுத் தள்ளி இருந்த மறைவிடம் ஒன்றில் இருந்து வெளிப்பட்டாள். மெதுவாக நடந்து அவர்கள் அருகே வந்து நின்ற அவளிடம் அவன், "இந்தப் பெண்ணுடன் நீ நட்பை வளர்த்துக் கொள்ள வேண்டும். இவள் உனக்கு நல்லது செய்வதற்காகத்தான் வந்திருக்கிறாள்" என்றான்.

இசபெல்லாவைப் பார்த்து அவள் புன்னகைத்தாள். அவள் கைகளை அன்புடன் பற்றிக் கொண்ட இசபெல்லா, "உனக்கு நன்மை செய்ய வேண்டும் என்ற ஆசை எனக்கு நிச்சயமாக இருக்கிறது" என்றாள்.

அவன், "நானும் உன்னுடைய நலனில் அக்கறை கொண்டிருக்கிறேன் என்பதில் நீ நம்பிக்கை கொள்வாயா?" என்று கேட்டான்.

"திருத்தந்தையே. என்னுடைய நல்வாழ்வில் நீங்கள் மிகுந்த அக்கறை கொண்டிருக்கிறீர்கள் என நன்றாகத் தெரியும். இந்த நம்பிக்கையில் எனக்கு ஓர் உறுதியும் பிறந்திருக்கிறது"

"நல்லது. இப்போது இந்தப் பெண்ணை நீ உன்னுடைய தோழியாக்கிக் கொள். சற்றுத் தள்ளிச் சென்று பேசுங்கள். உன்னிடம் சொல்வதற்கு அவளிடம் ஒரு கதை தயாராக இருக்கிறது. நீங்கள் பேசி முடித்தவுடன் நான் உங்களைச் சந்திப்பேன். சீக்கிரம். ஏனென்றால் பனி விழும் இரவு நெருங்கிக் கொண்டிருக்கிறது"

இசபெல்லாவிடம் அவள், "என்னுடன் வாருங்கள்" என்றாள். இருவரும் சற்றுத் தள்ளிச் சென்றனர்.

தனித்து விடப்பட்ட வின்சென்ஷியோ தன் மீது நாட்டு மக்களுக்கு இருக்கும் அபிப்ராயங்கள் குறித்து கவலை கொண்டான். கலக்கத்துடன் தனக்குள் முணுமுணுத்தான்...

'மிக உயர்ந்த பதவியில் இருக்கும் மாமனிதனே... உன் மீது விசுவாசம் இல்லாத லட்சக்கணக்கான மக்களின் பார்வை உன் மீது நிலைத்திருக்கிறது. அந்த மக்களால் உன்னுடைய நடவடிக்கைகள் குறித்து ஏராளமான தகவல்கள் தரப்படுகின்றன. தங்களுடைய கண்கள் பார்ப்பதை அவர்கள் திரித்தும், புரட்டியும் பேசுகின்றனர். உன்னுடைய செயல்பாடுகளை ஆராயும் அவர்கள் அதன் விளைவாக முரணான கருத்துக்களை முன்வைக்கின்றனர். உன்னைப் பற்றி ஏராளமான ஏளனப் பேச்சுக்களைப் பேசிக் கொண்டிருக்கின்றனர். தங்களுடைய முட்டாள்தனமான யூகங்களுக்கு உன்னை ஆளாக்குகின்றனர். மேலும் உன்னுடைய செயல்களுக்காக கற்பனையில் உன்னை தண்டிக்கின்றனர்...'

இப்படி அவன் தனக்குள் பேசிக் கொண்டிருக்க தனிமையில் மரியானாவிடம் தங்களுடைய திட்டம் பற்றி இசபெல்லா சுருக்கமாக கூறி முடித்தாள். பிறகு இருவரும் வின்சென்ஷியோவிடம் வந்தனர்.

இசபெல்லா அவனிடம், "தந்தையே. நான் எல்லாவற்றையும் பேசி விட்டேன். இனி நீங்கள் அறிவுறுத்தினால் அவள் இந்த காரியத்தில் இறங்குவாள்" என்றாள்.

அதற்கு அவன், "நான் இந்த காரியத்திற்கு சம்மதம் தெரிவிப்பது மட்டுமில்லாமல் அவள் அதை செய்ய வேண்டும் என்றுதான் வேண்டிக் கொள்கிறேன்" என்றான்.

இசபெல்லா மரியானாவிடம், "எல்லாம் முடிந்து அவனை

(ஆஞ்சலோ) விட்டுச் செல்லும்போது நீ அதிகம் பேசக் கூடாது. 'என்னுடைய சகோதரனை மன்னிப்பதாக நீங்கள் வாக்குறுதி அளித்துள்ளீர்கள். அதை மறந்து விடாதீர்கள்' என்று மட்டும் அவனிடம் சொல்லி விட்டுப் போய் விட வேண்டும்" என்றாள்.

தலையசைத்த அவள், "இந்த விஷயத்தில் என்னைப் பற்றி உங்களுக்கு எவ்வித அச்சமும் வேண்டாம்" என்றாள்.

வின்சென்ஷியோ அவளிடம், "மகளே. அதுபோல் நீயும் இதில் பயப்பட வேண்டிய அவசியமே இல்லை. ஏற்கனவே நிறைவேறிய திருமண ஒப்பந்தத்தின்படி உண்மையில் ஆஞ்சலோ உன்னுடைய கணவன். எனவே இந்தத் திட்டத்தின் கீழ் உன்னையும், அவனையும் இணைய வைப்பது என்னைப் பொறுத்தவரை பாவமே இல்லை. ஏனென்றால் அவனுடைய மனைவியாக வேண்டும் என்ற உன்னுடைய கோரிக்கையின் உண்மையும், நியாயமும் நாம் நடத்தப் போகும் இந்த கபட நாடகத்தை மன்னித்து விடும். சரி. புறப்படுவோம். இனிமேல்தான் விதைக்க வேண்டும். அதன் பிறகுதான் நமது உழைப்பின் பலன்களை அறுவடை செய்ய முடியும்" என்றான்.

இருள் சூழத் தொடங்கி இருந்தது. எனவே அவர்கள் அவசரமாக அந்த இடத்தை விட்டு அகன்றனர்.

12

வின்சென்ஷியோவின் புதிய வியூகம்

அந்த இரவுப் பொழுதில் தீப்பந்தங்களின் மெல்லிய வெளிச்சத்தில் சிறைச்சாலை அமானுஷ்யமாக காட்சி அளித்தது. சிறைச்சாலைக்குள் தன்னுடைய பெரிய அலுவல் அறையில் தலைமைக் காவலன் அமர்ந்திருந்தான். பாம்ப்பேவிற்கு அங்கேயே ஒரு வேலை தர முடிவு செய்திருந்த அவன் நீண்ட யோசனைக்குப் பின் மரண தண்டனைக் கைதிகளை தூக்கில் போடும் தொழிலாளிக்கு உதவியாளனாக அவனை நியமிக்க முடிவு செய்திருந்தான். எனவே அது குறித்துப் பேச அவனை தன் அலுவலக அறைக்கு வரச் சொல்லி இருந்தான்.

அதன்படி குறித்த நேரத்தில் பாம்ப்பே அங்கு வந்தான். தலைமைக் காவலனுக்கு வணக்கம் சொன்னான். அதை ஏற்பது போல் தலையசைத்த அவன், "வா. ஒரு மனிதனின் தலையை துண்டிக்கும் அளவிற்கு உனக்குத் துணிவிருக்கிறதா?" என்றான்.

திடுமென அவன் இப்படிக் கேட்டதும் அவன் திகைத்தான். கணப்பொழுதில் அவன் மனதில் பல்வேறு குழப்பமான எண்ணங்கள் தோன்றி மறைந்தன. என்றாலும் அரசாங்கத்தில் ஏதோ ஒரு வேலை கிடைக்கப் போகிறது என்று மட்டும் அவனால் யூகிக்க முடிந்தது. எனவே சற்றே உற்சாகம் அடைந்தான்.

“ஐயா… அவன் திருமணமாகாதவன் என்றால் என்னால் அவனுடைய தலையை நிச்சயமாகத் துண்டிக்க முடியும். ஆனால் திருமணமானவன் என்றால் அவனது மனைவியின் தலைவனாகவே (கணவனாகவே) அவன் கருதப்பட வேண்டும். திருமணமான ஒரு மனிதனின் தலையை எடுப்பது என்பது அவனுடைய மனைவியின் தலையையே வெட்டுவதாகும். எனவே என்னால் ஒருபோதும் ஒரு பெண்ணின் தலையை துண்டிக்க இயலாது”

“உன்னுடைய வார்த்தை ஜாலங்களை எல்லாம் உதறி விட்டு எனக்கு நேரடியாக பதில் சொல். கிளாடியோவுக்கும், பார்னடைன் என்ற இன்னொரு கைதிக்கும் நாளை காலை மரண தண்டனை நிறைவேற்றப்பட வேண்டும். இந்த வேலையை செய்வதற்கு இங்கே நிரந்தரமாக ஒரு ஆள் இருக்கிறான். தற்சமயம் அவனுக்கு உதவியாளர்கள் யாரும் இல்லை. அவனுடைய உதவியாளனாக பணிபுரிந்தால் நீ விடுதலையாக வாய்ப்பு இருக்கிறது. இல்லையென்றால் நீ உன்னுடைய தண்டனைக் காலம் முழுவதும் சிறையிலேயே வாட வேண்டும். பிறகு நீ விடுதலை பெற்றாலும் கூட பிரபல விபசார தரகன் என்பதால் இந்த சமூகம் உன்னை இரக்கமில்லாமல் வசைபாடிக் கொண்டுதான் இருக்கும்”

“ஐயா… நான் ஒரு விபசார தரகனாக இருந்து வந்தேன். அதன் மூலம் நீண்ட காலமாக சட்டத்திற்குப் புறம்பாக நடந்து வந்தேன். அந்த நீண்ட காலம் எவ்வளவு என யாருக்குமே நினைவிருக்காது. ஆனால் அரசு அங்கீகாரம் பெற்ற கொலையாளியாக இருக்க நான் ஆணையிடப்படும் பட்சத்தில் எனக்கு திருப்திதான். இனி இந்த தொழிலில் என்னுடைய கூட்டாளியாக இருப்பவரிடம் சில வழிகாட்டுதல்களைப் பெற்றால் நான் மகிழ்ச்சி அடைவேன்”

லேசாகத் தலையசைத்துக் கொண்ட தலைமைக் காவலன் வாசல் பக்கம் திரும்பி சற்றே உரத்த குரலில், “அபோர்சன்… அபோர்சன்… எங்கே அவன்…?” என இரைந்தான்.

அறைக்கு வெளியே சற்றுத் தள்ளி நின்று ஆகாயத்தைப் பார்த்துக் கொண்டிருந்த அவன் தாமதமாக சுதாரித்துக் கொண்டு ஓடி வந்தான். பிறகு கொஞ்சம் சந்தேகத்துடன், “கூப்பிட்டீர்களா ஐயா?” என்று கேட்டான்.

“ம்… நாளை நீ மரண தண்டனையை நிறைவேற்றும்போது

உனக்கு இந்த ஆள் துணையாக இருப்பான். இது சரிதான் என நீ எண்ணினால் ஓராண்டு ஒப்பந்தம் ஒன்றை மேற்கொள்ளும் வகையில் இவனிடம் உன் நிபந்தனைகள் மற்றும் விதிமுறைகளைக் கூறு. அதன் பிறகு இங்கே இவனை உன்னுடனேயே தங்க நீ அனுமதிக்கலாம். அப்படி முடியாது என்றால் தற்சமயம் இந்த ஒரு வேலைக்காக மட்டும் பயன்படுத்திக் கொள். பிறகு பணிநீக்கம் செய்து விடலாம். அவனுக்கு இருக்கும் கெட்ட பெயர் காரணமாக அவன் உன்னிடம் மிகப் பெரிய மரியாதையை எதிர்பார்க்கும் நிலையில் இல்லை. ஏனென்றால் ஒரு விபசார தரகனாக இருந்து வந்ததால் அவன் எந்த மரியாதைக்கும் உரியவன் அல்ல"

அபோர்சன் முகம் சுளித்தான். ஒரு கணம் பாம்ப்பேயை ஏற இறங்கப் பார்த்துக் கொண்ட அவன், "ஐயா... இவன் விபசார தரகனாகவா இருந்தான்? கேவலம். இவன் என்னுடைய தொழிலுக்கும் கெட்ட பெயரைத்தான் ஏற்படுத்துவான். என்னுடைய தொழில் புனிதமானது. எனவே அதற்கு களங்கம் எதுவும் வரக்கூடாது" என்றான்.

சற்றே உஷ்ணமான தலைமைக் காவலன் எழுந்தான். "போ. போய் உன் வேலையைப் பார். நீங்கள் இருவருமே ஒரே குட்டையில் ஊறிய மட்டைகள்தான். தராசு ஒன்றில் உங்களை எடை போட்டுப் பார்த்தால் அதன் முள் எந்தப் பக்கமும் சாயாமல் நேராகத்தான் நிற்கும்" என்று சொல்லிவிட்டு வெளியேறினான்.

தண்டனையில் இருந்து தப்பிப்பதுடன், அரசு வேலையும் கிடைக்கும் என்ற நப்பாசையில் இருந்த பாம்ப்பே அபோர்சனின் உதாசீனப் பேச்சால் எரிச்சல் அடைந்தான். தலைமைக் காவலன் இல்லாததால் தனக்கே உரிய விஷமத்துடன், "ஐயா. உங்களிடம் கொலைகாரப் பார்வை இருக்கிறதே தவிர மற்றபடி நீங்கள் மிக அற்புதமான முக அமைப்பைப் பெற்று இருக்கிறீர்கள். தங்களுடைய தொழில் புனிதமானது என்றா சொல்கிறீர்கள்?" என்று அவனை கிளறி விட்டான்.

அவனைப் பற்றி எதுவும் தெரியாத அவன், "ஆம். என்னுடைய தொழில் புனிதமானதுதான்" என்றான் பெருமிதத்துடன்.

"ஐயா. அழகு சாதனப் பொருள்களை வைத்து முகத்தை ஒப்பனை செய்து கொள்வதும் கூட புனிதமான ஒன்றுதான் என கேள்விப்பட்டிருக்கிறேன். விலைமாதர்கள் என்னுடைய தொழிலின்

உறுப்பினர்கள். அவர்களும் கூட பல்வேறு பொருட்களால் முகத்தை அழகுபடுத்திக் கொள்கின்றனர். இது என்னுடைய பெண் தரகர் தொழிலையும் கூட புனிதமாக்குகிறது. அதற்கும் திறமை வேண்டும். தூக்குப் போடுவதில் என்ன தொழில் திறமை இருக்கிறது? எனக்குப் புரியவில்லை. இதற்காக என்னைத் தூக்கில் போட்டாலும் கூட பரவாயில்லை"

அவன், "என்னுடைய தொழில் கண்டிப்பாக புனிதமானதுதான்" என்றான் தீர்மானமாக.

"அப்படியானால் அதை நிரூபி"

"ஒரு நேர்மையான மனிதனின் ஆடை திருடனுக்கும் கூட நன்றாகப் பொருந்துகிறது. திருடனுக்கு அந்த ஆடை மிகவும் இறுக்கமாக இருந்தால், அவனுடைய நோக்கத்திற்கு அது மிக தாராளம் என நேர்மையானவன் எண்ணுகிறான். உடை மிகவும் தளர்வாக இருந்தாலும் கூட அது தன்னுடைய நோக்கத்திற்கு போதாது என்றே திருடன் நினைக்கிறான். இவ்வாறு ஒவ்வொரு நேர்மையான மனிதனின் உடையும் ஒவ்வொரு திருடனுக்கும் கச்சிதமாக இருக்கிறது"

அவனுடைய தத்துவத்தால் கடுப்பான பாம்ப்பே பதிலடி கொடுக்க முனைந்தபோது தலைமைக் காவலன் புயலாக உள்ளே நுழைந்தான். "என்ன... இருவரும் சமரசத்திற்கு வந்தீர்களா?" என்று கேட்டுக் கொண்டே தன் இருக்கையில் அமர்ந்தான்.

"ஐயா. நான் இவருக்கு உதவியாளனாக பணிபுரிவேன். ஏனென்றால், ஒரு விபசார தரகனின் தொழிலைக் காட்டிலும் இந்தத் தொழிலில்தான் அதிகமாக மனம் வருந்தி கழுவாய் மேற்கொள்ள வேண்டி இருக்கிறது. அதாவது, பெண் தரகனை விட தன்னுடைய பாவங்களை எண்ணி அதிகமாக மனம் வருந்துபவன் தூக்கிலிடும் கொலையாளிதான். ஏனென்றால், தூக்கு தண்டனைக் கைதியின் உடைகளை வாங்கும்போது பாவமன்னிப்பையும் சேர்த்தே அவன் வாங்குகிறான் (ஆனால் விபசார தரகன் அப்படியெல்லாம் செய்வதில்லை)" என்றான் பாம்ப்பே.

அவனை சட்டை செய்யாத தலைமைக் காவலன் அபோர்சனிடம், "நீ உடனடியாக தூக்குமரத்தை தயார் செய். நாளை காலை 4 மணிக்கு

அவர்களை தூக்கில் போட வேண்டும்” என உத்தரவிட்டான்.

அதற்குள் அவன் சமரசத்திற்கு வந்திருந்தான். பாம்ப்பேவிற்கு அங்கு வேலை கொடுக்கவே தலைமைக் காவலன் விரும்புகிறான் என்பது அவனுக்குப் புரிந்தது. எனவே வேறு வழியின்றி அவனிடம், “விபசார தரகனே, வந்து தொலை. இந்த புதிய தொழில் பற்றி உனக்கு நான் சில விஷயங்களைக் கற்றுத் தருகிறேன். என் பின்னால் வா” என்று சொல்லிக் கொண்டே நடக்க முயன்றான்.

பாம்ப்பே நக்கலாக, “ஐயா. இந்த புதிய வியாபாரம் குறித்துக் கற்றுக் கொள்ள நானும் ஆவலாக இருக்கிறேன். உங்களுடைய வேலையில் என்னைப் பயன்படுத்திக் கொள்ள ஏதேனும் சந்தர்ப்பம் கிடைக்கும்போது நான் எவ்வளவு சுறுசுறுப்பானவன் என்பதையும், எவ்வளவு வேகமானவன் என்பதையும் நீங்கள் தெரிந்து கொள்வீர்கள். உண்மையில் ஐயா, நீங்கள் என் மீது காட்டும் அன்புக்காக நானும் கண்டிப்பாக என் அன்பைக் காட்ட வேண்டும்” என்றான்.

“சரி. சரி. கிளம்புங்கள். பார்னடைனையும், கிளாடியோவையும் வரச்சொல்” என தலைமைக் காவலன் உத்தரவிட அவர்கள் இருவரும் அவனை வணங்கி விட்டுச் சென்றனர்.

‘அந்த இருவரில் ஒருவன் (கிளாடியோ) மீது எனக்கு கொஞ்சம் இரக்கம் உள்ளது. ஆனால் மற்றொருவனிடம் (பார்னடைன்) எனக்கு துளியும் கருணை கிடையாது. ஏனென்றால் அவன் கொலைக் குற்றத்திற்காக தண்டனை பெற்றவன். எனவே அவன் என் சொந்தச் சகோதரனாக இருந்தாலும் கூட அவன் மீது நான் இரக்கம் காட்ட மாட்டேன்’ என தலைமைக் காவலன் தனக்குள் சொல்லிக் கொண்டான்.

கிளாடியோவை நினைக்கும்போது அவனுக்குப் பாவமாக இருந்தது.

சிறிது நேரத்தில் அவன் வந்தான். அவனை வணங்கினான். அவனிடம் கடிதம் ஒன்றை எடுத்துக் காட்டிய தலைமைக் காவலன், “இதோ பார் கிளாடியோ. இது அரசு ஆணை. இதன்படி நீ இறந்தாக வேண்டும். இது நள்ளிரவு நேரம். நாளை காலை எட்டு மணிக்குள் நீ தூக்கில் போடப்படுவாய். அத்துடன் உன்னுடைய உலக வாழ்க்கைக்கு முற்றுப்புள்ளி வைக்கப்படும். பார்னடைன் எங்கே?” என்றான்.

"அவன் அயர்ந்து உறங்குகிறான். உழைத்துக் களைத்த அப்பாவித் தொழிலாளி ஒருவனைப் போல் அவன் உடல் விறைத்துப் போய் தூங்கிக் கொண்டிருக்கிறான். தற்சமயம் அவன் கண்விழிக்கப் போவதில்லை"

"ஐயோ... இப்படி ஒரு ஆசாமிக்கு யார் என்ன நன்மை செய்து விட முடியும்? சரி. நீ போய் மரணத்தை எதிர்கொள்ள உன்னை தயார்படுத்திக் கொள்" என்று கூறியபோது கதவைத் தட்டும் ஓசை வந்தது.

தலைமைக் காவலன் ஒரு கணம் திரும்பி, "அங்கே என்ன சத்தம்?" என்று கேட்டு விட்டு மறுபடியும் அவனிடம், "கவனி. கடவுள் உன்னுடைய ஆன்மாவிற்கு இளைப்பாறுதல் தரட்டும்" என்றான்.

கிளாடியோ எவ்வித சலனமும் இன்றி நடைப்பிணமாக நகர்ந்தான். அந்த அறையின் வேறு ஒரு வாசல் வழியாக வெளியேறினான்.

'யாரோ வந்திருக்கிறார்கள்... நான் இப்போது அவரைப் பார்க்க வேண்டும். வந்திருப்பவர் இந்த கிளாடியோவின் மன்னிப்பு ஆணையைக் கொண்டு வந்திருப்பார் என நம்புகிறேன்.... அல்லது மரண தண்டனையை சிறை தண்டனையாகக் குறைக்கும் விதமாக ஓர் ஆணையைக் கொண்டு வந்திருக்கலாம்' என தலைமைக் காவலன் எண்ணிக் கொண்டிருந்தபோது வின்சென்ஷியோ உள்ளே நுழைந்தான்.

அந்த நேரத்தில் 'பாதிரியாரை' எதிர்பாராத தலைமைக் காவலன், "வாருங்கள் தந்தையே" என வரவேற்றான்.

இன்முகத்துடன் தலையசைத்த அவன், "நல்ல காவலரே. சீரும், சிறப்பும் மிக்க இரவுத் தேவதைகள் உங்களைக் காக்கட்டும். சிறிது நேரத்திற்கு முன் யார் இங்கே வந்தார்கள் என நான் தெரிந்து கொள்ளலாமா?" என வினவினான்.

அவனது கேள்வி அனாவசியமானது என்பது போல் தலைமைக் காவலனுக்கு தோன்ற, "ஐயா. சிறைச்சாலையில் மாலை மணிச்சத்தம் ஒலித்ததில் இருந்து இங்கே யாருமே வரவில்லை" என்று வேண்டா வெறுப்பாக பதில் அளித்தான்.

"இசபெல்லா இங்கே வந்தாளா?"

"இல்லை"

"அப்படியானால் அதிக தாமதமின்றி அந்த இரண்டு பெண்களும் இங்கே வருவார்கள்"

கொஞ்சம் குழம்பிய தலைமைக் காவலன், "எனக்குப் புரியவில்லை. இந்தச் சூழ்நிலையில் கிளாடியோவிற்கு கிடைக்கப் போகும் நன்மை என்ன ஐயா?" என்றான்.

"ஏதோ ஒரு நன்மை கிடைக்கும் என்ற நம்பிக்கை உள்ளது"

"நம்முடைய பிரபு நியமித்துள்ள இந்த துணை ஆட்சியாளர் (ஆஞ்சலோ) எதற்கும் மசியாதவர்"

"இல்லை. உண்மையில் அப்படி இல்லை. அவருடைய வாழ்க்கைமுறை நீதித்துறையின் சட்ட திட்டங்களுக்கு உகந்தவாறுதான் முழுக்க முழுக்க அமைந்திருக்கிறது. அவர் முன் நிறுத்தப்படும் குற்றவாளிகளுக்கு அவர் வழங்கும் தண்டனைகளும் அவ்விதமே. தன் சொந்த வாழ்க்கையிலேயே அவர் சட்டத்தால் தடை செய்யப்பட்ட எந்தச் செயலையும் செய்வதில்லை. எந்த இச்சைகளை அவர் தனக்குள் குழி தோண்டிப் புதைக்கிறாரோ, அதே இச்சைகளை, தன்னுடைய அரசு அதிகாரத்தைப் பயன்படுத்தி, மற்றவர்களிடமும் வேரறுக்க எண்ணுகிறார். மற்றவர்களை சீர்திருத்தும் வகையில் என்ன மாதிரியான கேடுகளுக்கு அவர் தண்டனை விதிக்கிறாரோ, அதே தீமைகளை அவரும் செய்தால் நாம் அவரை கொடுங்கோலன் என்றும், கண்மூடித்தனமான ஆட்சியாளன் என்றும் விமர்சிக்கலாம். ஆனால், நான் ஏற்கனவே சொன்னது போல், அவருடைய வாழ்க்கைமுறையை வைத்துப் பார்க்கும்போது அவரை நேர்மையான மனிதர் என்றுதான் கூற வேண்டும்"

அப்போது யாரோ கதவைத் தட்டும் ஓசை கேட்டது. சூழ்நிலை மிகவும் கடினமாக இருந்ததால் யார் என்று பார்ப்பதற்காக தலைமைக் காவலன் எழுந்தான்.

வின்சென்ஷியோ தனக்குள், 'இரண்டு பெண்களும் வந்து விட்டார்கள். இந்த அதிகாரி கண்ணியமான இயல்பைக் கொண்டிருக்கிறார். பொதுவாக இவர்கள் கல் நெஞ்சக்காரர்களாக இருப்பார்கள். சிறைச்சாலையின் தலைமை அதிகாரி கைதிகளிடம் இப்படி நட்புணர்வுடன் பழகுவது மிக அரிதான ஒன்று...' என முணுமுணுத்தான்.

தலைமைக் காவலன் கதவருகே செல்வதற்குள் கதவு இன்னும் பலமாக தட்டப்பட்டது. 'சாதாரணக் கதவை இப்படி உடைந்து போகும் அளவிற்கு ஒருவன் ஆக்ரோஷமாக தட்டினால் அவன் மிக அவசரத்தில் இருக்க வேண்டும்' என வின்சென்ஷியோ எண்ணினான்.

எரிச்சலுடன் தலைமைக் காவலன் திரும்பி வந்தான். "கதவைத் தட்டும் இந்த நபர் சம்பந்தப்பட்ட அதிகாரி வந்து அனுமதிக்கும் வரை காத்திருக்கட்டும். நான் ஏற்கனவே அவரை வரச்சொல்லி விட்டேன்" என்று கூறிக்கொண்டே தன் இருக்கையில் அமர்ந்தான். அவர்கள் உரையாடலை தொடர்ந்தனர்.

"கிளாடியோவின் மரண தண்டனையை ரத்து செய்யும் வகையில் உங்களுக்கு அரசாணை எதுவும் வரவில்லையா? நாளை அவன் இறந்துதான் ஆக வேண்டுமா?" என்று வின்சென்ஷியோ கேட்டான்.

"இதுவரை அப்படி ஓர் ஆணை எதுவும் வரவில்லை"

"விடியும் வேளை நெருங்கி விட்டது. என்றாலும்... தலைமைக் காவலரே, பொழுது புலர்வதற்குள் கண்டிப்பாக அப்படி ஓர் ஆணையைப் பெறுவீர்கள்"

தலைமைக் காவலன் வியந்தான். 'பாதிரியார்' உளறுவது போல் தோன்றியது. என்றாலும் எதையும் வெளியே காட்டிக் கொள்ளாமல், "ஐயா. இது பற்றி உங்களுக்கு ஏதேனும் தகவல் தெரிந்திருக்கலாம். ஆனால் அப்படி ஓர் உத்தரவு எதுவும் வராது என்றே நான் நம்புகிறேன். ஏனென்றால் அப்படி ஒரு முன்னுதாரணம் இல்லை. அத்துடன், நீதிமான் இருக்கையில் அமர்ந்திருக்கும் ஆஞ்சலோ பிரபு தான் விதித்த மரண தண்டனையை ஒருபோதும் ரத்து செய்ய மாட்டேன் என பகிரங்கமாக அறிவித்து இருக்கிறார்" என்றான்.

அப்போது ஒரு தூதுவன் கையில் ஒரு கடிதத்துடன் அவசரமாக வந்தான் வின்சென்ஷியோவின் முகம் மலர்ந்தது. அவனை ஓர் அர்த்தத்துடன் பார்த்துக் கொண்ட தலைமைக் காவலன், "இந்த ஆள் ஆஞ்சலோ பிரபுவிடம் இருந்துதான் வருகிறான்" என்று கூற, அவன் இப்போது வெளிப்படையாகவே புன்னகைத்தான்.

"ஆம். கிளாடியோவிற்கு மன்னிப்பு கிடைத்து விட்டது"

"ஐயா. நமது ஆஞ்சலோ பிரபு சில தகவல்களுடன் என்னை இங்கே அனுப்பி வைத்திருக்கிறார். மேலும் இதில் உள்ள குறிப்புகளை நீங்கள் மீறவே கூடாது என்று கூறி உள்ளார். நேரம், உட்கருத்து அல்லது சூழ்நிலை எதை முன்னிட்டும் இதில் உள்ள மிகச் சிறிய விஷயத்தையும் தாங்கள் புறக்கணிக்கக் கூடாது என்றும் உத்தரவிட்டுள்ளார். நல்லது ஐயா. காலை வணக்கம். ஏற்கனவே பொழுது விடிந்து விட்டது என்று நான் கருதுவதால் இதைச் சொல்கிறேன்" என்று வந்தவன் சொல்லி முடித்தான்.

"ம்... கண்டிப்பாக அவரது ஆணைகளுக்குப் பணிந்து நடப்பேன்" என தலைமைக் காவலன் கூற, அவன் உடனடியாக வெளியேறினான். வின்சென்ஷியோவின் மனம் அலைபாய்ந்தது.

'இது நிச்சயம் கிளாடியோவின் மன்னிப்பு தொடர்பானதுதான். ஆஞ்சலோ செய்த அதே பாவத்தின் மூலம் இசபெல்லா இந்த மன்னிப்பைப் பெற்றிருக்கிறாள். உயர்ந்த அதிகாரம் கொண்டிருக்கும் ஒருவன் தவறிழைக்கும்போது, அதே தவறைச் செய்த இன்னொருவன் மிக வேகமாக மன்னிக்கப்படுகிறான். அதிகாரத்தில் இருக்கும் ஒரு பாவி கருணை காட்டும்போது இரக்கத்தின் எல்லைகளும் நீட்டிக்கப்படுகின்றன. அதனால் குற்றவாளியின் நல்லெண்ணத்தையும் கூட எளிதாக சம்பாதித்து விட முடிகிறது. ஏனென்றால் அவன் செய்தது இனி தவறு இல்லை என்றாகி, அதுவே விரும்பத்தக்கதாகவும் மாறி விடுகிறது...'

இவ்வாறு எண்ணிய அவன் தலைமைக் காவலனிடம், "ஐயா. தங்களுக்கு இப்போது என்ன செய்தி வந்திருக்கிறது என்பதை நான் தெரிந்து கொள்ளலாமா?" என ஆவலுடன் வினவினான்.

"மன்னிப்பு எதுவும் கிடைக்காது என்று நான் சொன்னேன். என்னுடைய கடமைகளை நான் சரிவர நிறைவேற்ற மாட்டேன் என்றுதான் ஆஞ்சலோ பிரபு அநேகமாக நினைக்கிறார். அதனால் உஷாராக இருக்கும்படி என்னை நிர்ப்பந்தம் செய்துள்ளார். மேலும் வழக்கத்திற்கு மாறாக இப்படிக் குறிப்பு அனுப்பி உள்ளார். முதலில் போட்ட உத்தரவை அப்படியே நிறைவேற்ற வேண்டும் என இதில் இருக்கிறது. அவரது நடவடிக்கை எனக்கு வினோதமாக

தோன்றுகிறது. ஏனெனில் அவர் இது போன்ற ஒரு வழிமுறையை கையாண்டதே இல்லை"

வின்சென்ஷியோ அதிர்ந்தான். உடலில் மின்னல் பாய்ந்தது போல் இருந்தது. முகம் கறுத்தது. மறுபடியும் ஆஞ்சலோ சூதாட்டம் நடத்தி விட்டான் என புரிந்தது. எனவே அந்த அதிகாலையிலும் அவனுக்கு லேசாக வியர்த்தது. கொதித்துப் போன அவன் தன் உணர்வுகளை மறைக்கப் போராடினான். மிகுந்த சிரமத்துடன் பேச்சைத் தொடர்ந்தான்.

"ஐயா. கடிதத்தில் உள்ள வாசகங்களை அப்படியே வாசிக்குமாறு உங்களை பணிவுடன் வேண்டிக் கொள்கிறேன்" என தடுமாற்றத்துடன் அவன் கேட்க தலைமைக் காவலன் கடித வரிகளை சற்றே உரக்க வாசித்தான்.

"இந்த விஷயத்தில் நீங்கள் மாற்று ஏற்பாடு ஒன்று பற்றி கேள்விப்பட்டிருக்கக் கூடும். அதைப் பொருட்படுத்த வேண்டாம். காலை 4 மணி அளவில் கிளாடியோவை தூக்கில் போட வேண்டும். பார்னடைனின் மரண தண்டனையை மதிய வேளையில் நிறைவேற்றலாம். இது தொடர்பாக எனக்கு முழு திருப்தி அளிக்கும் வகையில் கிளாடியோவின் துண்டிக்கப்பட்ட தலையை 5 மணிக்குள் அனுப்பி வைக்கவும். இந்தக் கட்டளை முறையாக நிறைவேற்றப்பட வேண்டும். என்னுடைய வழிகாட்டுதலுக்கும் மேலாக இப்போது இந்தக் கடமையை சரிவர செய்வது உன்னுடைய கையில்தான் இருக்கிறது. எனவே கடமை தவறாதீர்கள். அப்படித் தவறினால் நீயும் உயிரிழக்க நேரிடும்..."

கடிதத்தை மேசை மேல் வைத்த அவன், "இதற்கு நீங்கள் என்ன சொல்கிறீர்கள்?" என கேள்வி எழுப்பினான்.

அதற்குள் நிதானத்திற்கு வந்திருந்தான் அவன். மேலும் மின்னலாய் சில புதிய திட்டங்கள் அவனிடம் தோன்றிக் கொண்டிருந்தன. எனவே மீண்டும் கொஞ்சம் நம்பிக்கை பிறக்க, "ஐயா. யார் இந்த பார்னடைன்? மதிய வேளையில் தூக்கில் போடப்பட இருக்கும் அவன் என்ன மாதிரியான மனிதன்?" என ஆவலுடன் விசாரித்தான்.

"அவன் பொஹிமியாவில் பிறந்தவன். ஆனால் இங்குதான் வளர்ந்தான். 9 வருடங்களாக அவன் இங்கே கைதியாக இருக்கிறான்"

"வெளிநாடு சென்றுள்ள நம்முடைய பெரிய பிரபு நாட்டில் இருக்கும்போது எப்படி இவனை விடுதலை செய்யாமலோ அல்லது மரண தண்டனை விதிக்காமலோ இருந்தார்? ஆச்சரியமாக இருக்கிறது. ஒன்று அவர் விடுதலை செய்வார். அல்லது அப்போதே மரண தண்டனை வழங்கி இருப்பார். அவர் காலம் கடத்த மாட்டார் என்று கேள்விப்பட்டிருக்கிறேன்"

"இந்தக் கைதிக்கு வேண்டியவர்கள் அவனுடைய மரண தண்டனைக்கு எதிராக அவரிடமிருந்து எப்படியாவது ஆணைகளைப் பெற்று வந்து விடுவார்கள். அதனால் அது நிலுவையிலேயே இருந்தது. இன்னும் சொல்லப் போனால் ஆஞ்சலோ பிரபு பொறுப்பேற்கும் வரை அவனுடைய குற்றம் சட்டத்தின் பார்வையில் முழுமையாக நிரூபிக்கப்படவே இல்லை"

"இப்போது அவனுடைய குற்றம் நிரூபிக்கப்பட்டு விட்டதா?"

"ஆம். மிகத் தெளிவாக நிரூபணம் ஆகிவிட்டது. அவனாலேயே அதை மறுக்க முடியவில்லை"

"தன்னுடைய சிறைவாசத்தின்போது அவன் மனம் வருந்துவது போன்ற அறிகுறிகள் எதையும் காட்டி இருக்கிறானா? சிறை வாழ்க்கையால் அவன் எவ்வளவு தூரம் பாதிக்கப்பட்டு இருக்கிறான்?"

"நிச்சயம் இல்லை. அவனைப் பொறுத்தவரை சாவு என்பது குடிகாரன் ஒருவனை ஆட்கொள்ளும் தூக்கத்தைப் போன்றதுதான். அதை விடப் பெரியதோ, பயங்கரமானதோ இல்லை. அவன் கவலையற்றவன். கடந்த காலம், நிகழ்காலம், எதிர்காலம் எதையும் எண்ணி பயப்படாதவன். மரணத்தைப் பற்றிய பிரக்ஞையே அவனுக்கு இல்லை. மேலும் சாவில் இருந்து தப்பித்து விடலாம் என்பது போன்ற நம்பிக்கையையும் அவன் தனக்குள் வளர்த்துக் கொள்வதில்லை"

"இப்போது அவனுக்கு சிறிது ஞான உபதேசங்கள் தேவை என கருதுகிறேன்"

"எந்த நீதிபோதனையையும் கேட்கும் மனநிலையில் அவன் இல்லை. இந்த சிறைச்சாலையில் அவன் சுதந்திரமாக நடமாட எப்போதுமே

அனுமதிக்கப்பட்டு வந்திருக்கிறான். இங்கிருந்து தப்பிச் செல்வதற்கு அனுமதி அளித்தால் கூட அந்த வாய்ப்பை அவன் பயன்படுத்திக் கொள்ள மாட்டான். தொடர்ந்து பல தினங்கள் குடிக்காமல் இருந்து விட்டால் அதற்கெல்லாம் சேர்த்து வைத்து ஒரே நாளில் பலமுறை குடிப்பான். தலையைத் துண்டிக்க நாங்கள் அழைக்கிறோம் என்ற எண்ணத்தை அவனிடம் ஏற்படுத்துவதற்காக, அவன் குடிபோதையில் அயர்ந்து தூங்கிக் கொண்டிருக்கும்போது பலமுறை எழுப்பி இருக்கிறோம். அப்போது அதற்கான ஆணையையும் கூட போலியாகக் காட்டி இருக்கிறோம். ஆனால் அவன் அசையவே மாட்டான்"

"அவனைப் பற்றி நாம் விரைவில் மேலும் பேசுவோம். ஒரு நல்ல மனிதனின் குணாதிசயத்தில் நேர்மையும், அர்ப்பணிப்பும் இரண்டு பக்கங்கள் ஆகின்றன. அவை தங்களுடைய நெற்றிக் கோடுகளில் தெளிவாகவே தெரிகின்றன. தலைமைக் காவலரே... உங்கள் நெற்றியில் உள்ள அந்த அடையாளங்களை நான் சரியாகப் படித்திருக்கவில்லை என்றால் பிறகு என்னுடைய பழுத்த அனுபவமும் என்னை ஏமாற்றுகிறது என்றுதான் பொருள். ஆனால் என்னுடைய ஆற்றலால் உருவாகும் தைரியத்தில் நான் சுயமாக ஓர் அபாயத்தில் இறங்கப் போகிறேன். யாருடைய மரணத்திற்கான ஆணை தங்களிடம் இருக்கிறதோ, அவன் (கிளாடியோ) செய்தது குற்றம் அல்ல. சட்டத்திற்கு பதில் சொல்ல வேண்டிய அவசியமும் இல்லை. ஆஞ்சலோதான் அப்படிப்பட்ட நிலையில் இருக்கிறார். இதை நீங்கள் தெளிவாகப் புரிந்து கொள்ள வேண்டுமென்றால் எனக்கு தயவு செய்து 4 நாட்கள் அவகாசம் கொடுங்கள். இப்போது நீங்கள் எனக்கு உடனடியாக எனக்கு ஓர் உபகாரம் செய்ய வேண்டும். அதில் பெரிய ஆபத்தும் இருக்கிறது"

சற்றே வியப்படைந்த அவன், "ஐயா. உங்களுக்கு நான் என்ன உபகாரம் செய்ய வேண்டும்?" என்றான்.

"கிளாடியோவின் மரண தண்டனையை நீங்கள் இன்னும் சிறிது காலத்திற்கு ஒத்தி வைக்க வேண்டும்"

அதைக் கேட்டு அதிர்ச்சி அடைந்த அவன், "ஐயோ... அப்படியெல்லாம் என்னால் செய்ய இயலாது. ஆஞ்சலோ தந்துள்ள இந்த ஆணையில் தண்டனையை நிறைவேற்றும் நேரம் பற்றி தெளிவாகக் குறிப்பிடப்பட்டுள்ளது. மேலும் கிளாடியோவின்

தலையை ஆஞ்சலோ பிரபுவின் பார்வைக்கு அனுப்பி வைக்க வேண்டிய அவசர ஆணையும் இருக்கிறது. இதில் நான் தவறினால் என்ன விலை தர வேண்டியிருக்கும் என்ற எச்சரிக்கையும் விடுக்கப்பட்டுள்ளது. இந்த விஷயத்தில் சிறிய தவறு நேர்ந்தாலும் கிளாடியோவிற்கு நேர்ந்த அதே கதிதான் எனக்கும் நேரும். என்னால் முடியாது" என பதறினான்.

"நான் சார்ந்திருக்கும் துறவிகளின் அமைப்புக்கு சேவை செய்வதாக நான் எடுத்திருக்கும் சத்தியப் பிரமாணத்தின் பெயரால் நான் உறுதி கூறுகிறேன். இந்த வழக்கில் என்னுடைய வழிகாட்டுதல்படி நீங்கள் நடந்தால் தங்களுக்கு எவ்வித இடர்பாடும் வராது. பார்னடைன் எனும் அந்த இன்னொரு கைதியை இப்போது தூக்கில் போடுங்கள். கிளாடியோவின் தலைக்குப் பதிலாக அவனுடைய தலையை ஆஞ்சலோவிடம் அனுப்புங்கள்"

அவன் குழம்பினான். கிளாடியோவின் மீது அவனுக்கும் கொஞ்சம் பச்சாதாபம் இருந்ததால் முடிந்த அளவு அவனைக் காப்பாற்ற முயற்சி செய்யலாம் என்றே நினைத்தான். ஆனால் பாதிரியாரின் திட்டம் மிக ஆபத்தானது என்று தோன்றியது,

"ஆனால் ஐயா... கிளாடியோ, பார்னடைன் இருவரையுமே ஆஞ்சலோ பார்த்திருக்கிறார். எனவே அவரால் பார்னடைனின் தலையை கண்டிப்பாக அடையாளம் கண்டு கொள்ள முடியும்..."

"ஓ... அந்த மாதிரி அச்சம் எதுவும் உங்களுக்கு வேண்டாம். ஏனென்றால் ஒரு மனிதனின் முகத்தில் மரணம் பெரிய மாற்றங்களை ஏற்படுத்தி விடும். மேலும் நீங்களும் சில மாற்றங்களைச் செய்யலாம். அவனது தலைமுடியை நீக்கி விடலாம். தாடியை திருத்தலாம். தன்னுடைய பாவங்களுக்காக வருந்தி கைதி வேண்டிக் கொண்டதற்கு இணங்க அவ்வாறு செய்யப்பட்டது என ஆஞ்சலோவிடம் கூறுங்கள். தலையை பறிகொடுக்க இருக்கும் கைதிகள் இவ்வாறு கேட்பது வாடிக்கையான ஒன்றுதான் என்பது உங்களுக்கும் தெரியும். என்னுடைய அறிவுரைப்படி நீங்கள் நடந்தால் நன்றியும், நன்மையுமே கிடைக்கப் பெறுவீர்கள். விஷயம் தெரிந்து உங்களுக்கு தண்டனை விதிக்கப்பட்டால் என் உயிரைப் பணயம் வைத்து உங்களுக்கு மன்னிப்பு வாங்கித் தருவேன். நான் வழிபடும் புனிதரின் மீது ஆணையாக இதைச் சொல்கிறேன்"

இப்போது தலைமை காவலனுக்கு வேறு விதமான எண்ணங்கள் தோன்றின. கிளாடியோவைக் காப்பாற்றுவதற்காக கடமை தவற வேண்டுமா என யோசித்தான். மனிதாபிமானமா, கடமையா என்று வரும்போது கடமையே அவனுக்கு பெரிதாக இருந்தது. எனவே மறுப்பது போல் லேசாகத் தலையசைத்தான்.

"திருத்தந்தையே... என்னை மன்னித்து விடுங்கள். உங்களுடைய திட்டம் இந்தப் பணியில் சேரும்போது நான் எடுத்த விசுவாச உறுதிமொழிக்கு முரணாக இருக்கிறது"

அதைக் கேட்டு வாய்விட்டு சிரித்த அவன், "ஐயா... நீங்கள் யாருக்கு விசுவாச உறுதி எடுத்தீர்கள்? நாட்டின் உண்மை தலைவருக்கா? அல்லது இந்த உதவியாளருக்கா?" என மடக்கினான்.

புன்னகைத்த தலைமைக் காவலன், "உண்மைதான். பெரிய பிரபுவிடம்தான் நான் அப்படி ஓர் உறுதிமொழி எடுத்தேன். ஆனால் அவர் சார்பில் யார் ஆட்சி நடத்துகிறாரோ அவருக்கும் இது பொருந்தும்" என்றான்.

"ஒருவேளை... வின்சென்ஷியோ பிரபுவே என்னுடைய செயலில் இருக்கும் நியாயத்தை ஒப்புக்கொண்டால் அதன் பிறகாவது நீங்கள் எந்தத் தவறும் செய்யவில்லை என நம்புவீர்களா?"

"அவரே இங்கு வந்து இதை அங்கீகரிப்பதற்கு வாய்ப்பு எதுவும் இருக்கிறதா என்ன?"

"வாய்ப்பு மட்டுமில்லை. அது நிச்சயம். என்றாலும் நீங்கள் விளைவுகளை எண்ணி அஞ்சுவதாலும், எனது அங்கி, என் மன ஒருமைப்பாடு, என்னுடைய வார்த்தைகள் எதுவுமே உங்களை அடிபணியச் செய்யாததாலும் நான் இன்னும் ஒரு படி மேலே சென்று உங்களுடைய எல்லா அச்சங்களையும் அகற்றுவேன். இதைப் பாருங்கள் ஐயா... இதில் பெரிய பிரபுவின் கையொப்பமும், முத்திரையும் இருக்கிறது. இந்தக் கையெழுத்தை நீங்கள் அடையாளம் கண்டு கொள்வீர்கள். முத்திரையும் உங்களுக்குப் பரிச்சயமானதாகத்தான் இருக்கும். இதில் எனக்கு எந்த சந்தேகமும் இல்லை"

அவன் ஒரு கடிதத்தை எடுத்துக் காட்டினான். அதைக் கண்டு வியந்த தலைமைக் காவலன், “ஆம் ஐயா. இது யாருடைய கையொப்பம், முத்திரை என்று எனக்கு நன்றாகவே தெரிகிறது” என்றான்.

“நல்லது. இந்தக் கடிதத்தில் நமது பிரபுவின் வருகை பற்றிய செய்தி உள்ளது. விரைவில் இதை நீங்கள் முழுதாகப் படித்து மகிழலாம். அதன் மூலம் அடுத்த இரண்டு நாட்களில் அவர் நாடு திரும்பி விடுவார் என்பதை நீங்கள் தெரிந்து கொள்வீர்கள். இது ஆஞ்சலோவிற்குக் கூட தெரியாது. இதே நாளில் வினோதமான தகவல்கள் அடங்கிய கடிதங்கள் அவரை வந்து சேரும். உண்மை பிரபு இறந்து விட்டார் என்ற செய்தி அவருக்கு கிடைக்கலாம். அல்லது அவர் உலக வாழ்வைத் துறந்து, மடாலயம் ஒன்றில் சேர்ந்து சன்னியாசி ஆகி விட்டார் என்ற செய்தியைப் பார்க்கலாம். ஆனால், இந்தக் கடிதத்தில் இருப்பது போல் அவர் மீண்டும் திரும்பி வருவது பற்றிய குறிப்பு எதுவும் ஆஞ்சலோவிற்கு கிடைக்காது. கீழ்வானத்தைப் பாருங்கள். அதில் நீங்கள் காலைக் கதிரவனைப் பார்க்க முடியும். அதன் உதயமானது, கண்விழிக்க வேண்டிய நேரம் வந்து விட்டது என்பதை ஆட்டிடையனுக்கு உணர்த்தும். மேலும் இரவு முழுவதும் அடைபட்டுக் கிடந்த ஆட்டு மந்தையை அவன் விடுவிக்கும்படி செய்யும். நான் கூறிய செய்திகளைக் கேட்டு நீங்கள் திகைக்காதீர்கள். இந்த முன்னேற்றங்கள் எல்லாம் ஏற்பட்டது எப்படி என்றும் கேட்காதீர்கள். இறுதியில் எல்லா உண்மைகளும் வெளியே வரும்போது அனைத்துக் குழப்பங்களுக்கும் தீர்வு கிடைக்கும். இப்போது சிறைக் கொலையாளியைக் கூப்பிட்டு பார்னடைனின் தலையை துண்டிக்க உத்தரவிடுங்கள். பார்னடைனையும் வரச் சொல்லுங்கள். ஒரு பாதிரியார் என்ற முறையில் நான் விரைவாக அவனுடைய பாவ ஒப்புதலைக் கேட்டு அவனை எல்லாப் பாவங்களில் இருந்தும் விடுவித்து மன்னிப்பு வழங்குவேன். அவன் கடவுளின் மன்னிப்பைப் பெறவும் பிரார்த்தனை செய்வேன். இப்போதும் கூட நீங்கள் எதுவும் புரியாமல் குழம்பிப் போ யிருப்பதையே பார்க்கிறேன். இந்தக் கடிதம் உங்களுடைய அனைத்து ஐயங்களையும் அறவே நீக்கும். வாருங்கள். நன்றாகவே விடிந்து விட்டது”

தலைமைக் காவலனுக்கு உண்மையில் எல்லாம் புதிராகத்தான் இருந்தது. நடப்பதை அவனால் நம்பவும் முடியவில்லை. நம்பாமல் இருக்கவும் முடியவில்லை. குழப்பத்துடன் எழுந்தான். இருவரும் வெளியே சென்றனர்.

13

புதிய திட்டம் நிறைவேறியது

தனக்குள் முணுமுணுத்துக் கொண்டே சிறைச்சாலை வளாகத்தில் சுற்றிக் கொண்டிருந்தான் பாம்ப்பே. அங்கே இருந்த கைதிகளைப் பார்க்கும்போது அவனுக்கு ஆனந்தமாக இருந்தது.

"நான் வேலை செய்த விபசார விடுதியில் இருந்தது போலவே இங்கும் அநேக முகங்கள் தெரிந்த முகங்களாக இருக்கின்றன. சிலர் இந்த இடத்தை திருமதி ஓவர்டன்னின் சொந்த இடமாகவே கூட நினைத்து விடுவார்கள். ஏனென்றால் இங்கே இருப்பவர்களில் பலர் அவளுடைய பழைய வாடிக்கையாளர்கள். முதலில்... இளைய மாஸ்டர் ராஷ்... வாங்கிய கடனை திருப்பிக் கொடுக்கத் தவறியதற்காக அவனை உள்ளே தள்ளி இருக்கிறார்கள். பொட்டலம் போட உதவும் பழுப்புக் காகிதம் மற்றும் பழைய இஞ்சிகளை வாங்குவதற்காக அவன் 117 பவுண்டு கடன் வாங்கினான். அதை விற்று அவனால் 5 மார்க்குகள் (அல்லது 66 ஷில்லிங்குகள்) மட்டுமே சம்பாதிக்க முடிந்தது. கன்னி மேரி ஆணையாகச் சொல்கிறேன்... அந்த நேரத்தில் இஞ்சிக்கெல்லாம் அவ்வளவு கிராக்கி இல்லை. ஏனென்றால் (நோய் எதிர்ப்பு மருந்தாக) அதைச் சாப்பிடும் கிழவிகள் எல்லோருமே செத்துப் போயிருந்தனர். அடுத்து மாஸ்டர் கேப்பர் என்பவன் இருக்கிறான். இளஞ்சிவப்பு நிறத்தில் நான்கு ஜோடி சாட்டின் உடுப்புகளை வாங்கி விட்டு பணம் கொடுக்காததற்காக

ஜவுளி வியாபாரி மாஸ்டர் த்ரீ–பைல் தொடர்ந்த வழக்கில் அவனை சிறையில் போட்டிருக்கிறார்கள். அந்த உடைகளை வாங்கிய கையோடு அவன் திவாலாகவே ஆகி விட்டான். பிறகு இருப்பவர்கள்... இளைய டிஸ்ஸி, இளைய மாஸ்டர் டீப்–வவ், மாஸ்டர் காப்பர்–ஸ்பர்... அப்புறம், குறுவாளை சுழற்றுவதில் கில்லாடி என சொல்லிக் கொள்ளும் மாஸ்டர் ஸ்டார்வ்–லேக்கி... புட்டிங் என்ற தடியனை கொன்ற குற்றத்திற்காக இளைய டிராப்–ஹெயர் இங்கே இருக்கிறான். பிறகு... ஈட்டி எறிவதில் வல்லவன் என தனக்குள் நினைத்துக் கொண்டிருக்கும் மாஸ்டர் ஃபிராத்–ரைட்... பெரிய பயணி மாஸ்டர் ஷூ–டை... சாராயக் குடுவையின் அளவில் போலிக் குறிகள் மூலம் பித்தலாட்டம் செய்யும் ஒயில்டு ஹால்ஃப்–கேன்... இவர்களைத் தவிர எனக்குத் தெரிந்தவர்கள் இன்னும் 40 பேர் இருக்கலாம்... கடந்த காலத்தில் இவர்கள் எல்லோருமே என்னுடைய விபசார விடுதிக்கு வருவதை வழக்கமாகக் கொண்டிருந்தவர்கள்தான். ஆனால் இப்போது தரித்திரத்தில் இருக்கிறார்கள். அதனால் கடவுளின் பெயரால் பிச்சை எடுக்க வேண்டியிருக்கிறது...”

மேலும் அவன் பேசுவதற்குள் அபோர்சன் அங்கே வந்தான். அவனிடம், “டேய்... பார்னடைனை அழைத்து வா” என்றான்.

பாம்ப்பே, “பார்னடைன்... எழுந்திரு. தூக்கில் தொங்கத் தயாராகு” என்று சத்தமாக குரல் கொடுத்தான்.

அபோர்சனும், “எங்கே இருக்கிறாய் பார்னடைன்?” என உரத்த குரலில் கேட்டான். அவன் வரவில்லை. ஆனால் அவனுடைய குரல் காற்றில் மிதந்து வந்தது.

“இப்படிக் கூப்பாடு போடுவதற்காக உங்களுடைய தொண்டைகளை கொள்ளை நோய் கொண்டு போகட்டும். யாரடா அங்கே? ஏன் இப்படி அலறுகிறீர்கள்?”

பாம்ப்பேக்கு சிரிப்பு வந்தது. “நாங்கள் உன்னுடைய நண்பர்கள்தான். தூக்குமரத் தொழிலாளிகள். எழுந்து வந்து உன் தலையை நீயே ஒப்படைக்கும் அளவிற்கு நீ மிக நல்லவனாக இருக்க வேண்டும்” என நக்கலாக பதில் அளித்தான்.

“போக்கிரியே... போய்த் தொலை. நான் தூக்கக் கலக்கத்தில் இருக்கிறேன்”

பல்லைக் கடித்த அபோர்சன், “டேய்... கொஞ்சமும் தாமதிக்காமல் அவனை உடனே எழுந்து வரச்சொல்” என பாம்ப்பேயிடம் சிடுசிடுத்தான்.

உடனே அவன், “ஐயா பார்னடைன்... உன்னைக் கெஞ்சிக் கேட்டுக் கொள்கிறேன். எழுந்து வா. வந்து தூக்கில் போடும் வரை கண் விழித்திரு. அப்புறம் நீ நிரந்தரமாகவே தூங்கப் போகலாம்” என உரக்கக் கூறினான்.

இது சரி வராது என்று எண்ணிய அபோர்சன், “போ. போய் அவனை இழுத்து வா” என்றான். அதே நேரத்தில் அவன் சோம்பல் முறித்துக் கொண்டே எழும் சத்தம் கேட்க, “வருகிறான்... வருகிறான்... அவனுடைய படுக்கையில் உள்ள வைக்கோல்கள் சலசலக்கும் ஓசை கேட்கிறது” என்றான் பாம்ப்பே.

சில வினாடிகளில் பெரிய கொட்டாவி விட்டுக் கொண்டே பார்னடைன் அங்கே வந்தான். அடுத்து பாம்ப்பேயிடம் அபோர்சன், “அங்கே தூக்குமரமும், மரப்பலகையின் மீது கோடாரியும் தயாராக இருக்கிறதா?” என்று கேட்க, “மிக நேர்த்தியுடன் எல்லாமே தயாராக இருக்கிறது ஐயா” என்றான் அவன்.

“என்ன விஷயம் அபோர்சன்? என்ன செய்தி கொண்டு வந்திருக்கிறாய்?” என பார்னடைன் வினவினான்.

“இப்போது நீ மனமுருக பிரார்த்தனை செய்ய வேண்டும் என உண்மையாக விரும்புகிறேன். ஏனென்றால் உன்னுடைய தலையை துண்டிப்பதற்கான உத்தரவு வந்து விட்டது. அதை நீயே பார்க்கலாம்”

ஆத்திரமடைந்த அவன், “கொலைகாரனே. இரவு முழுவதும் நான் குடித்துக் கொண்டு இருந்தேன். எனவே மரண தண்டனைக்கு உகந்த நிலையில் நான் இல்லை” என்று கூச்சலிட்டான்.

உடனே பாம்பே, “இல்லை... இந்த நேரத்தில் மரணத்தை ஏற்றுக்

கொள்ள மிகத் தகுதியான நிலையில்தான் நீ இருக்கிறாய். இரவு முழுவதும் குடித்துக் கொண்டிருந்த ஒருவன் அதிகாலையில் தூக்கில் போடப்பட்டால் பின்னர் நாள் முழுவதும் இன்னும் நன்றாகத் தூங்கலாம்" என்றான்.

அப்போது அங்கே 'பாதிரியார்' வின்சென்ஷியோ வந்தான். அவனைக் கண்டதும் அபோர்சன் பார்னடைனிடம், "இதோ பார். உன்னுடைய ஞான குரு வந்து விட்டார். நாங்கள் விளையாடுகிறோம் என இன்னும் நீ நினைக்கிறாயா?" என்றான்.

பார்னடைனைப் பார்த்து வின்சென்ஷியோ, "நீங்கள் மிக அவசரமாக தூக்கிலிடப்பட இருக்கிறீர்கள் என்பதை அறிந்து ஒரு பாதிரியார் என்ற முறையில் தார்மீக உணர்வுகளால் உந்தப்பட்டு, உங்களுக்கு வழிகாட்டவும், நிம்மதி அளிக்கவும், உங்களோடு கடவுளை வேண்டிக் கொள்ளவும் வந்திருக்கிறேன்" என்றான்.

"திருத்தந்தையே. உங்களுடைய போதனைகளையோ, வழிகாட்டுதலையோ பெற நான் தகுதியானவன் இல்லை. ஏனென்றால் ராத்திரி முழுவதும் நான் குடித்துக் கொண்டிருந்தேன். எனவே தண்டனையை எதிர்கொள்ள எனக்கு இன்னும் கொஞ்சம் அவகாசம் தரும்படி வேண்டிக் கொள்கிறேன். இல்லையென்றால் மரத்தடிகளால் என் மண்டையைப் பிளந்து விடுவார்கள். இன்று என்னைக் கொல்ல நான் சம்மதிக்க மாட்டேன். இது உறுதி"

"இல்லை ஐயா. நீங்கள் சம்மதித்தே ஆக வேண்டும். எனவே நீங்கள் மேற்கொள்ள வேண்டிய பயணத்தின் பாதையைப் பார்க்கும்படி உங்களை வேண்டிக் கொள்கிறேன்"

"முடியாது. யார் என்ன சொன்னாலும் சரி. என்னை இன்று தூக்கில் போட நான் சத்தியமாக அனுமதிக்க மாட்டேன்"

"ஐயா, நான் சொல்வதை கொஞ்சம் கவனமாகக் கேளுங்கள்" என மேலும் வின்சென்ஷியோ ஏதோ சொல்ல வர, அவன் அவசரமாக இடைமறித்து, "மேலும் ஒரு வார்த்தை கூடப் பேசாதீர்கள். அப்படி எதுவும் இருந்தால் இங்கே வேண்டாம். என்னுடைய அறைக்கு வாருங்கள். ஏனென்றால் இன்று முழுவதும் நான் அதை விட்டு

அசைய மாட்டேன்” என்று கூறி விட்டு வேகமாகச் சென்றான்.

அடுத்து என்ன செய்வதென்று தெரியாமல் மூவரும் குழம்பி நிற்க, தலைமைக் காவலன் அங்கு வந்து சேர்ந்தான். நடந்தது பற்றி வின்சென்ஷியோ அவனிடம் முறையிட்டான்.

முடிவில் அவன், “ஐயா, அவனுக்கு வாழவும் தகுதி இல்லை. சாகவும் தகுதி இல்லை. அவன் கல் நெஞ்சக்காரன்” என்று கூறினான்.

அதைக் கேட்டு கொதித்துப் போன தலைமைக் காவலன் மற்ற இருவரையும் பார்த்து, “முட்டாள்களே... அவன் பின்னால் செல்லுங்கள். இப்போதே தூக்குமரத்திற்கு இழுத்து வாருங்கள்” என்று உத்தரவிட்டான். அவர்கள் பறந்தனர்.

“சாவுக்கு தயாராக இல்லாத ஐந்து அவன். எனவே இப்போது அவனுடைய தண்டனையை நிறைவேற்றுவது முறையற்றது என்றே நானும் எண்ணுகிறேன். உண்மையில் அவனுடைய இந்த மனநிலையில் (பாவ ஒப்புதல் செய்யாதிருக்கும் நிலையில்) அவனை அடுத்த உலகம் ஒன்றுக்கு அனுப்புவது நரகத்திற்கு அனுப்புவது போலவே ஆகும். ”

அதை ஆமோதிப்பது போல் லேசாகத் தலையசைத்த அவன், “தந்தையே. இங்கே இருக்கும் ரகோஸைன் என்ற கேடி விஷ ஜுரத்தால் காலையில் இறந்து விட்டான். அவன் மிக பிரபலமான கடல் கொள்ளையன். அவனுக்கும் கிளாடியோவின் வயதுதான். மேலும் இவனுடைய தலையும், தாடியும் கூட அவனைப் போலவே இருக்கிறது. பார்னடைன் நல்ல மனநிலைக்குத் திரும்பும் வரை அவனுடைய தண்டனையை ஒத்திவைத்து, அவனுடைய தலைக்குப் பதிலாக இவனுடைய தலையை ஆஞ்சலோவிடம் அனுப்பலாம் என நினைக்கிறேன். இதற்கு நீங்கள் என்ன சொல்கிறீர்கள்? அவனுடைய தலையை விட இவனது தலை கிளாடியோவை பெரிதும் ஒத்திருக்கிறது” என்றான்.

“ஓ... இது கடவுளே தந்த அரிய வாய்ப்பு போலத் தோன்றுகிறது. இதை நாம் நழுவ விடக்கூடாது. உடனடியாக அவனுடைய தலையை ஆஞ்சலோவிடம் அனுப்புங்கள். ஆஞ்சலோ ஏற்கனவே குறித்த

நேரம் நெருங்கிக் கொண்டிருக்கிறது. இதை உடனடியாக நிறைவேற்றி, ஆஞ்சலோவின் உத்தரவுப்படி தலை அனுப்பி வைக்கப்படுகிறதா என்று பாருங்கள். இதற்கிடையே நான் இந்த மரியாதை தெரியாத, இழிந்த பார்னடைனை மனமுவந்து மரணத்தை ஏற்கும்படி செய்ய முயற்சிக்கிறேன்”

“திருத்தந்தையே. இந்தத் திட்டம் உடனடியாக நிறைவேற்றப்படும். ஆனால் பார்னடைனும் கண்டிப்பாக இன்று மதியம் சாகத்தான் வேண்டும். அப்புறம் இன்னொரு சிக்கலும் இருக்கிறது. கிளாடியோவை நம்முடன் எப்படி வைத்துக் கொள்வது? அவன் இறக்கவில்லை என்றும், உயிரோடு இருக்கிறான் என்றும் தெரிய வந்தால் எனக்கு பயங்கர ஆபத்து”

“கவலைப்படாதீர்கள். நான் சொல்வது போல் செய்தால் எந்த ஆபத்தும் வராது. பார்னடைனையும், கிளாடியோவையும் இங்கே உள்ள ரகசிய அறைகளில் போடுங்கள். பூமியின் தென் பாதி கோளத்தில் வாழும் மக்களை வணங்குவதற்காக சூரியன் தன் அன்றாடப் பயணத்தை இரண்டு முறை மேற்கொள்வதற்கு முன்பாக உங்கள் பாதுகாப்பு உறுதி செய்யப்பட்டு இருப்பதைக் காண்பீர்கள்”

“தங்களையே முழுமையாக நம்பி இருக்கும் குற்றமற்ற மனிதன் நான்”

“நல்லது. உடனடியாக ரகோஸைனின் தலையை ஆஞ்சலோவிடம் அனுப்ப ஏற்பாடு செய்யுங்கள்”

அவன் புறப்பட்டான்.

‘நான் இனி ஆஞ்சலோவிற்கு கடிதம் எழுதுவேன். தலைமைக் காவலன் அதை எடுத்துச் சென்று அவனிடம் கொடுப்பான். அதன் மூலம் நான் நாடு திரும்பி விட்டேன் என்பதும், இப்போது தலைநகரை நெருங்கிக் கொண்டிருக்கிறேன் என்பதும் அவனுக்குத் தெரிய வரும். என்னுடைய மத குருக்களின் ஆணைப்படி நான் பொதுமக்கள் முன்னிலையில் நகருக்குள் பிரவேசிக்க வேண்டும் என்பதும் அதில் தெரிவிக்கப்பட்டு இருக்கும். நகரில் இருந்து சுமார் மூன்று மைல் தொலைவில் இருக்கும் புனித நீருற்று அருகே

நான் அவனைச் சந்திக்க வேண்டும் என்ற எனது விருப்பமும் அதில் இருக்கும். அனைத்து சம்பிரதாயங்களையும் முறையாகக் கடைப்பிடித்து, அவனுடன் நான் அங்கிருந்து மிக கவனமாக, முன்யோசனைப்படி ஒவ்வொரு அடியையும் எடுத்து வைப்பேன்...'

வின்சென்ஷியோ இவ்வாறு தனக்குள் பேசிக் கொண்டிருந்தபோது தலைமைக் காவலன் மீண்டும் வந்தான். அவன் கையில் ஒரு பெட்டகம் இருந்தது. அதில் என்ன இருக்கிறது என்பது வின்சென்ஷியோவிற்கு நன்றாகவே தெரியும்.

"ஐயா. இதில் ரகோஸைனின் தலை இருக்கிறது. நானே இதை ஆஞ்சலோவிடம் எடுத்துச் செல்வேன்" என்றான் அவன்.

"ஆம். அதுதான் சரியாக இருக்கும். ஆனால் சீக்கிரம் திரும்பி விடுங்கள். ஏனென்றால் நான் இன்னும் சில முக்கியமான விஷயங்கள் குறித்து உங்களிடம் விவாதிக்க வேண்டும். இது வேறு யாருக்கும் தெரியக் கூடாது"

"சரி. நான் போகிறேன். முடிந்த அளவு விரைவாகத் திரும்பி விடுகிறேன்"

அவன் விரைந்தான். அப்போது வேறு திசையில் இருந்து இசபெல்லாவின் குரல் காற்றில் மிதந்து வந்தது.

"இங்கே அமைதி உண்டாகட்டும். யாரேனும் இங்கே இருக்கிறீர்களா ஐயா...?"

'இது இசபெல்லாவின் குரல். தன்னுடைய சகோதரனுக்கு மன்னிப்புக் கிடைத்து விட்டதா இல்லையா என விசாரிப்பதற்காக வந்திருக்கிறாள். எப்படி இருந்தாலும் அவளுக்காக காத்திருக்கும் நற்செய்தியை இப்போது அவள் தெரிந்து கொள்ள விட மாட்டேன். அவள் முற்றிலும் எதிர்பாராத வேளையில் அவளுடைய துக்கம் சந்தோஷமாக மாற வேண்டும் என்பதற்காக நான் இவ்வாறு செய்வேன்...'

இப்படி அவன் எண்ணிக் கொண்டிருந்தபோது, "ஐயா... உங்களிடம்

பேச எனக்கு அனுமதி கொடுங்கள்" என்று கூறிக் கொண்டே அவள் வேகமாக உள்ளே நுழைந்தாள்.

"அழகும், அன்பும் நிறைந்த மகளே. காலை வணக்கம்"

"மகானைப் போன்ற நீங்கள் எனக்கு வணக்கம் சொல்வதால் இந்தக் காலைப் பொழுது எனக்கு இன்னும் சிறப்பு மிக்கதாக மாறட்டும். என்னுடைய சகோதரனின் மன்னிப்பு ஆணையை ஆஞ்சலோ வழங்கி விட்டாரா இல்லையா?"

அவன் எந்த உணர்வையும் வெளிக்காட்டாமல், "இசபெல்லா. உன்னுடைய சகோதரனை இந்த பூலோக வாழ்வில் இருந்து அவர் விடுவித்து விட்டார். அவனுடைய தலை துண்டிக்கப்பட்டு அவரிடம் அனுப்பப்பட்டு விட்டது" என்றான்.

உடனடியாக அவளுக்கு கண்ணீர் பொங்கியது. காதுகளைப் பொத்திக் கொண்ட அவள், "ஐயோ. அப்படி எதுவும் நடந்திருக்க முடியாது" என்றாள்.

"இல்லை. இது முற்றிலும் உண்மை. இப்போது மகளே... உன்னுடைய சகோதரனின் மரணச் செய்தியை உனக்குள் வைத்துக் கொண்டு, பொறுமையுடன் தாங்கிக் கொள்வதன் மூலம் உன் ஞானத்தை வெளிப்படுத்து"

"முடியாது. நான் இப்போதே ஆஞ்சலோவிடம் செல்வேன். அவனுடைய கண்களைப் பிடுங்குவேன்"

"அவனைப் பார்க்க அங்கே யாரும் உன்னை அனுமதிக்க மாட்டார்கள்"

"கிளாடியோ துரதிருஷ்டசாலி. நானோ நிராதரவானவள். இந்த உலகம் அநியாயமானது. அக்கிரமங்கள் நிறைந்தது. இரக்கமில்லாமல் சபிக்கப்பட வேண்டியவன் ஆஞ்சலோ"

"இது போன்ற வசை மொழிகள் எல்லாம் ஆஞ்சலோவை எதுவும் செய்யாது. உனக்கும் இதனால் நன்மை எதுவும் விளையப்

போவதில்லை. எனவே இப்படிப் பேசுவதை நீ நிறுத்த வேண்டும். கடவுளின் மீது பாரத்தைப் போட்டு விட்டு நான் சொல்வதை கவனமாகக் கேள். இப்போது நான் சொல்லும் ஒவ்வொரு வார்த்தையும் உண்மை என்பதை உணர்வாய். மேலும் இதில் உள்ள எந்த ஒரு சாதாரண விஷயமும் கூட மிகச் சரியாக இருக்கும். முக்கியச் செய்தி என்னவென்றால் பெரிய பிரபு நாளை வருகிறார். அழாதே. கண்ணீரைத் துடைத்துக் கொள். எங்களுடைய திருமடத்தைச் சேர்ந்த ஒரு பாதிரியாரிடம்தான் நமது பிரபு பாவ சங்கீர்த்தனம் செய்வது வழக்கம். அவர்தான் இந்தத் தகவலைத் தந்தார். எஸ்கலஸுக்கும், ஆஞ்சலோவிற்கும் அவர் ஏற்கனவே இதை தெரிவித்து விட்டார். தலைநகர நுழைவாயிலில் பிரபுவை வரவேற்கவும், அதிகாரங்களை அவரிடம் திரும்ப ஒப்படைக்கவும் அவர்கள் இருவரும் ஆயத்தமாகிக் கொண்டிருக்கிறார்கள். நான் விரும்பும் திசையில் நீ உன்னுடைய அறிவைச் செலுத்தினால் நல்ல வெகுமதி ஒன்றைப் பெறுவாய். அந்தச் சூழ்நிலையில், இந்த மானங்கெட்ட ஆஞ்சலோவின் விஷயத்தில் உன்னுடைய இதய ஆசை நிறைவேறுவதைக் காண்பாய். அதேவேளையில் பெரிய பிரபுவின் ஆசீர்வாதங்களும் உனக்குக் கிடைக்கும். அப்போது நீ ஆசை தீர பழி தீர்த்துக் கொள்ளலாம். பொதுமக்களும் உனக்கு மிகுந்த மரியாதை அளிப்பார்கள்"

"உங்களுக்கு கீழ்ப்படிந்து நீங்கள் காட்டும் திசையில் நடப்பேன்"

"ம்... இப்போது நீ இந்தக் கடிதத்தை எடுத்துச் சென்று பாதிரியார் பீட்டரிடம் கொடு. பிரபுவின் வருகையைப் பற்றி எனக்கு அவர் எழுதிய அதே கடிதம்தான் இது. உன் மூலம் நான்தான் அவருக்கு ஒரு தகவல் அனுப்பி இருக்கிறேன் என்பதைக் காட்டும் சான்றாக இது இருக்கட்டும். மரியானாவின் வீட்டில் இன்றிரவு நான் அவரைச் சந்திக்க விரும்புகிறேன் என அவரிடம் சொல். நான் அவரிடம் மரியானாவின் துயரம் பற்றிக் கூறுவேன். உன்னுடைய சோகம் பற்றியும் விரிவாக எடுத்துரைப்பேன். அப்புறம் உங்கள் இருவரையும் அவர் பெரிய பிரபுவிடம் அழைத்துச் செல்வார். அங்கே நீங்கள் ஆஞ்சலோ முன்பாகவே அவனைப் பற்றி பிரபுவிடம் நேரடியாக ஒன்று விடாமல் கூறலாம். சரி. பாதிரியார் பீட்டரிடம் உடனே செல். இனிமேலும் கண்ணீர் சிந்தாதே. இதயம் லேசானது போல் உணர்வாயாக. உன் வாழ்க்கைப் பாதையில் எந்த விதத்திலும் நான்

161

இடையூறாக இருந்தால் பிறகு என் மதத்தின் புனிதத்தில் ஒருபோதும் நம்பிக்கை வைக்காதே”

பேசிக் கொண்டிருக்கும்போதே அங்கு யாரோ வரும் அரவம் கேட்க, “யார் வருவது?” என்று குரல் கொடுத்தான் அவன்.

சற்றே தயங்கியபடி அங்கு வந்த லூசியோ, “வணக்கம் ஐயா. நான் தலைமைக் காவலரைத் தேடி வந்தேன்” என்றான்.

“அவர் இங்கே இல்லை”

அவன் இசபெல்லாவைப் பார்த்தான். அவனுக்கு அவளுடைய நிலைமை புரிந்தது.

“ஓ அழகிய இசபெல்லா… அழுது அழுது உன் கண்கள் சிவந்திருப்பதைப் பார்க்கும்போது மயக்கம் வரும் உணர்வுதான் இதயத்தில் உண்டாகிறது. நீ பொறுமையாக இருக்க வேண்டும். மலிவான தானியங்களால் செய்த ரொட்டி மற்றும் தண்ணீர் மட்டுமே எனக்கு அவ்வப்போது உணவாகக் கிடைக்கிறது. அதை வைத்தே என்னால் திருப்தி அடைந்து விட முடியும். ஆனால் நான் என்னுடைய தலையை காப்பாற்ற விரும்பும்போது என் வயிற்றை நிரப்ப நான் துணிய மாட்டேன். ஏனென்றால் ஒருவேளை நல்ல உணவும் கூட என்னுடைய பாலியல் இச்சைகளைத் தூண்டி தவறிழைக்க வைத்து விடும். வின்சென்ஷியோ பிரபு நாளை வருவதாகச் சொல்கிறார்கள். சத்தியமாக நான் உன் சகோதரனை மிகவும் நேசித்தேன். தான் விரும்பும் பெண்களை ரகசிய இடங்களில் சந்திக்கும் பழக்கமும், நிலையில்லா புத்தியும் கொண்ட அந்தக் கிழட்டு பிரபுவின் ஒவ்வொரு அசைவும் குறித்து இப்போது எதுவும் தெரியவில்லை. அவர் மட்டும் இருந்திருந்தால் உன்னுடைய சகோதரனுக்கு மரண தண்டனை கிடைத்திருக்காது. எனவே அவன் இப்போது உயிரோடு இருந்திருப்பான்”

அவளால் எதுவும் பேச முடியவில்லை. மௌனமாக அந்த இடத்தை விட்டு அகன்றாள். அடுத்து வின்சென்ஷியோ அவனிடம் தணிந்த குரலில் பேசத் தொடங்கினான்.

"தம்பி... பெரிய பிரபுவைப் பற்றி நீ கூறும் தகவல்கள் எல்லாம் அவருக்கு எந்த விதத்திலும் பெருமை சேர்ப்பதாக இல்லை. எனவே அவர் உன்னிடம் நன்றி பாராட்ட எந்த முகாந்திரமும் இல்லை. அவரைப் பற்றி நீ தரும் குறிப்புகள் எல்லாம் அவருடைய வாழ்க்கை முறைகளுடன் சிறிதும் பொருந்தவில்லை. இந்தச் சூழ்நிலையின் சிறப்பு அம்சமே அதுதான்"

"தந்தையே... பெரிய பிரபுவைப் பற்றி எனக்குத் தெரிந்த அளவிற்கு உங்களுக்கு நிச்சயம் தெரியாது. நீங்கள் நினைப்பது போல் அவர் நல்லவர் இல்லை. அவர் மிகச் சிறப்பாக பெண்களை வேட்டையாடுபவர்"

தன்னைப் பற்றி எப்படியெல்லாம் கதை கட்டி விட்டிருக்கிறார்கள் என்பதை எண்ணி மீண்டும் மனம் வருந்திய வின்சென்ஷியோ, "நல்லது. அவரைப் பற்றி நீ இப்படியெல்லாம் பேசுவதற்காக ஒருநாள் பதில் சொல்லியே ஆக வேண்டும். வருகிறேன்" என்று கூறியபடி நடந்தான்.

"ஐயா இருங்கள். நானும் உங்களுடன் வருகிறேன். பிரபுவைப் பற்றி நான் உங்களுக்கு சில கிளுகிளுப்பான கதைகளைச் சொல்ல விரும்புகிறேன்"

"நீ ஏற்கனவே அவரைப் பற்றிய சொல்லிய கதைகள் எல்லாம் உண்மை என்றால் அதுவே மிக அதிகம். பொய் என்றால் இதைப் போல நீ இன்னும் சொல்லப் போகும் கதைகள் போதாது"

"ஒரு பெண்ணை கர்ப்பிணி ஆக்கியதற்காக நான் ஒருமுறை அவர் முன்னால் விசாரணைக்காக நிறுத்தப்பட்டேன்..."

"உண்மையிலேயே நீ அந்தக் குற்றத்தை செய்திருந்தாயா?"

"ஆம். கன்னி மேரி ஆணையாகச் சொல்கிறேன். உண்மையில் நான் குற்றவாளிதான். ஆனால் சத்தியப் பிரமாணம் செய்து அதை மறுப்பதன் மூலம் அளவிலா ஆனந்தம் அடைந்தேன். ஏனென்றால், நான் குற்றத்தை ஒப்புக்கொள்ளும் பட்சத்தில் அழுகிய பழம் போன்ற அந்தக் கழிசடையை (ஒரு விலைமாதுவிற்கு எந்த விதத்திலும்

குறையாதவளை) எனக்கே திருமணம் செய்து வைத்திருப்பார்கள்”

“வெளியே வசீகரமாகக் காட்சி அளித்து, இனிமையாகப் பேசும் நீங்கள் உள்ளே குப்பையாக இருக்கிறீர்கள். ம்... போய் ஒய்வெடுங்கள்”

வின்சென்ஷியோ நடக்கத் தொடங்கினான். அவனும் கூடவே நடந்தான்.

“ஐயா... நிச்சயமாக இந்தத் தெரு முனை வரை நானும் உங்களோடு வருவேன். ஆபாசப் பேச்சுக்கள் உங்கள் மனதைப் புண்படுத்துகின்றன என்றால் அதை விட்டு விடுவோம். பாதிரியார் அவர்களே, நீங்கள் அவ்வளவு சுலபத்தில் என்னை உதற முடியாது. இந்த விஷயத்தில் நீங்கள் என்னை ஒட்டி ஊசலாடிக் கொண்டிருக்கும் ஒரு தூசியுடன் ஒப்பிடலாம்” என்று சொல்லிக் கொண்டே அவன் பின்னால் சென்றான்.

வின்சென்ஷியோவிற்கு வேறு வழியில்லை. எதுவும் பேசாமல் வேகமாக நடந்தான்.

14

ஆஞ்சலோ-எஸ்கலஸ் விவாதம்

தன்னுடைய மாளிகையில் தனி அறையில் ஆஞ்சலோ அமர்ந்திருந்தான். எதிரே எஸ்கலஸ் இருந்தான். முன்னால் இருந்த மேசையின் மீது உண்மை ஆட்சியாளன் (வின்சென்ஷியோ) அனுப்பிய கடிதங்கள் இருந்தன. ஆஞ்சலோ தீவிர சிந்தனையில் இருந்தான்.

இறுதியாக வந்த கடிதம் ஒன்றை அப்படியும் இப்படியும் புரட்டிப் பார்த்த எஸ்கலஸ், "பிரபு... அவர் அனுப்பி இருக்கும் ஒவ்வாரு கடிதமும் முந்தைய கடிதத்தில் இருந்து பெரிதும் முரண்படுகிறது" என்றான்.

"ம்... ஒவ்வொரு கடிதமும் ஒன்றோடொன்று முரண்படுவதுடன் கோர்வையின்றியும், சம்பந்தமில்லாமலும் இருக்கிறது. அவருடைய செயல்பாடுகள் அவரை அநேகமாக பைத்தியம் என்றே எண்ண வைக்கின்றன. அவர் சித்தம் கலங்கிப் போகாமல் இருக்க நாம் கடவுளை வேண்டிக் கொள்வோம். அரசு அதிகாரங்களை திரும்ப ஒப்படைப்பதற்கு அவர் ஏன் நகர நுழைவாயிலுக்கு வந்து தன்னைச் சந்திக்கச் சொல்கிறார்?"

"ஏன் என்று என்னாலும் யூகிக்க முடியவில்லை"

"அவர் நகரத்திற்குள் நுழையும் நேரத்திற்கு ஒரு மணி நேரம் முன்பாக அவரது வருகையைப் பற்றி மக்களுக்கு அறிவித்து, யாருக்காவது அநீதி இழைக்கப்பட்டிருந்தால் நேரடியாகக் கூறலாம் என்றும், உடனடியாக தீர்வு வழங்கப்படும் என்றும் அறிவிக்க உத்தரவிட்டு இருக்கிறார். அதாவது மக்கள் தங்கள் புகார் மனுக்களை பகிரங்கமாக அவரிடம் சமர்ப்பிக்க வேண்டுமாம். நமக்கு ஏன் இப்படி ஒரு ஆணை இட்டுள்ளார்?"

"இதற்கான காரணத்தை அவரே குறிப்பிட்டு இருக்கிறார். பிற்காலத்தில் பாதிக்கப்பட்டவர்களின் சூழ்ச்சியில் இருந்து உங்களையும், என்னையும் காக்க வேண்டும் என்பதற்காக அவர்களுடைய குறைகளை உடனடியாக நிவர்த்தி செய்ய விரும்புகிறார். புகார்களுக்கு தீர்வு உடனே கிடைத்து விட்டால், பாதிக்கப்பட்டவர்கள் பின்னாளில் நமக்கு எதிராகத் திரும்புவதற்கு எந்தக் காரணமும் இருக்காது"

"நல்லது. நாளை காலை குறித்த நேரத்தில் இந்த அறிவிப்பை வெளி யிடுமாறு உங்களை வேண்டிக் கொள்கிறேன். உங்களை நான் உங்கள் இல்லத்திற்கே வந்து சந்திப்பேன். பிரபுவை வரவேற்க வேண்டிய மற்ற உயர் அதிகாரிகள் மற்றும் அவர்களுடைய பணியாளர்கள் அனைவருக்கும் தகவல் கொடுத்து விடுங்கள்"

"உத்தரவு ஐயா. வருகிறேன்" என்று கூறி அவன் புறப்பட ஆஞ்சலோ, "நல் இரவு" என வாழ்த்தி அவனுக்கு விடை கொடுத்தான்.

எஸ்கலஸ் சென்றதும் அவன் கண்களை மூடிக் கொண்டான். அவன் மனம் அளவற்ற சஞ்சலம் அடைந்திருந்தது. குற்ற உணர்வுகள் குடைந்தன. அற்ப சுகத்துக்காக தான் செய்த காரியம் வெளியே தெரிந்தால் என்ன ஆகும் என்ற அச்சம் அவனுக்குள் தோன்றி இருந்தது.

'நான் செய்த காரியம் என்னை நிலைகொள்ளாமல் தவிக்க வைக்கிறது. என்னைச் சுற்றி என்ன நடக்கிறது என்பதையே புரிந்து கொள்ள இயலாதபடி அது என்னை ஆக்கிவிட்டது. மேலும் அனைத்து நிகழ்வுகளையும் மௌனமாக வேடிக்கை பார்த்துக் கொண்டிருக்கும்படி செய்து விட்டது...

'... பெரிய மனிதன் ஒருவனால் ஒரு பெண்ணின் கற்பு களவாடப்பட்டு

விட்டது. சட்டத்தை நடைமுறைப்படுத்த வேண்டிய பொறுப்பில் அவன் இருக்கிறான். அந்தச் சட்டம் இது போன்ற குற்றத்திற்கு மரண தண்டனை விதிக்கிறது. அந்தப் பெண் இப்போது தாராளமாக என்னை கேவலப்படுத்த முடியும். ஆனால் கற்பைப் பறிகொடுத்ததை வெளியே கூற முடியாத வண்ணம் அவளுடைய தன்னடக்கமும், தன்மான உணர்ச்சியும் தடுத்தால்தான் உண்டு...

'... மேலும் தன்மானம் மட்டுமே அவளைத் தடுப்பதற்கான காரணமாக இருக்க முடியாது. அவளுடைய பகுத்தறிவும் கூட அவ்வாறு செய்ய விடாமல் அவளைத் தடுக்கும். ஏனென்றால் என்னுடைய அந்தரங்கம் பற்றிய அவதூறுகள் எதையும் நம்ப முடியாமல் ஆக்கும் ஆற்றல் எனது உயர்ந்த அரசு அதிகாரத்திற்கு உண்டு. மாறாக என்னைக் களங்கப்படுத்த முயலும் ஒருவன் அல்லது ஒருத்திக்குத்தான் அவப்பெயர் உண்டாகும்...

'... தன் சகோதரியின் கற்பை காணிக்கை ஆக்கியதற்காக அவனுடைய (கிளாடியோ) வாழ்க்கையை நான் பாதுகாத்து இருக்கலாம். ஆனால் அந்த வாழ்க்கை களங்கம் நிறைந்த ஒன்றாகவே ஆகி இருக்கும். அவமானத்துடன் வாழச் செய்ததற்காக, ஆபத்தான விரோதம் மற்றும் ஒழுக்கமில்லா வாலிப வெறியுடன் இனி வரும் காலங்களில் என்னைப் பழி வாங்குவான் என்ற அச்சம் எனக்கு அப்போது இருந்தது. அந்த அச்சம் மட்டும் இல்லாதிருந்தால் அன்றே அவனை மன்னித்திருப்பேன். எனவே அவன் இப்போது உயிரோடு இருந்திருப்பான். இப்போதும் கூட அவனை மன்னித்து, உயிர் வாழ விட்டிருக்கலாமே என்றுதான் எண்ணுகிறேன். ஐயோ... ஒருமுறை நாம் கருணையை தொலைத்து விட்டால் பிறகு எல்லாமே தவறாகப் போய் விடுகிறது. இது போன்ற நேரங்களில் நாம் ஏதோ ஒன்றை விரும்புகிறோம். பிறகு அதை விரும்புவதும் இல்லை. தவறு செய்து விட்டதாக நினைக்கிறேன். நான் செய்தது சரிதான் என்றும் எண்ணுகிறேன்...'

அவன் மனம் அலைபாய்ந்தது. பெருமூச்செறிந்தான். பிறகு மெதுவாக எழுந்து ஓய்வறையை நோக்கி நடந்தான்.

15

அடுத்தகட்ட நடவடிக்கை

மடாலயத்தில் லாடவிக் பாதிரியாரின் தனி அறை.

வின்சென்ஷியோவும், பாதிரியார் பீட்டரும் பேசிக் கொண்டே உள்ளே நுழைந்தனர். வின்சென்ஷியோ இப்போது பாதிரியார் வேடத்தை கலைத்து விட்டு தன்னுடைய உண்மை உருவில் இருந்தான். அவனுக்கு புதிய அவதாரம் எடுத்தது போலவே இருந்தது.

"தந்தையே... சரியான நேரத்தில் இந்தக் கடிதங்களை என்னிடம் ஒப்படையுங்கள். என்னுடைய நோக்கமும், திட்டமும் தலைமைக் காவலனுக்கு நன்றாகத் தெரியும். விஷயம் வெளியே வரும்போது நான் உங்களுக்கு தந்திருக்கும் குறிப்புகள் அனைத்தையும் நீங்கள் சரியாக பின்பற்ற வேண்டும். மேலும், நான் விசேஷமாக வகுத்திருக்கும் இந்தத் திட்டத்தின் ஒவ்வொரு அங்கத்திலும் நேரம் தவறாமை அவசியம். இந்த திட்டத்தில் சூழ்நிலை காரணமாக சில சமயங்களில் திசை மாற்றம் தேவையாக இருந்தாலும் கூட அதை கண்டிப்பாகத் தவிர்க்க வேண்டும். இப்போது நீங்கள் தயவு செய்து ஃபிளேவியஸ் வீட்டுக்குச் சென்று அவனைப் பாருங்கள். நான் எங்கே இருக்கிறேன் என்பதை அவனுக்கு தெரியப்படுத்துங்கள். வேலன்சியஸ், ரவ்லேண்ட், கிராசஸ் ஆகியோருக்கும் அதே செய்தியை கூறுங்கள். அவர்களிடம் துந்துபிகளை இசைக்கும்

வாத்தியக் குழுவினரையும் நகர நுழைவாயிலுக்கு அழைத்து வரச் சொல்லுங்கள். ஆனால் முதலில் ஃபிளேவியஸை என்னை வந்து பார்க்கச் சொல்லுங்கள்"

"உங்கள் ஆணைகளை நான் உடனடியாக நிறைவேற்றுவேன்"

அவர் வெளியேறினார். அதே நேரத்தில் வின்சென்ஷியோவின் நண்பன் வாரியஸ் உள்ளே வந்தான். குறித்த நேரத்தில் வந்ததால் அவன் அகமகிழ்ந்தான்.

"வாரியஸ்... சிறிதும் தாமதமின்றி இங்கு வந்து சேர்ந்ததற்கு நன்றி. வா... சிறிது நேரம் நாம் காலாற நடப்போம். இன்னும் சில நண்பர்கள் நம்மை வாழ்த்துவதற்காக விரைவில் வருவார்கள். வா போகலாம்"

அவர்கள் அந்த அறையை விட்டு வெளியே வந்து நடக்கத் தொடங்கினர்.

16

வழிகாட்டிய பீட்டர் பாதிரியார்

வியன்னா நகர நுழைவாயில் அருகே இருந்த தெரு ஒன்றில் இசபெல்லாவும், மரியானாவும் சந்தித்தனர். இருவரையும் ஒருவித பதற்றம் தொற்றி இருந்தது. இசபெல்லா மரியானாவின் கரங்களைப் பற்றிக் கொண்டாள்.

"பாதிரியார் சொல்வது போல் நடந்த விஷயங்களை எல்லாம் இப்படி மறைமுகமாகக் கூறுவதற்கு எனக்குத் தயக்கமாக இருக்கிறது. நான் துணிந்து உண்மையைப் போட்டு உடைத்து விடுவேன். ஆஞ்சலோ மீதான புகார்களை முன்வைக்க வேண்டியது உன்னுடைய பொறுப்புதான். இருந்தாலும் பாதிரியார் என்னையே குற்றச்சாட்டுகளை கூறும்படி சொல்லி இருக்கிறார். ஏனென்றால் தற்சமயம் தனது உள்நோக்கத்தை முழுதாக மறைக்க விரும்புகிறார்"

"ஆம். அவர் சொல்வது போலத்தான் நீ நடக்க வேண்டும்"

"மேலும் அவர் எல்லோர் முன்னிலையிலும் எனக்கு எதிராகவோ, எதிராளிக்கு சாதகமாகவோ பேச நேர்ந்தால் அதற்காக நான் அதிர்ச்சி அடையக் கூடாது என்றும் கூறி உள்ளார். ஏனென்றால் என்னை நிந்திப்பது கசப்பு மருந்தாக செயல்படும் என்றும், ஆனால் அதன் விளைவுகள் இனிப்பாக இருக்கும் என்றும் அறிவுறுத்தி

இருக்கிறார்"

"பாதிரியார் பீட்டர்..." என்று அவள் ஏதோ சொல்ல வர இசபெல்லா அவசரமாகக் குறுக்கிட்டு, "அமைதியாக இரு. அவரே இங்கு வருகிறார்" என்றாள்.

அவள் அந்த திசையைப் பார்க்க பாதிரியார் பீட்டர் ஆசீர்வதிப்பது போல் வலது கரத்தை உயர்த்தியபடி அவர்களை நெருங்கினார். அவர்கள் அவரை வணங்கினார்கள்.

அடுத்த கட்ட நடவடிக்கைகள் குறித்து அவர் விளக்கினார்.

"பிள்ளைகளே. என்னுடன் வாருங்கள். மகாபிரபு வரும்போது நீங்கள் நிற்க வேண்டிய இடத்தை மிகப் பொருத்தமாக தேர்வு செய்திருக்கிறேன். அந்த இடம் நீங்கள் அவரைப் பார்த்து பேசுவதற்கு மிக உகந்ததாக இருக்கும். அந்த இடத்தில் அவர் உங்களைத் தவிர்த்து விட்டு கடந்து செல்லவே முடியாது. துந்துபிகள் ஏற்கனவே இரண்டு முறை முழங்கி விட்டன. குடிமக்களில் உயர்ந்தவர்களும், நேர்மையானவர்களும் நுழைவாயிலுக்கு அருகே உள்ளே இருக்கைகளில் அமர்ந்து விட்டனர். பிரபு இப்போது நகருக்குள் காலடி எடுத்து வைக்க இருக்கிறார். இனியும் அவர் காலம் தாழ்த்த வாய்ப்பில்லை. புறப்படுங்கள். என்னோடு வாருங்கள்"

அவர்கள் மூவரும் விரைந்தனர்.

17

இறுதித் தீர்ப்பு

நகர நுழைவாயில் அற்புதமாக அலங்கரிக்கப்பட்டு இருந்தது. உண்மை ஆட்சியாளனை வரவேற்க வியன்னா நகர மக்கள் அங்கே பெருந்திரளாக கூடி இருந்தனர். ஆஞ்சலோவும், எஸ்கலஸும் பணியாளர்களுடன் வின்சென்ஷியோவிற்காக காத்திருந்தனர். பாதிரியார் பீட்டர் குறித்திருந்த இடத்தில் அவருடன் இசபெல்லாவும், மரியானாவும் நின்றிருந்தனர்.

சில நிமிடங்களில் அரசு அலுவலர்கள், படை வீரர்கள் புடைசூழ வின்சென்ஷியோ குதிரைகள் பூட்டிய தன்னுடைய விசேஷ வண்டியில் வந்திறங்கினான். அடுத்த கணம், "வியன்னா பிரபு வாழ்க" என்ற கோஷம் விண்ணைப் பிளந்தது. தன் நாட்டு மக்களின் அன்பைக் கண்டு அகமகிழ்ந்த வின்சென்ஷியோ அவர்களைப் பார்த்து கையசைத்தான். ஆஞ்சலோவும், எஸ்கலஸும் அவனை நெருங்கி வணக்கம் கூறினர். அவன் புன்னகைத்தான்.

"ஆஞ்சலோ... தகுதியும், திறமையும் வாய்ந்த அருமைச் சகோதரனே... இறுதியில் நாம் அனைவரும் சந்தித்து விட்டோம். எஸ்கலஸ்... எனது பழம்பெரும் நண்பனே... உங்களை எல்லாம் பார்ப்பதில் நான் பெருமகிழ்ச்சி அடைகிறேன்"

அவர்கள் இருவரும், "மேன்மை தங்கிய பிரபுவிற்கு இது மகிழ்ச்சிகரமான வரவாக அமைய விரும்புகிறோம்" என ஒரே குரலில் பதில் அளித்தனர்.

"உங்கள் இருவருக்கும் என் இதயங்கனிந்த நன்றி. நான் உங்களைப் பற்றி விசாரித்தேன். உங்களுடைய நீதி பரிபாலனம் குறித்து எனக்கு நல்ல விதமாகவே தகவல்கள் வந்தன. உங்களுடைய சேவை பற்றி பொதுமக்களிடம் இப்போது எடுத்துரைக்க என் மனம் என்னைத் தூண்டுகிறது. அப்போதுதான் அவர்களும் உங்களுக்கு நன்றி கூற முடியும்"

"பிரபு அவர்களே... இதன் மூலம் நீங்கள் என்னை மேலும் நன்றிக்கடன் பட்டவனாக ஆக்குகிறீர்கள்" என்றான் ஆஞ்சலோ.

"ஓ... ஆனால் உன்னுடைய நற்பண்புகள் தம்மைத் தாமே உரக்க வெளிப்படுத்துகின்றன. வெளியே தெரியாத என்னுடைய அன்பு எனும் சிறையில் அந்த நற்குணங்களை நான் மறைத்தால் அது பெரும் அநீதியாகவே இருக்கும். பொன்னெழுத்துக்களில் பொறிக்க வேண்டிய அளவிற்கு உனது நல்லியல்புகள் எல்லாம் நிலையான புகழுக்கு தகுதி படைத்தவையாக இருக்கின்றன. காலத்தால் அழிக்க முடியாத கோட்டைக்குள் அவை பூட்டிப் பாதுகாக்கப்பட வேண்டியவை. மேலும் மறதியின் ஆற்றல்களால் அவற்றை அழிக்கவே இயலாது. நான் உனக்கு கை கொடுக்க ஆசைப்படுகிறேன். இந்த வெளிப்புற மற்றும் முறையான மரியாதையால் உன்னுடைய நற்பண்புகளை உள்ளூரக் கொண்டாடும் என் மன உணர்வுகளை இந்த மக்கள் அறிந்து கொள்ளட்டும்"

இவ்வாறு அவனிடம் கூறிய வின்சென்ஷியோ எஸ்கலஸைப் பார்த்து, "வா எஸ்கலஸ். இந்தப் பக்கம் நீயும் என்னுடன் நடந்து வர வேண்டும். நீங்கள் இருவரும் என்னுடைய நல்ல துணைவர்கள்" என்று கூறிக் கொண்டே முன்னால் அடியெடுத்து வைக்க, பாதிரியார் பீட்டரும், இசபெல்லாவும் வேகமாக அவன் முன்னால் வந்து மிகப் பணிவுடன் வணங்கினர்.

அப்போது முற்றிலும் புதியவர்களைப் பார்ப்பது போல் அவன் தன் முகபாவத்தை வெளிப்படுத்தினான். ஆஞ்சலோ அவர்களைக் கண்டு அதிர்ச்சி அடைந்தான். லூசியோ சற்றுத் தொலைவில் நின்று நடப்பதைப் பார்த்துக் கொண்டிருந்தான்.

பீட்டர் பாதிரியார் இசபெல்லாவிடம், "நீ பேச வேண்டிய நேரம் இதுதான். உரத்த குரலில் பேசு. முதலில் பிரபுவின் முன்னால் மண்டியிடு" என அறிவுறுத்தினார்.

அவ்வாறே செய்த அவள், "மேன்மை தங்கிய பிரபு... நீதி கேட்டு வந்திருக்கிறேன். கீழே பாருங்கள். தவறிழைக்கப்பட்ட ஓர் அபலையைக் காணுங்கள். அவளை நான் மகிழ்ச்சியுடன் கன்னி என்றே வர்ணிப்பேன். மதிப்பு மிக்க இளவரசே... நான் எனது உண்மையான புகாரை முழுதாகக் கூறி முடித்து, நீங்கள் எனக்கு நீதி வழங்கும் வரை உங்கள் பார்வைகளை வேறு பக்கம் செலுத்தி தயவு செய்து உங்களுடைய விழிகளை களங்கப்படுத்தாதீர்கள். எனக்கு நீதி வேண்டும். எனக்கு நீதி வேண்டும். எனக்கு நீதி வேண்டும்"

மக்கள் கூட்டம் அமைதியாக வேடிக்கை பார்த்துக் கொண்டிருந்தது.

'என்ன இது?' என்பது போல் ஆஞ்சலோவையும், எஸ்கலஸையும் பார்த்தான் வின்சென்ஷியோ. ஆஞ்சலோ திருதிருவென விழித்தான். அவனுடைய நா வறண்டது. அனைத்தையும் ஓரக்கண்ணால் கவனித்த வின்சென்ஷியோ அவளைக் கனிவுடன் விசாரித்தான்.

"பெண்ணே... உனக்கு என்ன கொடுமைகள் நேர்ந்தது என்பது பற்றிக் கூறு. என்ன விதத்தில் உனக்கு அநீதி இழைக்கப்பட்டது என்பதை விளக்கு. யார் உனக்கு தீங்கு செய்தார்கள்? சுருக்கமாகச் சொல். இதோ ஆஞ்சலோ பிரபு இங்கே இருக்கிறார். அவர் உனக்கு நீதி வழங்குவார். உன்னுடைய குறைகளை அவரிடம் கூறு"

அவள் ஒரு கணம் ஆஞ்சலோவை பார்வையாலேயே எரித்தாள். அழுகை குமுறிக் கொண்டு வந்தது. என்றாலும் கட்டுப்படுத்திக் கொண்டு, "பெருமை வாய்ந்த பிரபு... எனக்குத் தேவையான நிவாரணத்தையும், விமோசனத்தையும் சைத்தானிடம் இருந்து பெறுமாறு நீங்கள் கூறுகிறீர்கள். என்னுடைய குற்றச்சாட்டுக்களை நீங்கள்தான் கேட்க வேண்டும். மற்றவர்களிடம் சொன்னால் நான் சொல்வது பொய் என்றாகி அதற்காக இறுதியில் நானே மீண்டும் தண்டிக்கப்பட ஏதுவாகும். அல்லது அது எனக்கு நேர்ந்த கொடுமைக்காக வெறும் இழப்பீடு மட்டும் தரும்படி உங்களை உத்தரவிடச் செய்து விடும். ஐயோ... எனக்கு செவி சாயுங்கள். என்னுடைய மன்றாட்டை கேளுங்கள்" என கதறினாள்.

அவன் அதிர்ச்சி அடைந்தது போல் அவளையும், ஆஞ்சலோவையும் மாறி மாறி பார்த்தான். புருவத்தை நெறித்தான். ஆஞ்சலோ அவசரமாகக் குறுக்கிட்டான்.

"பிரபு... இவள் சித்தம் கலங்கிப் போய் பேசுகிறாளோ என அஞ்சுகிறேன். தன்னுடைய சகோதரனை மன்னித்து விடுதலை செய்யும்படிக் கேட்டு இவள் என்னிடம் வந்தாள். ஆனால் என்னால் அவளுடைய கோரிக்கையை ஏற்க முடியவில்லை. ஏனென்றால் நம்முடைய சட்டம் அதற்கு இடம் தரவில்லை"

கொதித்துப் போன இசபெல்லா எழுந்தாள். "சட்டம்தான் என்னுடைய கோரிக்கையை நிராகரிக்கச் செய்தது என்று நீங்கள் எப்படிக் கூறுவீர்கள்?" என்று சீறினாள்.

வின்சென்ஷியோவிடம் அவன், "இனி அவள் வெறுப்பைக் கக்குவாள். வினோதமாகவும் பேசுவாள்" என்றான் நிதானமாக.

இசபெல்லா அவனை புழுவைப் போல் பார்த்தாள். அவன் தலைகுனிந்தான். பொதுமக்கள் அங்கே நடப்பதை வியப்புடன் பார்த்துக் கொண்டிருந்தனர். அவள் வெடித்தாள்...

"ஆம். நான் மிக வினோதமாகத்தான் பேசுவேன். அதேவேளையில் மிக உண்மையாகத்தான் பேசுவேன். ஆஞ்சலோவிடம் பொய்ச் சத்தியம் செய்யும் குற்றம் உள்ளது என்று நான் கூறினால் என்னுடைய தரப்பில் அது வினோதமாக இருக்காது? ஆஞ்சலோ ஒரு கொலைகாரன் என நான் சொன்னால் அதுவும் வினோதமாக இருக்காது? ஆஞ்சலோ கள்ள உறவு கொள்பவன், நயவஞ்சகன், கன்னிப் பெண்களை வசியம் செய்பவன் என்று குற்றம் சாட்டினால் அதுவும் வித்தியாசமாக இருக்காது? இவையெல்லாமே வினோதம்தானே? இன்னும் வினோதம்தானே?"

சற்றே யோசிப்பது போல் பாவனை செய்த வின்சென்ஷியோ, "கண்களுக்கு புலப்படுவதை விட அது இன்னும் பத்து மடங்கு அதிக விசித்திரமாகவே இருக்கிறது" என்றான்.

"இந்த மனிதன் ஆஞ்சலோ என்பது உண்மை. நான் இவரைப் பற்றி சொன்னதெல்லாம் அதை விட உண்மை. மேலும் இந்தக்

குற்றச்சாட்டுக்கள் எல்லாம் எந்த அளவிற்கு வினோதமாக இருக்கிறதோ அந்த அளவிற்கு உண்மையும் கூட. எனது வாக்குமூலங்கள் எல்லாம் பத்து மடங்கு உண்மை. ஏனென்றால் உண்மை எப்போதுமே உண்மைதான். அத்துடன் அதற்கு ஓர் எல்லையும் கிடையாது"

வின்சென்ஷியோ மற்ற அதிகாரிகளைப் பார்த்து, "இந்தப் பெண்ணை அப்புறப்படுத்துங்கள். சோகமான பெண். புத்தி பேதலித்துப் போய் இப்படிப் பேசுகிறாள்" என்று கூறினான்.

"ஐயோ பிரபு... மனிதர்களுக்கு இந்தப் பூவுலகம் அளிக்கக் கூடிய சௌகரியங்களில் இருந்து மாறுபட்ட சௌகரியத்தை வழங்கும் விண்ணுலகின் மீது நீங்கள் வைத்திருக்கும் நம்பிக்கையின் பெயரால் நான் முறையிடுகிறேன். நான் பைத்தியம் பிடித்துப் போய் உளறுகிறேன் என்று எண்ணி மட்டும் என்னை உதாசீனம் செய்யாதீர்கள். நான் இவரைப் பற்றிக் கூறியதெல்லாம் யதார்த்தத்திற்கு முரணானது என நீங்கள் கருதலாம். ஆனால் அது சாத்தியம் இல்லை என்று மட்டும் நினைக்காதீர்கள். சாதுவாக, நீதிமானாக, நேர்மையானவனாக, நம்பத் தகுந்தவனாக, உறுதியானவனாக இந்த ஆஞ்சலோவைப் போல் காட்சி அளிக்கும் ஒருவன் உலகிலேயே மிகக் கொடியவனாக இருப்பது சாத்தியமே. அரசு அலங்காரங்கள், அரசு பதக்கங்கள், அரசுப் பட்டங்கள் மற்றும் அரசு மரியாதைகள் புடைசூழ இருந்தாலும் இந்த மனிதன் ஆஞ்சலோதான் உலகின் முதன்மைக் கயவனாக இருக்கக் கூடும். மேன்மை தங்கிய பிரபு... என்னை நம்புங்கள். என்னுடைய வர்ணனைக்கு இவர் குறைந்தவர் என்றால் இப்படி ஒருவர் உலகிலேயே இல்லை என்றுதான் அர்த்தம். ஆனால் உண்மையில் இவர் நான் விவரித்ததை விட மோசமானவர். அநியாயத்தை விளக்க எனக்கு இன்னும் ஆயிரம் வார்த்தைகள் கிடைத்தால் மட்டுமே இவருடைய கொடுமையை நான் சரியாக வர்ணிக்க முடியும்"

"இந்தப் பெண்ணுக்கு பைத்தியம் பிடித்திருக்கிறது என்றே எண்ணுகிறேன். ஆனால் என்னுடைய நேர்மையின் மீது ஆணையாக ஒன்றைக் கூற முடியும். பைத்தியம் என்றாலும் இவளுடைய பைத்தியக்காரத்தனத்தில் மிக வினோதமான பகுத்தறிவும் உள்ளது. இவளுடைய பேச்சுக்களில் தர்க்கரீதியிலான ஓர் ஒழுங்கு இருக்கிறது. புத்தி பேதலித்த ஒரு நபரிடம் அதை நான் ஒருபோதும்

கண்டதில்லை"

"ஓ இரக்கமுள்ள பிரபு... திரும்பத் திரும்ப என்னைப் பைத்தியம் என்று சொல்லாதீர்கள். சமூகரீதியில் நான் இவரை விட தாழ்ந்தவள் என்பதற்காக எனது தெளிவான முறையீட்டைப் புறக்கணிக்காதீர்கள். மறைந்து இருப்பது போல் இருக்கும் அந்த உண்மையை வெளிக் கொண்டு வர தங்களுடைய சொந்த பகுத்தறிவே எனக்கு உதவட்டும். அதன் மூலம் உண்மையின் உருவில் ஒளிந்து நிற்கும் பொய்மையை அகற்றுங்கள்"

"ம்... புத்தி சுவாதீனம் உள்ள அநேக மக்கள் உன் அளவிற்கு பகுத்தறிவுடன் பேச மாட்டார்கள். சரி... என்னதான் சொல்ல வருகிறாய்?"

"கிளாடியோ என்பவனின் சகோதரி நான். ஒரு பெண்ணுடன் முறை தவறி உறவு வைத்துக் கொண்டமைக்காக அவனுக்கு மரண தண்டனை விதிக்கப்பட்டது. இந்த ஆஞ்சலோதான் தண்டனை கொடுத்தார். அந்த நேரத்தில் நான் திருமடம் ஒன்றில் பயிற்சிக் கன்னியாஸ்திரியாக இருந்தேன். லூசியோ என்ற நபர் மூலம் என் சகோதரன் தன்னை வந்து பார்க்கும்படி என்னை வேண்டினான்"

தள்ளி நின்று வேடிக்கை பார்த்துக் கொண்டிருந்த லூசியோ இப்போது வேகமாக முன்னால் வந்து வின்சென்ஷியோவை வணங்கினான்.

"மேன்மை தங்கிய பிரபு... நான்தான் அந்த லூசியோ என்பதை பணிவுடன் தெரிவித்துக் கொள்கிறேன். கிளாடியோவின் தூதுவனாக நான்தான் இவரிடம் சென்றேன். கடவுள் அருளால் இவர் பெற்றிருக்கும் சில திறமைகளைப் பயன்படுத்தி, கிளாடியோவிற்கு மன்னிப்பு வழங்கும்படி ஆஞ்சலோ பிரபுவின் மனதை மாற்ற முயற்சிக்குமாறு நான்தான் இவரிடம் கூறினேன்"

"ஆம். இவர்தான் எனக்கு அப்படி அறிவுரை செய்தார்" என இசபெல்லா ஆமோதித்தாள்.

வின்சென்ஷியோ அவனிடம், "யாரும் இப்போது நீ வந்து பேச வேண்டும் என்று கூறவில்லையே?" என்றான் கடுமையாக.

“நல்லிதயம் கொண்ட பிரபுவே... நான் பேசாமல் இருக்க வேண்டும் என்றும் யாரும் என்னிடம் கூறவில்லையே?”

ஒரு கணம் சூடான வின்செண்ஷியோ பிறகு சாந்தமாகி, “நல்லது. இப்போது நான் சொல்கிறேன். நீ வாயை மூடிக் கொண்டு அமைதியாக இரு. என்னுடைய ஆணைக்கு கட்டுப்படு. தனிப்பட்ட முறையில் உன்னோடு தொடர்புடைய விஷயம் ஒன்று வரும்போது, உண்மையை மட்டுமே பேச வைக்கும்படி கடவுளை வேண்டிக் கொண்டு நீ தாராளமாகப் பேசலாம்”

“தங்கள் ஆணைப்படி நடப்பேன் ஐயா”

“இந்த ஆணை உனக்கு ஒரு எச்சரிக்கையும் கூட”

இப்போது இசபெல்லா குறுக்கிட்டு, “பிரபு... நான் உங்களிடம் கூறிக் கொண்டிருக்கும் சூழ்நிலைகளைப் பற்றியே இந்தக் கனவானும் கொஞ்சம் எடுத்துரைத்தார்” என அவனுக்காகப் பரிந்து பேசினாள்.

மறுபடியும் குறுக்கிட்ட லூசியோ, “மிகச் சரியாகச் சொன்னார்” என்றான்.

“இந்தப் பெண் சொல்வது சரியாக இருக்கலாம். ஆனால் தேவை யில்லாமல் நீ பேசுவதுதான் தவறு. பெண்ணே... மேலே உன் கதையைச் சொல்”

“ஐயா... இவர் கூறியபடி இந்த விரும்பத்தகாத துணை ஆளுனரை நான் சந்திக்கச் சென்றேன்”

“இவர் தொடர்பாக நீ பிரயோகிக்கும் வார்த்தைகள் எல்லாம் உன்னைக் கொஞ்சம் பைத்தியம் என்றே எண்ண வைக்கிறது”

“மன்னிக்க வேண்டும் மகாபிரபு. ஆனால் என்னுடைய வார்த்தைகள் எல்லாமே நியாயமானவை. இந்த மனிதருக்கு மிகப் பொருத்தமானவை”

“உன் பேச்சில் மேலோட்டமாகத் தோன்றும் கிறுக்குத்தனம் இப்போது மீண்டும் திருத்தப்பட்டு விட்டது. விஷயத்திற்கு வா. தொடர்ந்து உன் கதையைக் கூறு”

"சுருக்கமாகச் சொல்கிறேன். ஆனால் நீண்ட கதை ஒன்றை சுருக்குவதன் மூலம் என்னுடைய கதைக்கு நானே களங்கமான முடிவு ஒன்றைக் கொண்டு வந்து விடுவேன். மன்னிப்பு வேண்டி நான் எப்படியெல்லாம் இந்த மனிதரிடம் மன்றாடினேன், எப்படியெல்லாம் கெஞ்சினேன், எப்படி மண்டியிட்டேன், எப்படி இவர் நிராகரித்தார், எப்படி நான் பதில் சொன்னேன் என்பதெல்லாம் மிக நீளமாக இருக்கும். எனவே எனக்கு நேர்ந்த அவமரியாதை மற்றும் துன்பத்தில் இருந்து ஆரம்பிக்கிறேன். நான் இவருடைய கட்டுக்கடங்காத காமப்பசிக்கு எனது தூய உடலை இரையாக்கினால் ஒழிய என்னுடைய சகோதரனை விடுவிக்க இயலாது என்றார். பின்னர் எங்களுக்கிடையே நடந்த கடும் விவாதங்களுக்குப் பின் சகோதர பாசம் என்னுடைய தன்மான உணர்வை வென்று விட்டது. எனவே நான் என் உடலை இவருக்கு காணிக்கை ஆக்கினேன். ஆனால், தன்னுடைய காம வெறி தணிந்த நிலையில், குறித்த நேரத்திற்கு முன்பாகவே, மறுநாள் காலையிலேயே என் சகோதரனை தூக்கில் போடுமாறு ஆணை பிறப்பித்து விட்டார்"

இப்போது மக்கள் மத்தியில் சிறிய சலசலப்பு. தணிந்த குரலில் பலரும் பல விதமாகப் பேசிக் கொண்டனர். அமைதி காக்கும்படி அவர்களுக்கு சைகை செய்த வின்சென்ஷியோ, "ஆகா... என்ன ஒரு நம்பகமான கதை!" என ஏளனம் செய்தான். அவள் கண்ணீர் வடித்தாள்.

"ஐயா... நான் சொல்வது எப்படி உண்மையில் நடந்த ஒன்றோ, அது சிறிதளவிற்காவது தங்களுக்கு உண்மையாகத் தோன்ற வேண்டுமே என ஏங்குகிறேன்"

"கடவுளின் பெயரால் உறுதியாகக் கூறுகிறேன். முட்டாள் பெண்ணே. யாரைப் பற்றி நீ என்ன சொல்லிக் கொண்டிருக்கிறாய் என்பது உனக்கே தெரியவில்லை. ஏதோ ஒரு மோசமான சதியின் விளைவாக ஆஞ்சலோவின் கௌரவத்தை கலைப்பதற்காக ஏற்பாடு செய்யப்பட்ட ஒரு பொய் சாட்சியாகவே என் முன்னால் நிற்கிறாய். முதலில் அவரது சுயக்கட்டுப்பாடு சந்தேகத்திற்கு அப்பாற்பட்டது. இரண்டாவது, தானே செய்யத் துணிந்த அதே தவறுக்காக மிக உறுதியுடன் உன் சகோதரனை தண்டித்தார் என்பது அறிவுப்பூர்வமாக இல்லை. உண்மையிலேயே நீ சொல்வது போல் அவர் குற்றவாளியாக இருந்தால், தன்னுடைய சொந்த காரணத்திற்காகவே அவர் உன்னுடைய சகோதரனையும் சீர்தூக்கிப்

பார்த்திருப்பார். எனவே மரண தண்டனை விதித்திருக்க மாட்டார். தண்டனையை நிறைவேற்றும்படி ஆணையும் இட்டிருக்க மாட்டார். யாரோ உன்னை அவருக்கு எதிராக தூண்டி விட்டிருக்கிறார்கள். உண்மையை ஒப்புக் கொள். யாருடைய போதனையின்படி அவருக்கு எதிராக புகார் கூற இங்கே வந்திருக்கிறாய்?"

ஆஞ்சலோவிற்கு உச்சி குளிர்ந்தது போல் இருந்தது. இருந்தாலும் தன்னுடைய மகிழ்ச்சியை வெளியே காட்டிக் கொள்ளாமல் அமைதியாக நின்றான். ஆனால் வின்சென்ஷியோவின் நிலைப்பாட்டை புரிந்து கொள்ள முடியாமல் இசபெல்லா தத்தளித்தாள். கதறினாள்.

"ஐயோ... இதுதான் நீங்கள் சொல்ல விரும்புவதா? ஆம் என்றால்... விண்ணுலக ஆசி பெற்ற தேவதைகள் எல்லாம் இந்தக் கொடுமையை நான் பொறுத்துக் கொள்ளும் சக்தியை எனக்கு வழங்கட்டும். அப்படியானால் பொய்த் தோற்றத்தின் பின்னால் இங்கே மறைந்து நிற்கும் தீயசக்தியை உரிய நேரத்தில் அவர்கள் தோலுரித்துக் காட்டட்டும். நீங்கள் எனக்கு அநீதி இழைத்திருந்தாலும் கூட, உங்களின் அவநம்பிக்கைக்கு பாத்திரமாகி இந்த இடத்தை விட்டு நான் அகன்றாலும் கூட, அனைத்து துயரங்களுக்கும் எதிராக கடவுள் உங்கள் கருணையைக் காக்கட்டும்"

அவள் சபிக்காத குறை. வின்சென்ஷியோ புன்னகைத்தான்.

"உண்மை வெளியே வந்து விட்டதால் இங்கிருந்து தப்பித்தால் போதும் என எண்ணுகிறாய் என்பதை நான் நன்கறிவேன். ஆனால் அது நடக்காது" என்று கூறிய அவன் அருகில் இருந்த அதிகாரி யிடம், "இவளை சிறைச்சாலைக்கு அழைத்துச் செல்லுங்கள்" என்று உத்தரவிட்டான். உடனடியாக காவலர்கள் அவளைச் சூழ்ந்தனர்.

"என்னுடைய நெருங்கிய சகா ஆஞ்சலோவிற்கு எதிராக என்னிடமே அவதூறு கூறுவதை நான் அனுமதிக்க முடியுமா? அல்லது இப்படி ஒரு புகாருக்கு அவர் இலக்காவதைத்தான் நான் ஏற்க இயலுமா? இந்தப் பெண்ணை ஒரு கருவியாகப் பயன்படுத்தி யாரோ ஒருவன் செய்த மோசடி இது" என மேலும் கூறிய அவன் இசபெல்லாவைப் பார்த்து, "இங்கே வந்து என்னிடம் பேச விரும்பும் உனது நோக்கம் பற்றி அறிந்தவர் யாரேனும் உண்டா?" என்று கேட்டான்.

"ஒருவர் இருக்கிறார். ஐயோ... எல்லாம் தெரிந்த பாதிரியார் லாடவிக் இங்கே இருக்க வேண்டுமே..." என அவள் சுற்றும் முற்றும் பார்க்க ஒரு காவலன் வந்து அவளை அழைத்துச் சென்றான். வின்சென்ஷியோ மக்கள் கூட்டத்தைப் பார்த்தான்.

"இந்தப் பெண் குறிப்பிடும் அந்த மனிதர் அநேகமாக ஓர் மதகுருவாக இருக்க வேண்டும். லாடவிக் எனும் அந்தப் பாதிரியாரை அறிந்தவர்கள் யார்?"

கூட்டத்தில் மீண்டும் சலசலப்பு. சில வினாடிகளில் கொஞ்சம் தயங்கியபடி முன்னால் வந்த லூசியோ, "பிரபு... நான் அவரை அறிவேன். அவர் தனக்குத் தேவையில்லாத விஷயங்களில் அடிக்கடி தலையிடுவார். எனக்கு அவரைப் பிடிக்காது. அவர் மட்டும் ஒரு பாதிரியாராக இல்லையென்றால் நான் அவரை என்றோ அடித்து நொறுக்கி இருப்பேன். ஏனென்றால் நீங்கள் இல்லாத சமயத்தில் அவர் உங்களைப் பற்றி தவறாகப் பேசி இருக்கிறார்" என்றான்.

"என்ன... எனக்கு எதிராக அவர் பேசினாரா? அப்படி என்றால் அவர் ஓர் அற்புதமான பாதிரியாராகவே எனக்குத் தோன்றுகிறார். மேலும் அவர்தான் இந்தப் பெண்ணை எனது உதவியாளருக்கு எதிராக குற்றச்சாட்டுகளை அடுக்குமாறு தூண்டி இருக்கிறார். அவரைக் கண்டுபிடித்து என் முன்னால் கொண்டு வந்து நிறுத்துங்கள்"

"பிரபு... நேற்று இரவுதான் சிறைச்சாலையில் அவரையும், இந்தப் பெண்ணையும் பார்த்தேன். அவர் மரியாதை தெரியாதவர். மேலும் வெறுக்கத்தக்க ஆள்"

இப்போது பாதிரியார் பீட்டர் முன்னால் வந்து பேசத் தொடங்கினார்.

"மேன்மை தங்கிய பிரபுவுக்கு ஆசீர்வாதம். நான் இங்குதான் நின்று கொண்டிருந்தேன். உங்களை ஏமாற்றும் விதத்தில் இவர் கூறிய பொய்யான கதைகளை கேட்டுக் கொண்டுதான் இருந்தேன். முதலில் அந்தப் பெண் உங்களுடைய துணை ஆட்சியாளருக்கு எதிராக அநியாயமாக குற்றச்சாட்டுகளை முன் வைத்தாள். அவர் அவளுடன் முறைகேடான உறவு எதையும் வைத்துக் கொள்ளவில்லை. எனவே அவர் குற்றமற்றவர். அதுபோல் இனிமேல் இங்கு வரவேண்டியவர்கள் யாருடனும் அவளுக்கு எந்த தொடர்பும் கிடையாது"

81

"நானே அப்படித்தான் நினைத்தேன். அவள் குறிப்பிட்ட லாடவிக் எனும் அந்தப் பாதிரியாரை உங்களுக்குத் தெரியுமா?"

"தெரியும். அவர் ஓர் ஆழ்ந்த பக்திமான். மிகத் தூய்மையானவர். இந்தச் சீமான் சொன்னது போல் அவர் வெறுக்கத்தக்க நபரோ அல்லது உலகியல் விவகாரங்களில் தலையிடுபவரோ அல்ல. எல்லோரது நம்பிக்கைக்கும் பாத்திரமான நான் உங்களுக்கு சொல்கிறேன்... இவர் கூறியது போல் அவர் உங்களைப் பற்றி ஒருபோதும் தரக்குறைவாக பேசியது இல்லை"

அவசரமாக குறுக்கிட்ட லூசியோ, "மகாபிரபு... என்னை நம்புங்கள். லாடவிக் பாதிரியார் உங்களைப் பற்றி கீழ்த்தரமாகவே பேசி வந்தார்" என்றான்.

வின்சென்ஷியோ மிக சிரமப்பட்டு சிரிப்பை அடக்கிக் கொண்டான். பாதிரியார் பீட்டர் புன்னகைத்தார்.

"நல்லது. தன் உளத்தூய்மையை நிரூபிக்க விரைவில் அவர் இங்கு வருவார். ஆனால் ஐயா... இப்போது அவர் நோயுற்று இருக்கிறார். மர்மக் காய்ச்சல் ஒன்றால் அவர் அவதிப்பட்டுக் கொண்டிருக்கிறார். அவருடைய தனிப்பட்ட வேண்டுகோளுக்கு இணங்கியே இங்கு நான் வந்தேன். ஆஞ்சலோ பிரபுவுக்கு எதிராக தங்களிடம் சமர்ப்பிக்க வேண்டிய குற்றச்சாட்டு ஒன்று இருப்பதாக என்னிடம் சொல்லப்பட்டதால் நான் லாடவிக் பாதிரியார் சார்பாக உங்களிடம் பேச வந்திருக்கிறேன். அவருக்கு தெரிந்த உண்மை எது, பொய் எது என்பதைக் கூறவே வந்துள்ளேன். அவரை அழைத்து வர எப்போது உத்தரவிடப்பட்டாலும் அவர் நேரில் வந்து உரிய ஆதாரங்களைத் தந்து, தக்க சான்றுகளுடன் அனைத்தையும் தெளிவுபடுத்துவார். முதலில் நீங்கள் சீரும் சிறப்பும் மிக்க இந்த ஆஞ்சலோ பிரபு மீது அவள் பகிரங்கமாக கூறிய குற்றச்சாட்டுகள் அனைத்தும் பொய் என்பதை அவள் முன்னிலையிலேயே நிரூபணமாவதைக் காண்பீர்கள். அதன் மூலம் இவர் குற்றமற்றவர் என்பது உறுதியாகும். அடுத்து இவருக்கு எதிராக கூறிய புகார்கள் அனைத்தும் பொய் என அவளே ஒப்புக் கொள்வாள்"

"நல்லது பாதிரியாரே... நீங்கள் என் முன்னால் கொண்டு வர விரும்பும் அந்த சாட்சியை நான் விசாரிக்க வேண்டும்" என்று கூறிய வின்சென்ஷியோ ஆஞ்சலோவிடம், "உனக்கு எதிராக

கூறப்படும் குற்றச்சாட்டுகளை எல்லாம் கேட்கும்போது உனக்கு படுசுவாரஸ்யமாக இல்லையா? கடவுளே... இப்படி ஓர் உயர்ந்த மனிதனைத் தூற்றும் அளவிற்கு இந்த முட்டாள்கள் எவ்வளவு திமிர் பிடித்து அலைகிறார்கள்!" என போலியாக வருந்தினான்.

அதன் பிறகு அவன், "நாம் அமர்வதற்கு சில இருக்கைகளைக் கொண்டு வாருங்கள்" என சேவகர்களுக்கு உத்தரவிட்ட அவன், "சகோதரனே ஆஞ்சலோ... இந்த வழக்கைப் பொறுத்தவரை இனி என்னுடைய பங்கு எதுவும் இருக்காது. உனக்கு எதிரான இந்த வழக்கில் நீயே நீதிபதியாக இருப்பாயாக..." என்று கூற அவன் முகம் மலர்ந்தது. அதையும் கோமகன் கவனித்தான்.

அப்போது மரியானா அவன் முன்னால் வந்தாள். அவள் முகத்திரை அணிந்திருந்தாள். அவளைப் பார்த்த ஆஞ்சலோ, "பாதிரியார் அவர்களே... இந்தப் பெண்தான் நடந்ததை நம்மிடம் நிரூபிக்கப் போகிறாளா? அப்படியானால் முதலில் அவள் தன் முகத்தைக் காட்டட்டும். அதற்குப் பிறகுதான் நான் அவளை பேச அனுமதிப்பேன்" என்றான்.

வணங்கியபடி மண்டியிட்ட மரியானா, "மன்னியுங்கள் பிரபு. என் கணவர் என்னுடைய முகத்திரையை அகற்றும்படிக் கூறும் வரை என்னால் முகத்தைக் காட்ட இயலாது" என்றாள் உறுதியாக.

"என்ன... நீ திருமணம் ஆனவளா?"

"இல்லை பிரபு"

"கன்னிப் பெண்ணா?"

"இல்லை ஐயா"

"அப்புறம்... விதவையா?"

"இல்லை. நான் விதவை இல்லை"

"அப்படியானால் நீ எதுவுமே இல்லை. கன்னி இல்லை. விதவை இல்லை. மனைவி இல்லை. ஒன்றுமே இல்லை!"

லூசியோ குறுக்கிட்டு, "பிரபு இவள் ஒருவேளை விலைமாதுவாக

இருக்கலாம். விலைமாதர்கள் பலர் இப்படித்தான் கன்னியாகவும், விதவையாகவும், மனைவியாகவும் இல்லாமல் இருக்கிறார்கள்” என்றான்.

அவனை சுட்டெரிப்பது போல் பார்த்த வின்சென்ஷியோ தனது சேவகர்களிடம், “இந்தப் போக்கிரியை வாயை மூடிக் கொண்டு இருக்கச் சொல்லுங்கள். இவனோடு தொடர்புள்ள ஒரு விவகாரம் ஒன்றில் வேண்டுமானால் இப்படி முட்டாள்தனமாகப் பேச இவனுக்கு சந்தர்ப்பம் கிடைக்கும்” என ஆணையிட்டான்.

சேவகர்கள் முன்னால் அடியெடுத்து வைக்க அவன் அவசரமாக, “நல்லது ஐயா. இனி நான் வாய் திறக்க மாட்டேன்” என்று கூறிக் கொண்டே கூட்டத்தில் பதுங்கினான்.

தொடர்ந்து மரியானா, “பிரபு... எனக்கு திருமணம் ஆகவில்லை என்பதை ஒப்புக் கொள்கிறேன். அதேவேளையில் நான் கன்னியும் அல்ல. என் கணவருடன் நான் பாலியல் உறவுகள் வைத்திருந்தேன். ஆனால் அது பற்றிய பிரக்ஞையே அவருக்கு இல்லை” என்றாள்.

இப்போது லூசியோ தலையை மட்டும் உயர்த்தி, “மகாபிரபு... உடலுறவு கொள்ளும்போது இவளுடைய கணவன் ஒருவேளை குடிபோதையில் இருந்திருக்கலாம். இவளுடைய கூற்றுக்கு இதை விட சிறந்த விளக்கம் இருக்க முடியாது” என மறுபடியும் குறுக்கிட்டான்.

“பேசாதே. இப்போது நீதான் குடித்து விட்டு உளறுகிறாய் என எண்ணுகிறேன்”

“நல்லது ஐயா” என்று கூறி அவன் மீண்டும் தலையை இழுத்துக் கொண்டான்.

வின்சென்ஷியோ மற்ற முக்கியஸ்தர்களைப் பார்த்து, “இந்தப் பெண்ணுக்கும், ஆஞ்சலோவுக்கும் எந்த சம்பந்தமும் இல்லை. எனவே இவளுக்கு இங்கே வேலை இல்லை” என்றான்.

“பிரபு. நான் விஷயத்திற்கு வருகிறேன். தன்னுடன் முறை தவறி உறவு கொண்டதாக ஆஞ்சலோ பிரபு மீது புகார் செய்த அந்தப் பெண் அதே தொனியில், அதே குற்றச்சாட்டை என் கணவர்

மீதும் கூறினாள். சத்தியமாகக் கூறுகிறேன்... எந்த நேரத்தில் என் கணவர் அவளுடன் கூடினார் என்று புகார் செய்தாளோ அப்போது உண்மையில் அவர் என் மடியில் படுத்துக் கொண்டு காதல் களியாட்டங்களில் ஈடுபட்டிருந்தார்" என்றாள் மரியானா.

சிறிது நேரம் மௌனமாக நடப்பதைக் கவனித்துக் கொண்டிருந்த ஆஞ்சலோ மெதுவாக அவளிடம், "அம்மா... தன்னுடன் நான் கள்ள உறவு கொண்டதாகக் கூறும் அந்தப் பெண் என்னோடு மட்டுமல்லாமல் வேறு சிலர் மீதும் குற்றம் சுமத்தி இருக்கிறாளா?" என்று கேட்டான்.

"இல்லை ஐயா. அது பற்றி எனக்குத் தெரியாது"

வின்சென்ஷியோ வேகமாக இடைமறித்து, "இல்லையா? இவரோடு உன் கணவர் மீதும் அதே குற்றச்சாட்டைக் கூறினாள் என்று இப்போதுதானே சொன்னாய்?" என்றான்.

"நிச்சயமாக நான் சொன்னது அதுதான் ஐயா. என்னுடைய கணவர்... இதோ இந்த ஆஞ்சலோ பிரபுவேதான். என்னுடைய உடலை ஒருபோதும் தீண்டியதில்லை என இவர் எண்ணுகிறார். மாறாக இசபெல்லாவை ஆட்கொண்டதாகவே நினைத்துக் கொண்டும், நம்பிக் கொண்டும் இருக்கிறார்"

அவள் இவ்வாறு கூறியதும் வின்சென்ஷியோ தன் புருவங்களை உயர்த்தி வியப்படைந்தது போல் காட்டிக் கொண்டான். ஆஞ்சலோ அதிர்ச்சியில் உறைந்தான். மற்ற பிரமுகர்களும் திகைத்துப் போய் நின்றனர். மக்கள் கூட்டத்தில் இப்போது பெரும் சலசலப்பு உண்டானது. ஒவ்வொருவரும் ஒவ்வொரு விதமாகப் பேசத் தொடங்கினார்கள். வின்சென்ஷியோ மீண்டும் கையை உயர்த்தி அவர்களை அமைதிப்படுத்த முயன்றான்.

ஆத்திரம் அடைந்த ஆஞ்சலோ, "இது மிக வினோதமான மோசடி. எங்கே உன் முகத்தைக் காட்டு பார்க்கலாம்" என அலறினான்.

மரியானா தன் முகத்திரையை நீக்கினாள். அவள் யாரென்று தெரிந்ததும் கூட்டத்தில் குழப்பக் குரல்கள் இன்னும் அதிகமானது. ஆஞ்சலோ அதிர்ச்சியின் எல்லைக்கே சென்றான். எஸ்கலஸுக்கு எல்லாம் புதிராக இருந்தது. வின்சென்ஷியோவின் நெற்றி சுருங்கியது. மரியானா தொடர்ந்தாள்.

"என் கணவர் கேட்டுக் கொண்டதற்கிணங்க முகத்திரையை நீக்குகிறேன். கொடிய ஆஞ்சலோ... வைத்த கண் வாங்காமல் பார்க்கும் அளவிற்கு அழகானது என ஒரு காலத்தில் நீங்கள் வர்ணித்த அந்த அழகு முகம் இதுதான். திருமணம் செய்து கொள்வதாக வாக்களித்து நீர் இறுகப் பற்றிக் கொண்ட எழில் கரம் இதுதான். இசபெல்லாவை அனுபவிப்பதாக நீங்கள் எண்ணிக் கொண்டு இருந்தாலும், உங்களுடைய பண்ணை வீட்டில் உண்மையில் உங்கள் காமப்பசியை தணித்தது இந்த உடல்தான். நீங்கள் இருவரும் ரகசியமாகப் பேசி முடிவு செய்திருந்தாலும், எங்களுக்குள் ஏற்பட்டிருந்த உடன்படிக்கையின்படி குறித்த நேரத்தில் அவளுக்குப் பதிலாக அங்கு வந்தது நான்தான்"

"உனக்கு இந்தப் பெண்ணை ஏற்கனவே தெரியுமா?" என ஆஞ்சலோவிடம் கேட்டான் வின்சென்ஷியோ.

அவன் பதில் சொல்வதற்குள் லூசியோ மீண்டும் தலையை வெளியே நீட்டி, "உடல் உறவு வைத்திருந்ததன் அடிப்படையில் ஆஞ்சலோ பிரபுவிற்கு தன்னை நன்றாகத் தெரியும் என்பதையே இந்தப் பெண் சொல்ல வருகிறாள் பிரபு" என்று கூவினான்.

"அற்பனே. பேசாதே என்று ஏற்கனவே பலமுறை சொல்லி விட்டேன்"

"இனி ஒருபோதும் வாய் திறக்க மாட்டேன் ஐயா" என்று கூறிய அவன் மறுபடியும் தலையை உள்ளே இழுத்துக் கொண்டான். இனியும் பேசாமல் இருப்பது தவறு என ஆஞ்சலோ உணர்ந்து தன் நியாயத்தை முன்வைக்க முடிவு செய்தான்.

"பிரபு... இந்தப் பெண்ணை ஏற்கனவே எனக்குத் தெரியும். ஒப்புக் கொள்கிறேன். ஐந்து ஆண்டுகளுக்கு முன் எங்களுடைய திருமணப் பேச்சுவார்த்தை நடந்தது. ஆனால் அந்தத் திருமணம் நடைபெறவில்லை. ஏனென்றால் பெண் வீட்டார் எனக்கு அளித்த வாக்குறுதியின்படி இவளுடைய திருமண சீர்வரிசையை முழுமையாக தரவில்லை. எனவே திருமண பந்தம் உறுதி செய்யப்படவில்லை. எனினும் அதற்கு சீர்வரிசை ஓரளவுதான் காரணம். ஆனால் முதன்மைக் காரணம் என்னவென்றால் இவள் ஒழுங்கீனமான பெண் என பெயர் எடுத்திருப்பது தெரிய வந்தது. அன்று முதல் இன்று வரை நான் இவளைப் பார்த்ததும் இல்லை.

பேசியதும் இல்லை. இவளிடம் இருந்தும் எனக்கு எந்த தகவலும் வரவில்லை. எனது விசுவாசம் மற்றும் பதவியின் மீது ஆணையாக இதுதான் உண்மை”

இன்னும் எழாமல் மண்டியிட்ட நிலையிலேயே இருந்த மரியானா, “உன்னத இளவரசே... விண்ணில் இருந்து வரும் சூரிய வெளிச்சம் போல், உண்மையில் பொதிந்திருக்கும் அர்த்தங்கள் போல், நன்மையில் இருக்கும் உண்மை போல் நான் இந்த மனிதரின் மனைவியாக நிச்சயிக்கப்பட்டேன். ஓர் உறுதிமொழியை கட்டமைக்கும் வார்த்தைகள் எவ்வளவு வலுவானவையோ அவ்வளவு வலுவானது எங்களுக்கு இடையிலான பந்தம். பிரபு... இவருடைய பண்ணை வீட்டில் வைத்து என்னுடன் உடலுறவு கொண்டதன் மூலம் கடந்த செவ்வாய்க்கிழமை அன்று இரவுதான் என்னைத் தன்னுடைய மனைவியாக அங்கீகரித்தார். நான் இதுவரை சொன்னதெல்லாம் உண்மை. எனவே என்னை எழுந்து நிற்கும்படி உத்தரவிட்டு, என்னுடைய பாதுகாப்பை (நல்வாழ்வை) நீங்கள் உறுதி செய்ய வேண்டும். இல்லையென்றால் நான் ஒரு கற்சிலையாக இப்படி மண்டியிட்ட நிலையிலேயே நிரந்தரமாக நீடிப்பேன்” என்றாள்.

ஆஞ்சலோ ஒரு கணம் அவளை ஏளனமாகப் பார்த்தான். பிறகு, “மகாபிரபு. இப்போதும் கூட என் மீது கூறப்படும் குற்றச்சாட்டுக்கள் அனைத்தும் கேலிக் கூத்தாகவே எனக்குத் தெரிகின்றன. இப்போது ஐயா... நான் அடுத்த கட்ட நடவடிக்கையில் இறங்க நீங்கள் அனுமதிக்க வேண்டும். அப்போதுதான் எனக்கு நீதி கிடைக்கும். நான் பொறுமையிழந்து விட்டேன். எனக்கு எதிராகப் பேசும்படி யாரோ ஒரு வலிமை வாய்ந்த நபர்தான் இந்த பரிதாபகரமான பைத்தியத்தை ஒரு கருவியாகப் பயன்படுத்துகிறார் என எண்ணுகிறேன். எனக்கு எதிரான இந்தச் சதி குறித்து என்னுடைய பாணியில் சுதந்திரமாக நான் விசாரிக்க எனக்கு அனுமதி தாருங்கள்” என்றான்.

“அப்படியே ஆகட்டும். நான் முழு மனதுடன் இதற்கு சம்மதிக்கிறேன். இந்தச் சதி குறித்து விசாரணை நடத்தி, குற்றவாளிகளைக் கண்டுபிடித்து உன் விருப்பப்படி அவர்களுக்கு அதிகபட்ச தண்டனையும் வழங்க உத்தரவிடுகிறேன்” என்று கூறிய வின்சென்ஷியோ பாதிரியாரையும், மரியானாவையும் பார்த்து, “அசட்டுப் பாதிரியாரே... கொடியவளே... இங்கிருந்து அகற்றப்பட்ட இசபெல்லாவுடன் உங்கள் இருவருக்கும் ஏதோ ஒரு ரகசிய புரிதல் இருக்கிறது. உங்களுடைய உறுதிமொழிகள் எல்லாம் ஒவ்வொரு

புனிதனையும் அவனுடைய உன்னத நிலையில் இருந்து கீழே இறக்கி, அவனது புகழை சீர்குலைக்கும் தன்மை கொண்டவை. ஆனால், உண்மை அனுபவங்களின்படி நன்கு நிரூபணமான, அங்கீகரிக்கப்பட்ட ஆஞ்சலோவின் தகுதியையும், கௌரவத்தையும் ஒழிக்க அவையே போதுமான சான்றுகளாக இருக்கும் என்றா எண்ணுகிறீர்கள்?" என உரக்கக் கேள்வி எழுப்பினான்.

பிறகு எஸ்கலஸ் பக்கம் திரும்பிய அவன், "எஸ்கலஸ், என் சகோதரன் ஆஞ்சலோவின் அருகில் அமர்ந்து இந்தச் சதி மற்றும் பித்தலாட்டத்தின் மூலத்தை கண்டுபிடிக்க அவனுக்கு உதவி செய். ஆஞ்சலோவுக்கு எதிராக இந்தப் பெண்களைத் தூண்டிய இன்னொரு பாதிரியார் இருக்கிறார். அவர் இங்கே வந்தாக வேண்டும். ஆவன செய்யுங்கள்" என ஆணையிட்டான்.

"பிரபு, அவர் உள்ளூரில்தான் இருப்பார் என நினைக்கிறேன். ஏனென்றால் உண்மையில் அவர்தான் ஆஞ்சலோவிற்கு எதிராகப் புகார் செய்யும்படி இந்தப் பெண்களை திருப்பி விட்டார். உங்களுடைய தலைமைக் காவலருக்கு அவரது இருப்பிடம் பற்றி நன்றாகத் தெரியும். எனவே அவரையே அந்தப் பாதிரியாரை அழைத்து வரச் சொல்லுங்கள்" என்றார் பீட்டர் பாதிரியார்.

"ம்... யாராவது உடனடியாக அதற்கு ஏற்பாடு செய்யுங்கள்" என வின்சென்ஷியோ உத்தரவிட்டான். ஒரு சேவகன் உடனே விரைந்து செல்ல, ஆஞ்சலோவிடம் திரும்பினான் அவன்.

"நியாயமான மரியாதைக்குரிய சகோதரனே. இது உன்னோடு தொடர்புடைய விஷயம். எனவே இந்த வழக்கை நீயே முழுமையாக விசாரிக்க வேண்டும். உன்னுடைய புகழுக்கும், மரியாதைக்கும் களங்கம் ஏற்பட்டு விட்டது. அதனால் குற்றவாளிகளுக்கு எது பொருத்தமான தண்டனையோ அதை நீ கொடுக்கலாம். இப்போது நான் சிறிது நேரம் இந்த இடத்தை விட்டுச் செல்லப் போகிறேன். ஆனால், உன் மீது பழி கூறியவர்கள் விஷயத்தில் தெளிவான முடிவு ஒன்றை எடுக்கும் வரை நீ இந்த இடத்தை விட்டுப் போகக் கூடாது"

"பிரபு... இந்த விஷயத்தை நாங்கள் மிகக் கச்சிதமாகக் கையாள்வோம்" என்றான் எஸ்கலஸ். வின்சென்ஷியோ நகர்ந்தான். அவன் சென்றதும் லூசியோ கொஞ்சம் தைரியமாக எட்டிப் பார்த்தான்.

எஸ்கலஸ் அவனிடம், "தம்பி லூசியோ... லாடவிக் பாதிரியார் ஒரு கபட சன்னியாசி என்பது உனக்குத் தெரியும் என்றுதானே சொன்னாய்?" என்று கேட்டான்.

இப்போது தயக்கமின்றி முன்னால் வந்த அவன், "ஐயா... பாதி முகத்தை மறைக்கும் புனித அங்கி (hood) அணிந்திருப்பதால் மட்டுமே ஒருவர் தூயவராக மாறி விட முடியாது. அணிந்திருக்கும் அங்கியால் மட்டுமே அந்த லாடவிக் பாதிரியார் நேர்மையானவராக இருக்கிறார். மற்றபடி அவர் எந்த விதத்திலும் நேரானவர் அல்ல. அத்துடன் நமது பிரபுவைப் பற்றி அவர் எப்போதுமே மிகக் கேவலமாகப் பேசி வந்திருக்கிறார்" என்றான்.

"அவர் இங்கே வரும் வரை நீ இங்கேயே இருக்க வேண்டும். நம்முடைய பிரபு பற்றி அவர் எவ்வளவு மோசமாகப் பேசி வந்திருக்கிறார் என்பதை அப்போதுதான் நீ அவர் முன்பாகவே அழுத்தமாகக் கூற முடியும். அதனால் அனைவரின் கவனத்தையும் ஈர்க்கக் கூடிய 'பிரபலமாக' (notorious) அவர் இருப்பதை நாம் காணலாம்"

"ஆம். வியன்னாவின் எந்த ஒரு ஆசாமியையும் போல் இவரும் 'பிரபலமானவர்' என அடித்துச் சொல்வேன்"

அடுத்து எஸ்கலஸ் அருகில் இருந்த ஒரு காவலனைப் பார்த்து, "இசபெல்லாவை உடனே இங்கு அழைத்து வா. நான் அவளுடன் பேச வேண்டும்" என உத்தரவிட்டான்.

காவலன் புறப்பட, ஆஞ்சலோவிடம் அவன், "ஐயா, அந்தப் பெண்ணை நான் குறுக்கு விசாரணை செய்ய அனுமதிக்கும்படி பணிவுடன் வேண்டிக் கொள்கிறேன். நான் எப்படி இதைக் கையாள்கிறேன் என்று மட்டும் பாருங்கள்" என வேண்டுகோள் விடுத்தான்.

ஆஞ்சலோ அமைதியாக நின்றான். அவனுக்கு எப்படியாவது இந்தச் சிக்கலில் இருந்து தப்பித்தால் போதும் என்றிருந்தது.

அவன் தற்சமயம் எதுவும் பேச மாட்டான் என்பது நன்றாகத் தெரிந்ததால் குஷியான லூசியோ, "ஆஞ்சலோ பிரபுவை விட நீங்கள் அவளை சிறப்பாகக் கையாள முடியாது. ஏனென்றால் அவர் ஏற்கனவே அவளை கையாண்டிருக்கிறார். அவளே அதை கூறி இருக்கிறாள்" என்றான் நக்கலாக.

அளவற்ற ஆத்திரம் அடைந்த எஸ்கலஸ், "என்ன தைரியம் இருந்தால் நீ இப்படிப் பேசுவாய்?" என இரைந்தான்.

"ஐயா, கன்னி மேரி ஆணையாகச் சொல்கிறேன். என்னைப் பொறுத்தவரை நீங்கள் ரகசியமாக இந்த விஷயத்தைக் கையாண்டால் அவள் மிக விரைவாக தன்னுடைய குற்றங்களை ஒப்புக் கொள்வாள். பகிரங்கமாக நீங்கள் அவளைக் கேள்வி கேட்டால் தன் குற்றத்தை ஒப்புக் கொள்ள அவள் கூச்சப்படவும் வாய்ப்பு உண்டு"

அவன் மீண்டும் பதுங்குவது போல் நடிக்க திடீரென கூட்டத்தில் இருந்து குழப்பமான குரல்கள் வந்தன. இசபெல்லா காவலர்களுடன் திரும்பி வந்தாள். அடுத்து என்ன நடக்கப் போகிறது என்ற ஆர்வத்துடன் மக்கள் நின்றிருந்தனர்.

"நான் அவளை ரகசியமாகத்தான் விசாரிக்கப் போகிறேன்" என்றான் எஸ்கலஸ்.

"அதுதான் சரியான வழி. ஏனென்றால் பெண்கள் தனிமையில் எளிதாக சரணடைந்து விடுவார்கள்" என இரட்டை அர்த்தத்துடன் பதில் அளித்தான் லூசியோ.

எஸ்கலஸ் இசபெல்லாவிடம் திரும்பினான்.

"வா பெண்ணே. இந்தப் பெண்மணி சொல்வதெல்லாம் ஆஞ்சலோவைப் பற்றி நீ என்ன கூறினாயோ அதற்கு முற்றிலும் முரணாக இருக்கிறது"

லூசியோ குறுக்கிட்டு, "ஐயா... நான் அப்போது குறிப்பிட்ட போக்கிரி இதோ வருகிறான். பாருங்கள். அங்கே தலைமைக் காவலருடன் இருக்கிறான்" என்றான் உற்சாகமாக.

அதே வேளையில் வேறு ஒரு திசையில் இருந்து வின்சென்ஷியோ வந்தான். அவன் இப்போது மீண்டும் பாதிரியார் உடையில் இருந்தான். அருகில் தலைமைக் காவலன். அவர்களை எஸ்கலஸ் திரும்பிப் பார்த்தான்.

"இதுவும் நன்மைக்கே. ஆனால் நான் சொல்லும் வரை அவரிடம் நீ எதுவும் பேசக் கூடாது"

“கண்டிப்பாக. நான் பேசவே மாட்டேன்”

எஸ்கலஸ் ‘பாதிரியாரிடம்’, “வாருங்கள் ஐயா. நீங்கள்தான் இந்தப் பெண்கள் இருவரையும் ஆஞ்சலோ மீது களங்கம் கற்பிக்கும்படி தூண்டி விட்டீர்களா? இந்தப் பெண்கள்தான் அப்படிச் சொல்கிறார்கள்” என்றவாறு விசாரணையை தொடங்கினான்.

“இல்லை. அது உண்மை அல்ல”

“என்ன சொல்கிறீர்கள்? எந்த இடத்தில் இருக்கிறீர்கள் என்பதையும், யாரிடம் பேசுகிறீர்கள் என்பதையும் உணர்ந்துதான் பேசுகிறீர்களா?”

“ஐயா. தங்கள் தகுதிக்கும், அந்தஸ்திற்கும் உரிய மரியாதை அளிக்க நான் கடமைப்பட்டுள்ளேன். நரகத்தின் நெருப்பு அலைகளுக்கு மத்தியில் அரியணையில் உள்ள சைத்தானுக்கும் கூட சில சமயங்களில் உரிய மரியாதையைப் பெறுவதற்கு தகுதி இருக்கிறது. பெரிய பிரபு எங்கே? இனி நான் சொல்லப் போவதை அவர்தான் கேட்க வேண்டும்”

“நாங்கள் அவருடைய பிரதிநிதிகள். அதனால் நீங்கள் சொல்வதை நாங்களே கேட்போம். கவனம்... உண்மையைச் சொல்ல வேண்டும்”

“நான் சில உண்மைகளைத் துணிந்து சொல்லப் போகிறேன்” என்று கூறிய அவன் பெண்கள் பக்கம் திரும்பினான்.

“ஆனால் அபலைப் பெண்களே... நரியைப் போல் நயவஞ்சக எண்ணம் கொண்டவர்களிடமா ஆட்டுக்குட்டியின் அப்பாவித்தனத்தை எதிர்பார்க்கிறீர்கள்? அப்படியானால் உங்கள் வாழ்வின் சீர்கேடுகள் எல்லாம் சரி செய்யப்படும் என்ற நம்பிக்கையை விட்டொழியுங்கள். மகாபிரபு போய் விட்டாரா? அப்படி என்றால் உங்களுடைய நோக்கமும் பாழாகி விட்டது என்றே வைத்துக் கொள்ளுங்கள். கண்கூடான உண்மையின் அடிப்படையில் அமைந்த உங்கள் முறையீட்டை அவர் இப்படி நிராகரிக்கிறார் என்றால் அவர் நீதிமான் அல்ல. உங்களுக்கு கொடுமை இழைத்த கொடியவனைப் பற்றி நீங்கள் குற்றம் சொல்ல இங்கே வந்திருக்கும்போது அதே கொடியவனிடம் உங்களுக்கு நீதி வழங்கும் உரிமையை விட்டுச் சென்றுள்ளார் என்றால் அவர் நீதி தவறியவர்தான்”

லூசியோ துள்ளினான். “நான் அப்போது சொன்னேனே... அந்தப்

போக்கிரி இவர்தான்” என்றான். அவன் சொல்வது நியாயம் என்றே தோன்றியதால் எஸ்கலஸும் உக்கிரமானான்.

“எவ்வித மரியாதைக்கும் தகுதி இல்லாத அசுத்தப் பாதிரியாரே... பெருமதிப்பு மிக்க இந்த மனிதரை ஒழுக்கம் கெட்டவர் என குற்றம் சாட்டும்படித் தூண்டி விட்டு இந்தப் பெண்களை பொய் சாட்சி ஆக்கினீர்கள். அது போதாதா? இவருக்கு எதிராக இவர்களைத் திருப்பி விட்டதுடன் திருப்தி அடையாமல் இவர் முன்னாலேயே இவரைக் கொடியவன் என வர்ணித்து இந்த நீதி விசாரணையில் தவறான வார்த்தைகளைப் பயன்படுத்துகிறீர்கள். இப்படியெல்லாம் இவரைத் தூற்றிவிட்டு பெரிய பிரபு மீதும் நீதி தவறியவர் என குற்றம் சுமத்துகிறீர்கள். யாரங்கே... இவரை இழுத்துச் சென்று சித்ரவதை செய்யுங்கள். ஒவ்வொரு எலும்பு மூட்டிலும் தட்டுங்கள். இவரது எண்ணமும், உள்நோக்கமும் நன்றாகவே தெரிகிறது. நம்முடைய பிரபுவை இவர் பட்டவர்த்தனமாக கொடியவன் என்று கூறுவது எனக்கு மிகவும் வியப்பளிக்கிறது”

பாதிரியார் (வின்சென்ஷியோ) புன்னகைத்தார்.

“தயவு செய்து இப்படி உஷ்ணமாகாதீர்கள். நம்முடைய பிரபு என்னுடைய சுண்டு விரலையும் கூடத் தொட துணிய மாட்டார். நான் இந்த நாட்டின் குடிமகன் அல்ல. மேலும் உள்ளூர் திருச்சபையின் அதிகார வரம்புக்கு உட்பட்டவனும் இல்லை. எனக்கு இங்கே கொஞ்சம் வேலை இருந்தது. அதன் விளைவாக நான் வியன்னாவில் வெறும் பார்வையாளனாக மாறினேன். அப்போது, அண்டாவில் கொதித்துக் கொண்டிருக்கும் நீர் பொங்கி வழிவதைப் போல் இங்கே ஊழல் தலைவிரித்தாடுவதைக் கண்டேன். அனைத்து வித குற்றங்களுக்கும் தண்டனை கொடுக்கும் சட்டங்கள் இங்கே இருக்கின்றன. ஆனால் அந்தக் கடுமையான சட்டங்களும் கூட தமது சக்தியை இழக்கும் அளவிற்கு இங்கே குற்றங்கள் எல்லாம் சகித்துக் கொள்ளப்படுகின்றன. தவறிழைக்கும் வாடிக்கையாளர்களுக்காக முடிதிருத்துவோன் கடையில் எழுதி வைக்கப்பட்டிருக்கும் அபராதங்கள் எல்லாம் ஒருபோதும் அவர்களுக்கு விதிக்கப்படுவதில்லை. அதைப் போலத்தான் இந்த நாட்டின் சட்டங்களும் செயலிழந்து போய் இருக்கின்றன. இதன் விளைவு என்னவென்றால் இந்தச் சட்டங்கள் எல்லாமே அந்த அபராதங்களைப் போல் வெறும் எச்சரிக்கைகள் என்ற அளவில் கேலிக் கூத்தாகி விட்டன”

எரிமலையான எஸ்கலஸ், "ம்... இப்போது இந்த மனிதர் கூறுவதெல்லாம் தேசத்தை அவமதிக்கும் வார்த்தைகள். உடனடியாக இவரை சிறைச்சாலைக்கு இழுத்துச் செல்லுங்கள்" என்று உத்தரவிட்டான்.

ஆஞ்சலோ லூசியோவிடம், "இவரைப் பற்றித்தான் நீ முதலில் பேசினாயா? இவருக்கு எதிராக உன்னிடம் என்ன சான்று இருக்கிறது?" என வினவினான்.

"பிரபு... அதே ஆள்தான் இவர்" என்று பதில் அளித்த அவன் வின்சென்ஷியோவைப் பார்த்து, "ஐயா திருத்தந்தையே... இங்கே வாருங்கள். உங்கள் தலை மழிக்கப்பட்டிருப்பதால் நீங்கள் வழுக்கைத் தலையரைப் போல் காட்சி அளிக்கிறீர்கள். என்னை உங்களுக்கு அடையாளம் தெரிகிறதா?" என்றான்.

"உன்னுடைய குரல் ஒலியால் உன்னை நன்றாகவே தெரிகிறது. பெரிய பிரபு நாட்டில் இல்லாத சமயத்தில் நான் சிறைச்சாலையில் உன்னை பார்த்திருக்கிறேன்"

"அப்படியானால் என்னை அங்கே சந்தித்தது உங்களுக்கு நினைவிருக்கிறது. அப்போது பிரபுவைப் பற்றி என்ன சொன்னீர்கள் என நினைவிருக்கிறதா?"

"நன்றாக நினைவிருக்கிறது"

"ஓ... அதுவும் உங்களுக்கு ஞாபகம் இருக்கிறதா? அப்போது நம்முடைய பிரபுவை நீங்கள் திருட்டு புருஷன், முட்டாள், கோழை என்றெல்லாம் வர்ணிக்கவில்லையா? கண்டிப்பாக நீங்கள் அவரைப் பற்றி அப்படித்தான் சொன்னீர்கள்"

"என் மீது இப்படிப் பழி போடுவதற்கு முன்பாக நீ கட்டாயம் நம்முடைய ஸ்தானங்களை மாற்ற வேண்டும். பிரபுவுக்கு எதிராக நீதான் அந்த வார்த்தைகளைக் கூறினாய். சொல்லப் போனால் அவர் குறித்து நீ இன்னும் பல மோசமான வார்த்தைகளைச் சொன்னாய்"

"ஐயோ... நாசமாய்ப் போன மனிதரே... பிரபுவைப் பற்றி கேவலமாகப் பேசியதற்காக நான் அப்போதே உங்களுடைய மூக்கைப் பிடித்து திருகவில்லையா?"

"நான் ஒருபோதும் பிரபுவை இழிவுபடுத்தியதில்லை. உண்மையில்

என்னை நான் எவ்வளவு நேசிக்கிறேனோ அந்த அளவிற்கு அவரையும் நேசிக்கிறேன்”

இப்போது ஆஞ்சலோ குறுக்கிட்டு, “நமது பிரபுவை அவமதித்ததன் மூலம் தேசத் துரோகம் செய்து விட்டு இப்போது இவர் நம்மிடையே எவ்வாறு சமாதானம் உண்டாக்கப் பார்க்கிறார் என்பதை கவனியுங்கள்” என்றான்.

அதை ஆமோதிப்பது போல் தலையசைத்த எஸ்கலஸ், “இப்படிப்பட்ட ஒருவர் நம் முன்னால் நின்று பேசுவதற்கே அருகதை அற்றவர். தலைமைக் காவலன் எங்கே? இப்போதே இவரை சிறைக்கு இட்டுச் செல்லுங்கள். அசைய முடியாத அளவிற்கு இவரது உடலை சங்கிலியால் பிணையுங்கள். இனிமேலும் இவர் பேசக் கூடாது. இந்த சதிகாரப் பெண்களையும், இவர்களுக்கு உடந்தையாக இருந்தவரையும் (பீட்டர் பாதிரியார்) சேர்த்து சிறையில் தள்ளுங்கள்” என ஆணையிட்டான்.

தலைமைக் காவலன் அவனை கைது செய்வதற்காக முன்னே அடியெடுத்து வைக்க, “ஐயா... கொஞ்சம் பொறுங்கள்” என்றான் வின்சென்ஷியோ. அவனும் ஒரு கணம் தாமதித்தான்.

கோபம் கொண்ட ஆஞ்சலோ, “என்ன... இந்த ஆள் உங்களை தடுத்து நிறுத்துவதா? லூசியோ... இவரை இழுத்துச் செல்ல நீ உதவி செய்” என்று அலறினான்.

தேன் குடித்த நரி போலான லூசியோ, “வாருங்கள் ஐயா வாருங்கள்... அவமானம். வழுக்கைத் தலையரே... பொய் கூறும் போக்கிரியே... ஒரு பாதிரியாரின் தூய்மை உங்களிடம் இல்லை என்றாலும் அவரது புனித அங்கியை விடாப்பிடியாக அணிந்து கொண்டிருக்கிறீர்கள். இதை நீங்கள் கட்டாயம் அணியத்தான் வேண்டுமா? உங்களுடைய கேடி முகத்தைக் காட்டுங்கள். உம்மை கொள்ளை நோய் கொண்டு போக... தூக்கில் போடத் தகுதியானவர் நீங்கள். அது மட்டுமல்ல. செம்மறியாட்டை கடித்துக் குதறிய நாயைப் போல் ஒரு மணி நேரம் வரை தூக்கிலேயே தொங்க விடப்பட வேண்டியவர் நீங்கள். ம்... முகத்தை பாதி மறைக்கும் இந்த அங்கியை அகற்றுங்கள். ஆபத்தான, நயவஞ்சக முகத்தைக் கொண்டிருக்கும் ஒரு போக்கிரியின் சுயரூபத்தை அப்போதுதான் நாங்கள் பார்க்க முடியும். அதை எடுக்க மாட்டீர்களா?” என கொக்கரித்தான்.

அதோடு நிற்காமல் அவன் வேகமாக முன்னேறி பாதிரியாரின் பகுதி முகத்தையே காட்டும் அங்கியின் தலைப்பகுதியை கீழே இறக்கி விட்டான். இப்போது வின்சென்ஷியோவின் முகம் பளிச்சென்று தெரிந்தது. மேலும் அவன் உடனடியாக பாதிரியார் உடையை களைந்து விட்டு தன்னுடைய உண்மை உருவில் வெளிப்பட அனைவரும் அதிர்ச்சியில் உறைந்தனர்.

ஆஞ்சலோவிற்கு தலையில் இடி விழுந்தது போல் இருந்தது. அதேவேளையில் வின்சென்ஷியோவை வாழ்த்தி கூட்டத்தில் கோஷம் எழுந்தது. லூசியோ கதி கலங்கிப் போனான். வின்சென்ஷியோ அமைதி காக்கும்படி மக்களுக்கு கையசைத்தான். பிறகு ஒரு கணம் அவனை எரிப்பது போல் பார்த்தான்.

“ஒரு நாட்டின் கோமகனை இப்படி வெளிப்படுத்தும் உரிமையை எடுத்துக் கொண்ட முதல் பொறுக்கி நீதான். தலைமைக் காவலனே... முதலில் நான் இந்த அப்பாவிகள் மூவரையும் (இசபெல்லா, மரியானா, பாதிரியார் பீட்டர்) விடுவிக்கிறேன்”

இவ்வாறு கூறிய அவன் லூசியோவிடம், “இங்கிருந்து நழுவி விடாதே. ஏனென்றால் சற்று முன்பு வரை பாதியாராக இருந்த நான் இனி கோமகனாக உன்னிடம் கொஞ்சம் பேச வேண்டும்” என்று கூறி விட்டு மறுபடியும் தலைமைக் காவலனைப் பார்த்து, “இவனைப் பிடித்து வைத்துக் கொள்ளுங்கள்” என்று உத்தரவிட்டான்.

உடனடியாக இரண்டு காவலர்கள் வந்து அவனைப் பிடித்து சற்றுத் தள்ளிக் கொண்டு போய் நிறுத்தினர். ‘ஐயோ... தூக்கில் தொங்குவதை விட மிக மோசமான தண்டனை எனக்கு காத்திருக்கிறது’ என்று அவன் தனக்குள் புலம்பினான்.

வின்சென்ஷியோ எஸ்கலஸ் பக்கம் திரும்பினான்.

“நீ இங்கே பேசியது எல்லாவற்றையும் நான் மன்னிக்கிறேன். எனவே உன்னுடைய பதவியில் நீ தொடர்ந்து நீடிக்கலாம். இனி ஆஞ்சலோவின் இடத்திற்கு நான் வந்து விடுவேன். ஆஞ்சலோ... அதிகாரத்தை மீண்டும் நான் எடுத்துக் கொள்ள நீ அனுமதிக்க வேண்டும். சரி... இந்த இக்கட்டான சூழ்நிலையில் இருந்து உன்னை விடுவிக்கக் கூடிய ஒரு வார்த்தை... அல்லது ஓர் அறிவார்ந்த குறிப்பு... அல்லது ஓர் ஆணவ பதில் பற்றி உன்னால் இப்போது யோசிக்க முடியுமா? முடியும் என்றால் நடந்த நிகழ்வுகள் குறித்து

எனது கண்ணோட்டங்களை நான் வெளிப்படுத்தும் வரை அதில் நீ நிம்மதி பெறு. அதற்குப் பின் நீ உன்னுடைய குற்றத்தை மறுக்கும் வேலையில் ஈடுபடாதே"

தலைகுனிந்து நின்று கொண்டிருந்த ஆஞ்சலோ அவனை குற்ற உணர்வுடன் பார்த்தான். பிறகு தணிந்த குரலில் பேசத் தொடங்கினான்.

"மேலான பிரபு... என்னைப் பற்றிய ஓர் உண்மை இனிமேலும் ஒளிந்து கொண்டிருக்க முடியும் என நான் நினைத்தால், ஏற்கனவே என் மீது இருக்கும் குற்றத்தை விட மிகப்பெரிய குற்றம் ஒன்றைச் செய்தவனாகி விடுவேன். விண்ணுலகின் ஆற்றலைப் போல் எங்கும் வியாபித்திருக்கும் தங்களுடைய மேன்மை என்னுடைய துர்நடத்தைகளைக் கவனித்து வந்திருப்பதை நான் பார்க்க முடிகிறது. எனவே நல்லரசே... என்னையும், என்னுடைய தவறான காரியங்களையும் தொடர் ஆய்விற்கும், மேல் விசாரணைக்கும் உட்படுத்தாதீர்கள். அதற்குப் பதிலாக என்னுடைய ஒப்புதல் வாக்குமூலமே ஒரு நீதி விசாரணையின் நோக்கத்தை நன்றாக நிறைவேற்றும். இப்போது நான் உங்களிடம் வேண்டும் ஒரே ஒரு சலுகை என்னவென்றால் இப்போதே நீங்கள் எனக்கு மரண தண்டனை விதிக்க வேண்டும்... அதற்குப் பின் உடனடியாக நான் தூக்கில் போடப்பட வேண்டும் என்பதுதான்"

அவனுடைய வார்த்தைகள் வின்சென்ஷியோவின் மனதில் கொஞ்சம் ஈரம் கசிய வைத்தன. என்றாலும் தன் உணர்ச்சியை வெளியே காட்டாமல் மரியானாவைப் பார்த்து, "வா மரியானா" என அழைத்தான். அவள் அருகில் வந்ததும் ஆஞ்சலோவிடம், "இந்தப் பெண்ணுடன் எப்போதாவது உனக்கு திருமண நிச்சயதார்த்தம் நடந்திருக்கிறதா? மறைக்காமல் சொல்" என்று கேட்டான்.

"ஆம் பிரபு. நடந்தது"

"அப்படியானால் இவளை உன்னுடன் அழைத்துச் செல். உடனடியாக திருமணம் செய்து கொள்" என்று கூறிய வின்சென்ஷியோ பாதிரியார் பீட்டரிடம் திரும்பி, "திருத்தந்தையே, நீங்களும் சென்று இவர்களுடைய திருமணச் சடங்குகளை நிறைவேற்றுங்கள்" என்று வேண்டிக் கொண்டான்.

பிறகு, "முறையாக எல்லாம் நடந்து முடிந்த பிறகு மீண்டும் ஆஞ்சலோவை இங்கே அழைத்து வாருங்கள். தலைமைக் காவலனே... நீயும் இவர்களுடன் செல்" என கட்டளையிட்டான்.

அவர்கள் புறப்பட்டனர். எஸ்கலஸ் சற்றே தயக்கத்துடன், "பிரபு... இந்தக் களங்கமான நடத்தையில் இருக்கும் வினோதம் தரும் ஆச்சரியத்தை விட ஆஞ்சலோவின் நடத்தைதான் எனக்கு மிகவும் அதிர்ச்சி அளிக்கிறது" என்றான். அதை ஆமோதிப்பது போல் லேசாகத் தலையசைத்த அவன் இசபெல்லாவைப் பார்த்தான்.

"வா இசபெல்லா. நீ பாதிரியார் என எண்ணிக் கொண்டிருந்த ஒரு மனிதன் இப்போது உன் கோமகனாக மாறி விட்டான். ஆனால் நான் இப்போது பாதிரியார் உடையில் இல்லை என்றாலும் என் இதயம் அவருடையதாகவே நீடிக்கிறது. திருத்தந்தையின் வேடத்தில் அப்போது நான் எப்படி உன்னுடைய பிரச்சினைகளில் அக்கறை கொண்டிருந்தேனோ இப்போதும் அப்படியே உன்னுடைய விவகாரங்களில் கவனம் செலுத்துகிறேன்"

"ஐயோ... என்னை மன்னியுங்கள். ஏனென்றால் உங்களுடைய சாதாரணக் குடிமக்களில் ஒருத்தியாகிய நான், கோமகனாகிய தங்களை என் சுயநலத்திற்காகப் பயன்படுத்திக் கொண்டேன். நாட்டின் முதல்வர் என தெரியாமல் நான் செய்த காரியம் அது என்றாலும் மன்னித்து விடுங்கள் ஐயா..."

"இசபெல்லா, நான் உன்னை மன்னிக்கிறேன். அன்பான பெண்ணே... நான் எவ்வளவு பெருந்தன்மையுடன் நடந்து கொண்டேனோ இப்போது நீயும் அப்படியே நடக்க வேண்டும். உன்னுடைய சகோதரனின் மரணம் உனக்கு எவ்வளவு வலி தந்தது என்பது எனக்குத் தெரியும். மேலும் என் உயர்ந்த அதிகாரத்தைப் பயன்படுத்தி, சற்றும் தாமதிக்காமல் அவனைக் காப்பாற்ற முயலாமல் நான் ஏன் என் சுயரூபத்தை மறைத்து ரகசியமாக அவனுடைய விடுதலைக்காகப் பாடுபட்டேன் என்பது குறித்து நீ மிகவும் வியப்படைந்து இருப்பாய். மிக எளிதாக என் அடையாளத்தை வெளிப்படுத்தி, அதிகாரத்தைப் பிரயோகித்து அவனைக் காப்பாற்றுவதற்கான வாய்ப்பு இருந்தபோது அவனை இப்படிச் சாக விட்டதும் உனக்கு ஆச்சரியமாகத்தான் இருக்கும். கனிந்த இதயம் கொண்ட பெண்ணே, மரணம் அசுர வேகத்தில் வந்து அவனைத் தழுவி விட்டது. எனவே அவன் உயிரைக்

காக்கும் எனது உயர்ந்த நோக்கமும் பாழாகி விட்டது. உண்மையில் அவனுடைய மரண தண்டனை நிறைவேறுவதற்கு இன்னும் சிறிது காலம் ஆகும் என்றுதான் எண்ணிக் கொண்டிருந்தேன். ம்... எப்படி இருந்தாலும் இனி கடவுள் அவனுக்கு ஆத்ம சாந்தியை அளிக்கட்டும். இந்த மண்ணுலக வாழ்க்கையை விட மரணத்திற்குப் பின் வரும் விண்ணுலக வாழ்க்கை மேலானது. ஏனென்றால் பூமியில் வாழும்போது மக்கள் அனைவரும் மரண பயத்துடன்தான் வாழ்கின்றனர். அதே சமயம் பரலோக வாழ்வில் யாரும் மரணத்தை எண்ணி பயப்பட வேண்டிய அவசியமே இல்லை. உன் சகோதரன் விண்ணுலகில் சந்தோஷமாக இருப்பான் என்று எண்ணி நீ நிம்மதி அடைய வேண்டும்"

"ஆம் பிரபு. அப்படித்தான் இருக்கிறேன்"

அப்போது கூட்டத்தில் மறுபடியும் கூச்சல், குழப்பம். வின்சென்ஷியோவின் கவனம் சிதறியது. திரும்பிப் பார்த்தான். ஆஞ்சலோ, மரியானா, பாதிரியார் பீட்டர், தலைமைக் காவலன் ஆகியோர் வந்து கொண்டிருந்தனர். ஆஞ்சலோவும், மரியானாவும் கணவன்–மனைவியாக திரும்பி வருவதைக் கண்டு இசபெல்லா அகமகிழ்ந்தாள். வின்சென்ஷியோ மீண்டும் அவளிடம் திரும்பினான்.

"புதிதாக திருமணமாகி நம்மை நோக்கி வந்து கொண்டிருக்கும் இந்த மனிதன் காமுகனின் மனதைக் கொண்டிருக்கிறான். அவனுடைய தீய நோக்கங்களுக்கு பலியாகி விடாமல் நீ உன் கற்பைக் காப்பாற்றிக் கொண்டாய் என்றாலும் இந்த விவகாரம் உனக்கு பெரும் தீங்கிழைத்து விட்டது. எனினும் மரியானாவின் நலனைக் கருத்தில் கொண்டு நீ அவனை மன்னிக்க வேண்டும். ஆனால் இதே மனிதன்தான் உன் சகோதரனை மரண தண்டனைக்கு ஆளாக்கினான். முதலில் அவன் உன்னுடைய கற்பை சூறையாட முயன்றான். அடுத்து, அவனது காம இச்சையைத் தணித்தால் உன் சகோதரனை மன்னிப்பதாகக் கூறிவிட்டுப் பிறகு அந்த வாக்குறுதியை மீறினான். எனவே அவன் இரட்டைக் குற்றவாளி. இப்போது நமது சட்டம்... அது இவனுக்கு கொஞ்சம் சலுகை காட்டுவதாக இருந்தாலும் கூட, தன் வாயாலேயே கடும் நடவடிக்கை எடுக்கும்படி உரக்கச் சொல்கிறது. அதாவது சட்டம் இப்படிக் கூறுவது போல் தோன்றுகிறது: 'கிளாடியோ இறந்து போகக் காரணமாக இருந்ததற்காக ஆஞ்சலோவும் கண்டிப்பாக இறக்க வேண்டும். இன்னொருவனின் சாவுக்கு பொறுப்பாகும் மனிதனும் சாகத்தான்

வேண்டும். அவசரத்திற்கு விலை அவசரம்தான். தாமதத்திற்கு விலை தாமதம்தான். ஒருவனுக்கு அநியாயமாக தண்டனை விதித்தவனுக்கு அதே தண்டனைதான் வழங்கப்பட வேண்டும். அதனால் இரண்டு பேருமே போய் விடுவார்கள். மேலும் சரிக்குச் சரி என்ற நீதியும் கண்டிப்பாக வேண்டும்'. எனவே ஆஞ்சலோ... உன்னுடைய குற்றம் சந்தேகத்திற்கு இடமின்றி நிரூபிக்கப்பட்டிருக்கிறது. எல்லாமே கண்கூடாகத் தெரிகிறது. அதை நீ மறுத்தாலும் கூட இனி எந்த ஓர் உயரிய மரியாதைக்கும் நீ உரித்தாக மாட்டாய். ஏனென்றால் உன்னுடைய குற்றம் இயல்பிலேயே மிகக் கடுமையானது. நானும் உனக்கு மரண தண்டனை விதிக்கிறேன். கொலைவாளுக்காக எந்த மரத்துண்டின் மீது கிளாடியோ தன் தலையை வைத்தானோ அதிலேயே உன் தலையும் வெட்டப்பட வேண்டும். கிளாடியோ விஷயத்தில் எவ்வளவு வேகம் காட்டப்பட்டதோ அதே வேகம் உன்னிடமும் காட்டப்பட வேண்டும்..."

அடுத்து அவன் தன்னுடைய அதிகாரிகளைப் பார்த்து, "இழுத்துச் செல்லுங்கள் இவனை" என உத்தரவிட்டான். மரியானா துடித்துப் போய் கதறினாள்.

"ஐயோ... கருணை உள்ளம் கொண்ட பிரபுவே... முதலில் எங்களுடைய திருமணத்திற்கு ஆணையிட்டு விட்டு, திருமணம் நடந்து முடிந்த பிறகு அவருக்கு மரண தண்டனை விதிப்பதன் மூலம் எனது திருமணத்தை கேலிக் கூத்தாக்கி விட மாட்டீர்கள் என நம்புகிறேன்..."

ஆனால் அவன் முகம் கடுமையானது.

"நானா உன் திருமணத்தை கேலிக் கூத்தாக்குகிறேன்? முதலில் உன்னைத் திருமணம் செய்வதாக வாக்களித்து விட்டு பிறகு அந்த ஒப்பந்தத்தில் இருந்து பின்வாங்கி இவன்தான் அதை கொச்சைப்படுத்தினான். இப்போது நான் அவனுக்கே உன்னை மணமுடித்துக் கொடுத்தேன். ஏனென்றால் உன்னுடைய மானத்தைக் காப்பாற்ற இதுதான் பொருத்தமானது எனத் தோன்றியது. இப்படி நான் செய்யவில்லை என்றால், அவனுடைய துரோகம் உன் வாழ்வில் ஒரு பெரிய களங்கமாகவே ஆகிவிடும். அதனால் எதிர்காலத்தில் நீ கௌரவமாக வாழ முடியாமலும் போய்விடும். அவனுடைய சொத்துக்களைப் பொறுத்தவரை அனைத்தும் அரசால் பறிமுதல் செய்யப்படும். அரசாங்கத்திற்குத்தான் அவை சொந்தமாக வேண்டும்

என்றாலும் எல்லாவற்றையும் உனக்கே வழங்குகிறேன். அதாவது ஒரு விதவைக்குத் தன்னுடைய கணவனின் சொத்துக்களை பெற்றுக் கொள்ளும் உரிமையை அளிக்கிறேன். அதன் பிறகு இன்னும் பொருத்தமான ஒரு கணவனை தேர்ந்தெடுத்து நீ நிம்மதியாக வாழ முடியும்"

அவள் நெருப்பில் விழுந்த புழுவாகத் துடித்தாள்.

"ஐயோ, அன்பான பிரபு... இவரை விட சிறந்த கணவரை, இவரை விட சிறந்த மனிதரை நான் தேடவில்லை"

"இவனுக்காக ஏங்காதே. இந்த விஷயத்தில் நான் மிக உறுதியாக இருக்கிறேன்"

"கண்ணியமான பிரபு..." என்று அவள் ஏதோ சொல்ல வர மேலும் பேச விடாமல் அவன் குறுக்கிட்டான்.

"போதும். வீணாக மன்றாடிக் கொண்டிருக்கிறாய். தன் சாவை சந்திப்பதற்காக ஆஞ்சலோ இங்கிருந்து அழைத்துச் செல்லப்படட்டும்"

அடுத்து காவலர்கள் முன்னேற, அவன் ரகசியமாக, 'பொறுங்கள்' என்பது போல் அவர்களுக்கு சைகை காட்டினான். உடனே அவர்கள் நின்றனர். ஆஞ்சலோ பலியாடு போல் நின்று கொண்டிருந்தான். இசபெல்லா கைகளைப் பிசைந்து கொண்டிருந்தாள். வின்சென்ஷியோவின் உறுதியைக் கண்டு எஸ்கலஸ் திகைத்துப் போய் இருந்தான். மக்கள் கூட்டத்தில் மரண அமைதி நிலவியது.

மரியானா மண்டியிட்டாள். கண்ணீர் சிந்தியபடி, "மகாபிரபு..." என கையெடுத்துக் கும்பிட்டாள். பிறகு இசபெல்லாவைப் பார்த்து, "இனிய இசபெல்லா... நீயாவது எனக்கு கருணை காட்டு. பிரபுவின் முன் நீயும் மண்டியிட்டு என் வேண்டுகோளுக்கு செவிசாய்க்குமாறு மன்றாடு. அப்படிச் செய்தால் நான் வாழ்நாள் முழுவதும் உனக்கு நன்றி உள்ளவளாக இருப்பேன்" என்று கெஞ்சினாள்.

வின்சென்ஷியோ சிரித்தான். "இப்படி ஒரு வேண்டுகோளை நீ இசபெல்லாவிடம் வைப்பது பகுத்தறிவுக்கு முரணாக இருக்கிறது. நீ சொல்வது போல் அவள் மண்டியிட்டுக் கெஞ்சினாள் என்றால்

அவளுடைய சகோதரனின் ஆவி கல்லறையைப் பிளந்து கொண்டு வெளியே வந்து விடும். இவனுக்கு இரக்கம் காட்டும்படி இவள் வேண்டுவதைப் பார்த்து பயந்து விடும். பிறகு இங்கிருந்து இவளைக் கூட்டிச் சென்று விடும்” என்றான்.

ஆனாலும் அவள் விடவில்லை. “ஐயோ இசபெல்லா... இனியவளே... பிரபுவின் முன்னால் என்னோடு சேர்ந்து நீயும் மண்டியிடு. அதற்கு அடையாளமாக உன் கையைத் தூக்கு. மண்டியிட்டால் மட்டும் போதும். நீ எதுவுமே பேச வேண்டாம். அவரிடம் என் தரப்பு நியாயத்தை எடுத்துச் சொல்ல வேண்டியதும், இரக்கம் காட்டச் சொல்லி வேண்டுவதும் என் பொறுப்பு. உலகில் சிறந்த மனிதர்கள் எல்லாம் தவறுகளுக்கு அப்பாற்பட்டவர்களாக உருவாக்கப்பட்டுள்ளதாக கூறுகின்றனர். அவர்களிடம் தீமையின் சாயல் லேசாக இருந்தாலும் கூட, பல சமயங்களில் தாங்கள் தீங்கற்றவர்களைக் காட்டிலும் மேலானவர்கள் என்றே நிரூபிக்கிறார்கள். என்னுடைய கணவர் விஷயத்திலும் இதுதான் உண்மையாக இருக்கக் கூடும். இசபெல்லா... என்னுடைய நன்மைக்காக நீ பிரபுவிடம் மண்டியிட மாட்டாயா?” என மன்றாடினாள்.

வின்சென்ஷியோ நிர்த்தாட்சண்யமாக, “முடியாது. கிளாடியோவின் மரணத்திற்கு ஆணையிட்ட இவன் அதற்கு தண்டனையாக இறந்தே ஆக வேண்டும்” என்று கூறினான்.

இப்போது இசபெல்லா அவன் முன்னால் வந்து மண்டியிட்டு கை கூப்பினாள்.

“உலகில் சிறந்த வள்ளலே... நீங்கள் மரண தண்டனை விதித்திருக்கும் இந்த மனிதனை தயவு செய்து பாருங்கள். இரக்கம் காட்டுங்கள். ஏனென்றால்... முதலில் என் சகோதரன் இன்னும் உயிருடன்தான் இருக்கிறான் என எண்ணுகிறேன். அடுத்து இந்த மனிதர் என்னைப் பார்க்கும் வரை நீதியின் பாதையில் சரியாகத்தான் போய்க் கொண்டிருந்தார் என்ற கண்ணோட்டமும் ஓரளவு எனக்கு உண்டு. என் மீது கொண்ட ஆசை காரணமாகத்தான் இவரது முதன்மை நோக்கம் சிதைந்து போனது. உண்மை இப்படி இருக்கும்போது இவரை மரண தண்டனைக்கு ஆளாக்கக் கூடாது. நியாயமாகத்தான் என் சகோதரனுக்கு மரண தண்டனை விதிக்கப்பட்டது. ஏனென்றால் அவன் செய்த குற்றத்திற்காகவே அந்த தண்டனையைப் பெற்றான்.

இவரைப் பொறுத்தவரை இவரது தீய நோக்கங்கள் எதுவும் செயல் வடிவம் பெறவில்லை. எனவே இவர் செய்த காரியங்களை பொருட்படுத்தக் கூடாது. இவருடைய கெட்ட எண்ணங்கள் நிறைவேறுவதற்கு முன்பாகவே ஒன்றுமில்லாமல் போய் விட்டன. நல்ல, கெட்ட நோக்கங்கள் எல்லாமே வெறும் எண்ணங்கள்தான். அதோடு எண்ணங்கள் எல்லாம் ஒரு மனிதனின் கட்டுப்பாட்டில் இருப்பவை அல்ல”

மரியானா குறுக்கிட்டாள். “ஆம். நோக்கங்கள் எல்லாமே எண்ணங்கள்தான் பிரபு” என்றாள்.

அவன் தலைமைக் காவலனிடம் திரும்பினான்.

“வழக்கத்திற்கு மாறான நேரத்தில் கிளாடியோவைக் கொல்ல உனக்கு விசேஷ அரசாணை எதுவும் வந்ததா?”

“இல்லை ஐயா. தனிப்பட்ட முறையில் ஒரு தூதுவன் மூலம்தான் அது எனக்குத் தெரிவிக்கப்பட்டது”

வின்சென்ஷியோவின் கண்கள் சிவந்தன. “உரிய நடைமுறைகளைப் பின்பற்றாமல் இப்படி நடந்ததற்காக இப்போதே உன்னைப் பதவி நீக்கம் செய்கிறேன். ம்... உன் அலுவலக சாவிகள் அனைத்தையும் உடனே ஒப்படை” என உத்தரவிட்டான்.

அவன் பதறினான்.

“ஐயோ... என்னை மன்னித்து விடுங்கள் பிரபு. அப்படி ஒரு ஆணையை நிறைவேற்றியதற்காக என் மீது தவறு இருக்கலாம். ஆனால் அது தவறு என அப்போது எனக்கு உறுதியாகத் தெரியவில்லை. ஆனால் பின்னர் சிந்தித்துப் பார்க்கும்போது நான் செய்த காரியத்தை எண்ணி மிகவும் வருந்தினேன். நான் சொல்வது உண்மை என்பதை நிரூபிக்க இன்னொரு கைதியின் விவகாரத்தை சுட்டிக் காட்ட முடியும். ஆஞ்சலோ பிரபுவின் தனிப்பட்ட உத்தரவிற்கிணங்க அவன் தலையும் துண்டிக்கப்பட்டிருக்க வேண்டும். ஆனால் அவனை இன்னும் உயிரோடு விட்டு வைத்திருக்கிறேன்”

“யார் அவன்?”

“அவன் பெயர் பார்னடைன்”

"கிளாடியோவின் உயிரையும் நீ காப்பாற்றி இருக்க வேண்டும். போ. அந்தக் கைதியை இங்கே அழைத்து வா. நான் அவனைப் பார்க்க வேண்டும்"

தலைமைக் காவலன் விரைந்தான்.

எஸ்கலஸ் ஆஞ்சலோவிடம், "பிரபு... எப்போதுமே ஞானியாகவும், அறிவாளியாகவும் காட்சி அளித்து வந்த ஒரு மனிதன், முதலில் காம வெறியாலும், பின்னர் நேர்மையான மற்றும் இரக்கமற்ற நீதி பரிபாலனத்திற்காகவும் செய்த கேவலமான காரியங்களை எண்ணி மிகவும் மனம் வருந்துகிறேன்" என்றான் சோகத்துடன்.

அவன் இவ்வாறு கூறியதும் ஆஞ்சலோவிற்கு துக்கம் தொண்டையை அடைத்தது.

"நானும் துக்கம் கொள்கிறேன். அதன் விளைவாக, வருந்தும் என் இதயத்தில் ஆழமாக புதையும் வகையில் பெரும் வேதனையை எனக்கு நானே வழங்கிக் கொள்கிறேன். முடிவு என்னவென்றால்... இப்போது நான் இரக்கத்தை எதிர்பார்ப்பதை விட மரணத்தையே எதிர்கொள்ள மிகவும் தயாராக உள்ளேன். நான் இறப்பதற்குத்தான் தகுதியானவன். நான் பணிவுடன் வேண்டுவதும் அதுதான்"

அடுத்து யாரும் பேசவில்லை. எல்லோரும் மௌனமாக இருந்தனர். தலைமைக் காவலனை எதிர்பார்த்துக் காத்திருந்தான் வின்சென்ஷியோ. சிறிது நேரம் கழித்து அவனும், பார்னடைனும் வந்தனர். வேறு ஒரு திசையில் இருந்து ஜூலியட் வந்தாள். அவளுடன் முகத்திரை அணிந்த ஒருவனும் வந்தான். அவன் வேறு யாருமல்ல. இசபெல்லாவின் சகோதரன் கிளாடியோதான். வின்சென்ஷியோ அவர்கள் ஒவ்வொருவரையும் தனித்தனியாக ஆராய்ந்தான். பார்னடைன் யார் என்று அவனுக்குத் தெரியவில்லை.

எனவே தலைமைக் காவலனைப் பார்த்து, "இதில் யார் பார்னடைன்?" என வினவினான்.

"இவன்தான் ஐயா" என அவன் பதில் அளிக்க அவன் சுட்டிக் காட்டிய மனிதனை உற்று நோக்கினான் வின்சென்ஷியோ.

"இவனைப் பற்றிய உண்மைகளை என்னிடம் கூறிய பாதிரியார் ஒருவர் இருந்தார்" என்று கூறிய அவன் பார்னடைனைப்

பார்த்து, "நீ இறுகிப் போன இதயம் கொண்டவன் என கேள்விப்பட்டிருக்கிறேன். உன்னுடைய சிற்றறிவின் காரணமாக இந்த உலகிற்கு அப்பால் உன்னால் எதையும் பார்க்க இயலாது. எனவே இந்தக் குறுகிய கண்ணோட்டத்திற்கு ஏற்ப நீ உன் வாழ்க்கையை அமைத்துக் கொண்டிருக்கிறாய். நீ சபிக்கப்பட்டு இருக்கிறாய். என்றாலும் உன்னுடைய மண்ணுலக தவறுகளைப் பொறுத்தவரை நான் அவற்றில் இருந்து உன்னை முழுமையாக விடுவிக்கிறேன். மேலும் எதிர்காலத்தில் நல்ல விதமான வாழ்க்கை ஒன்றை மேற்கொள்ளும் வகையில் எனது கருணையை பெற்றுக் கொள்" என்றான்.

அடுத்து அவன் பீட்டர் பாதிரியாரைப் பார்த்து, "தந்தையே... இவனுக்கு நல்வழி காட்டும்படி உங்களை வேண்டுகிறேன். இனி இவனை நான் உங்கள் பொறுப்பில் விடுகிறேன்" என்றான்.

பிறகு முகத்திரை அணிந்து நின்ற கிளாடியோவைப் பார்த்து, "முகத்தை மூடி மறைத்துக் கொண்டு நிற்கும் இவன் யார்?" என அவன் விசாரித்தான்.

"இவன் இன்னொரு கைதி ஐயா. கிளாடியோவுடன் சேர்த்து இவனுடைய தலையும் அன்றே துண்டிக்கப்பட்டிருக்க வேண்டும். ஆனால் இவனுடைய உயிரையும் நான் காப்பாற்றினேன். இவன் அப்படியே கிளாடியோவைப் போலவே இருக்கிறான்" என்று கூறிய தலைமைக் காவலன் அவனை நெருங்கி முகத்திரையை அகற்றினான்.

கிளாடியோவைக் கண்டதும் கூட்டத்தில் மீண்டும் ஆரவாரம் எழுந்தது. மக்கள் கூட்டம் பலவிதமாக பேசிக் கொள்ளத் தொடங்கியது. அமைதி காக்கும்படி அவர்களுக்கு மறுபடியும் சைகை செய்த வின்சென்ஷியோ இசபெல்லாவைப் பார்த்தான்.

"உண்மையிலேயே இவனிடம் உன் சகோதரனின் சாயல் இருந்தால்... அவனுக்காக நான் இவனை மன்னிக்கிறேன்" என்று கூறிய அவன் ஒரு கணம் தாமதித்தான்.

அதுவரை அவன் மறைத்து வைத்திருந்த அவள் மீதான காதல் உணர்வுகள் இப்போது பொங்கின. பின் மெதுவாக, "அனைவரும் நேசிக்கும் அன்பான பெண்ணே... கை கொடு. பிறகு நீ இனி

எனக்கே உரியவள் என்று சொல். அப்போது இவன் என் மைத்துனன் ஆவான்..." என முற்றிலும் வேறு விதமாகப் பேசத் தொடங்கினான்.

இசபெல்லா திடுக்கிட்டாள். உடல் வியர்த்தது. நெஞ்சம் படபடத்தது. என்ன சொல்வதென்று புரியாமல் தலைகுனிந்தாள். மரியானாவின் புருவங்கள் உயர்ந்தன. ஆஞ்சலோ அவனை கொலை வெறியுடன் பார்த்தான். மற்ற அனைவரும் ஆச்சரியத்தில் மூழ்கினர். மக்கள் கூட்டமும் அதிசயித்துப் போய் நின்றது. எதையும் சட்டை செய்யாமல் வின்சென்ஷியோ தொடர்ந்தான்...

"...ஆனால் நான் இந்த விஷயம் தொடர்பாக இன்னொரு சரியான சந்தர்ப்பத்தில் உன்னிடம் பேசுவேன். இந்த முன்னேற்றத்தின் அடிப்படையில் பார்த்தால்... தன் உயிரும் காப்பாற்றப்பட்டு விட்டதாக ஆஞ்சலோ உணர்கிறான். அவனுடைய கண்களில் ஒரு புதிய நம்பிக்கை ஒளி தோன்றுவதை நான் பார்க்கிறேன். நல்லது ஆஞ்சலோ... நீ செய்த தீமை உனக்கு நல்ல வெகுமதியைப் பெற்றுத் தந்திருக்கிறது. கவனம்... உன் மனைவியை நீ உண்மையாக நேசிக்க வேண்டும். அப்புறம் அவளுக்கு நிகரான தகுதி கொண்டவனாக மாறு. எல்லா குற்றவாளிகளையும் மன்னித்து விடுதலை செய்ய வேண்டும் என்ற சரியான ஆவல் தோன்றுவதை நான் இந்த தருணத்தில் உணர்கிறேன். ஆனால் இங்கே ஒருவன் நெருக்கமாக நின்று கொண்டிருக்கிறான். அவனை மட்டும் என்னால் மன்னிக்கவே முடியாது..."

இப்போது அவன் லூசியோ பக்கம் திரும்பினான். அவன் கதி கலங்கிப் போய் நின்றான். அடுத்து என்ன நடக்கப் போகிறது என மக்கள் ஆவலுடன் பார்த்துக் கொண்டிருந்தனர்.

வின்சென்ஷியோ அவனிடம், "அற்பனே... நான் ஒரு முட்டாள், கோழை, விபசாரத்தில் மூழ்கியவன், பைத்தியம் என உனக்கு நன்றாகத் தெரியும் என சொல்லிக் கொண்டிருந்தாய். நான் கேட்கிறேன்... என்னை நீ இதுபோல் 'புகழ' என்னுடைய எந்த நடவடிக்கை காரணமாக இருந்தது?" என்று கேட்டுக் கொண்டே பல்லைக் கடித்தான்.

"ஐயா... நம் நாட்டில் தங்களைப் பற்றி அவ்வாறு பேசும் வழக்கம் இருந்தது. உண்மையில் அதன்படியே நான் அவ்வாறு பேசினேன்.

இதற்காக நீங்கள் என்னை தூக்கில் போட விரும்பினால் அப்படியே செய்யுங்கள். ஆனால், தூக்கில் போடுவதற்குப் பதில் நான் கசையடி பெறுவதுடன் நீங்கள் திருப்தி அடைய முடியும் என்றால் அதையே நான் விரும்புவேன்"

"ம்... முதலில் கசையடி. பிறகு தூக்கு. தலைமைக் காவலனே... இந்தக் காமுகனால் எந்தப் பெண்ணுக்காவது களங்கம் ஏற்பட்டிருக்குமானால் அவளை என் முன்னால் வரும்படி அறிவிப்பு செய்யுங்கள். இவன் அவளை திருமணம் செய்ய வேண்டும். ஒரு பெண்ணை இவன் கர்ப்பிணியாக்கி இருப்பதாக இவனே என்னிடம் சத்தியம் செய்தான். திருமணம் நடந்து முடிந்த பிறகு இவன் கசையடி பெற வேண்டும். பிறகு தூக்கிலிடப்பட வேண்டும்"

"மேன்மை தங்கிய பிரபு... உங்களைக் கெஞ்சிக் கேட்டுக் கொள்கிறேன். ஒரு விலைமாதுவை நான் திருமணம் செய்யும்படி சொல்லாதீர்கள். சற்று நேரத்திற்கு முன்னால் நீங்கள்தான் சொன்னீர்கள்... நாட்டின் கோமகனை நான்தான் மக்களுக்கு அடையாளம் காட்டினேன் என்று... நல்ல பிரபு... நான் உங்களுக்கு செய்த சேவைக்கு கைமாறாக ஒரு விபசாரியை நான் திருமணம் செய்ய உத்தரவிட்டு விடாதீர்கள். என்னை மணம் புரிந்தாலும் அவள் எனக்கு விசுவாசமாக இருக்கப் போவதில்லை. அத்துடன் நான் அவளுக்கு எடுபிடியாகத்தான் ஆக்கப்படுவேன்"

"எனது இறையாண்மையின் பெயரால் ஆணையிடுகிறேன். நீ அந்தப் பெண்ணைத்தான் மணக்க வேண்டும். என்னைப் பற்றி நீ கூறிய அவதூறுகளைப் பொறுத்தவரை நான் உன்னை மன்னித்து விடுகிறேன். அதோடு உன்னுடைய மற்ற தவறுகளையும் கண்டு கொள்ளாமல் விடுகிறேன். அவற்றின் அடிப்படையில் நான் விதித்த தண்டனைகளையும் திரும்பப் பெறுகிறேன். தலைமைக் காவலனே... இவனை சிறைச்சாலைக்கு கொண்டு செல். இந்த விஷயத்தில் என் விருப்பங்கள் நிறைவேறுகிறதா என்றும் பார்"

காவலர்கள் முன்னே வர அவன், "ஐயோ பிரபு... ஒரு வேசியை திருமணம் செய்து கொள்வது என்னை நிச்சயமாக சாவுக்கு அருகில்தான் கொண்டு செல்லும். ஏனென்றால் அது சவுக்கடிக்கும், தூக்கு தண்டனைக்கும் நிகரானது" என்று கதறினான்.

"உனக்கு இந்த தண்டனை பொருத்தமானதுதான். ஏனென்றால்

நாட்டின் கோமகனை நீ இழிவுபடுத்தினாய்" என்று கூறிய வின்சென்ஷியோ கிளாடியோ பக்கம் திரும்பினான்.

"கிளாடியோ... நீ கர்ப்பிணியாக்கி கஷ்டப்படுத்திய இந்தப் பெண்ணை (ஜூலியட்) நன்றாக வைத்துக் கொள். நீ இவளைக் கைப்பிடிப்பதன் மூலம் தனக்கு ஏற்பட்ட களங்கம் நீங்கி இவள் இந்த சமுதாயத்தில் மரியாதைக்குரிய பெண்ணாக நிறுவப்படுவாள். மரியானா... உனக்கு நிம்மதி உண்டாகட்டும். ஆஞ்சலோ... நீ இவளை நேசிக்க வேண்டும். நான் பாதிரியாராக மாற்றுருவில் இருந்தபோது அவள் தன் பாவங்களை ஒப்புக்கொண்டு மனம் வருந்தியதைக் கேட்டேன். எனவே அவள் நல்ல பெண் என்பது எனக்குத் தெரியும். என் இனிய நண்பனே எஸ்கலஸ்... நீ இவ்வளவு நற்பண்புகளை வெளிப்படுத்தியமைக்காக உனக்கு நன்றி. வெறும் நன்றியை விட இன்னும் பெரிய வெகுமதி உனக்குக் காத்திருக்கிறது. அந்த வெகுமதி இன்னும் உனக்கு மகிழ்ச்சி அளிப்பதாக இருக்கும். தலைமைக் காவலனே... பாதிரியார் வேடத்தில் நான் இருந்தபோது என்னை நீ மதித்து, என்னுடைய திட்டங்களை ரகசியமாக வைத்திருந்ததற்காக மிகவும் நன்றி. இதற்காக நான் பதவி உயர்வு தந்து இன்னும் மேலான பணியில் உன்னை அமர்த்துவேன். ஆஞ்சலோ... கிளாடியோவின் தலைக்குப் பதிலாக ரகோஸைனின் தலையை உன்னிடம் காட்டியதற்காக நீ இவனை மன்னித்து விடு. இந்தத் தவறு மன்னிக்கப்பட வேண்டியதே..."

சற்றே நிதானித்த அவன் இசபெல்லாவிடம், "அன்பு இசபெல்லா... உன்னிடம் ஒரு கோரிக்கை... அதை நீ ஏற்றுக் கொண்டால் மிகப்பெரிய நன்மைகளை அடைவாய். அதை நீ கேட்க விரும்பினால் நீயும், நானும் ஒன்றாகி விடுவோம். எனவே எனக்குச் சொந்தமானது எல்லாமே உனக்குச் சொந்தமாகி விடும். அதுபோல் உன்னுடையது எல்லாம் எனக்கு உரியதாகிவிடும். எனவே என் மாளிகைக்கு வா. இனி என்ன நிகழப் போகிறது என்பதையும், உனக்கு எது பொருத்தமானது என்பதையும் அங்கு நான் உணர்த்துவேன்..." என்று கூறி அனைவரையும் வணங்கினான்.

மக்கள் கூட்டம் பலத்த கரவொலி எழுப்பியது. இசபெல்லா எதுவும் பேச முடியாமல் மௌனமாக தலைகுனிந்தாள்.

மௌனம் சம்மதம்தானே!

திறனாய்வு

'சரிக்குச் சரி' என தலைப்பு கொடுக்கப்பட்டிருப்பது முதலில் சரியல்ல. 'கண்ணுக்கு கண்', 'பல்லுக்கு பல்' போன்ற தண்டனை முறைகளை போன்ற தலைப்பே அது. ஆனால் யாரும் அப்படி தண்டிக்கப்படவில்லை.

ஒரு கன்னியாஸ்திரியின் கற்பையே விலை பேசத் துணிந்த ஆஞ்சலோ கூட இறுதியில் மன்னித்து விடப்படுகிறான். இசபெல்லா அனுபவித்த துன்பத்திற்கு சரிக்குச் சரியாக அவனுக்கு துன்பம் கொடுக்கப்பட்டது என்ற வாதம் சரியாகாது.

ஆஞ்சலோ என்பவன் இசபெல்லாவின் கற்பை சூறையாட எண்ணுகிறான். எனினும் அவன் அந்தக் குற்றச் செயலில் ஈடுபடவில்லை. எனவே அவனுக்கு கடும் தண்டனை வழங்கலாகாது. அவனது தீய நோக்கத்திற்கான கண்டனத்தையும், அதற்கு பரிகாரமாக அவன் ஏதேனும் செய்ய வேண்டும் என்பதையுமே தண்டனையாக வழங்க முடியும். நாடகத்தில் அதுதான் செய்யப்பட்டுள்ளது.

ஷேக்ஸ்பியர் உருவாக்கிய கதாநாயகியருள் இசபெல்லாவை போல் கொடிய துன்பத்தை அனுபவித்த பெண் யாருமே இல்லை என்று அடித்துக் கூறி விடலாம். ஒரு கன்னியாஸ்திரியாக தூய வாழ்க்கையை மேற்கொள்ள வேண்டும் என்ற எண்ணம் கொண்டிருக்கும் பெண்ணிடம் ஒருவன் உறவுக்கு வருமாறு நிர்ப்பந்தம் செய்தால் எப்படி இருக்கும்? தன் உயிரை காப்பாற்றிக் கொள்ள ஒருவன் தன் சகோதரியிடம் கற்பை இழப்பது பற்றி பரவாயில்லை என்ற விதத்தில் பேசினால் அவளது மனம் என்ன பாடுபடும்?

ஷேக்ஸ்பியரின் நாயகியருள் பெண் ரசிகர்களின் அனுதாப ஓட்டுக்களை ஒட்டுமொத்தமாக அள்ளிக் கொள்ளக்கூடிய ஒரே கதாநாயகி இசபெல்லாதான் என்று கூறினால் அது மிகையில்லை.

ஏறக்குறைய வில்லன் போலவே இருக்கும் ஆஞ்சலோவை ஷேக்ஸ்பியர் மிகக் கேவலமாக சித்தரிக்க முயலவில்லை. நன்மைக்கும், தீமைக்கும் இடையே அல்லாடுபவனாகத்தான் அவனை காட்டி இருக்கிறார். ஒரு கன்னியாஸ்திரியை அனுபவிக்கத் துடிப்பதுதான் அவனுடைய பக்கத்தில் பெரும் தவறாகப் போய்விடுகிறது.

மற்றபடி இசபெல்லாவே ஒரு முறை தன்னுடைய அழகும், இளமையும்தான் இப்படி ஆஞ்சலோவை தன் மீது சபலம் கொள்ளுமாறு செய்து விட்டது என்று உணர்ந்து பேசுகிறாள். மொத்தத்தில் ஷேக்ஸ்பியர் எந்தக் கருத்தையும் தீர்மானமாகக் கூற முன்வரவில்லை.

எல்லாப் பிரச்சினைகளுமே இசபெல்லாவின் சகோதரன் கிளாடியோவின் அவசர புத்தியினால்தான் உருவாகின்றன. திருமணத்திற்கு முன்பாக அவன் தன் காதலியுடன் கூடி அவளை கர்ப்பிணியாக்கி விடுகிறான். இது சரியா? பதில் இல்லை. ஆஞ்சலோ ஒரு கன்னியாஸ்திரியின் மீது மோகம் கொள்வது முறைதானா? தெளிவான பதில் இல்லை.

இறுதியில் அழகிய இளம்பெண்கள் ஆன்மீக பாதையை தேர்ந்தெடுப்பது தவறு என்பது போலவும், அத்தகைய பெண்கள் யாரேனும் ஒருவரை மணந்து கொண்டு இல்லற வாழ்வில் ஈடுபடுவதே முறை என்பது போலவும் முடிக்கப்படுகிறது. இது சரிதானா?

இப்படி விடை காண முடியாத கேள்விகள் பலவற்றை ‘சரிக்குச் சரி’ நாடகம் எழுப்புகிறது. நல்ல ஆட்சியாளன் வின்சென்ஷியோவே கடைசியில் இசபெல்லா மீது காதல் கொண்டு விடுகிறான். தன்னை மணந்து கொண்டு வாழ வருமாறு அழைப்பு விடுகிறான். அதற்கு இசபெல்லா என்ன பதில் கூறுகிறாள் என்பது வெளிப்படையாக காட்டப்படாமல் ‘மௌனம் சம்மதம்’ என்பது போல் மிக சாமர்த்தியமாக முடிக்கப்படுகிறது.

ஆக, இதில் ஒரு பெண்ணை (அவள் எப்படிப்பட்ட இலட்சியங்களைக் கொண்டிருந்தாலும்) காதலிப்பதில் 'அணுகுமுறை' என்பதே மிக முக்கியம் என்பது போன்ற ஒரு மறைகுறிப்பு தெரிவிக்கப்படுகிறது.

ஆஞ்சலோ இசபெல்லாவை நாகரிகமற்ற முறையில் அணுகுகிறான். வின்சென்ஷியோ அவளை கண்ணியமாக அணுகுகிறான். அவ்வளவுதான். நாடகத்தைப் பொறுத்தவரை வாசகர்களிடம் எழும் சிக்கலான கேள்விகளுக்கெல்லாம் உறுதியான பதிலையோ அல்லது தீர்வையோ ஷேக்ஸ்பியர் கூறவில்லை.

'சரிக்குச் சரி' நாடகம் ஒரு கிறித்தவ நீதிக்கதை (Christian parable) போன்றது. தனிமனித ஒழுக்கம், ஓர் ஆட்சியாளனின் புனித கடமை, சமுதாய நெறிமுறைகள் போன்ற ஆழமான பொருள்களைப் பற்றி இந்நாடகம் சிந்திக்க வைக்கிறது.

இதில் துளியும் சந்தேகமில்லை. இவற்றில் எழும் சிக்கல்களையெல்லாம் தீர்த்து வைக்க ஏறக்குறைய கடவுள் போலவே உண்மை ஆட்சியாளன் வின்சென்ஷியோ வருகிறான். அவனது பாத்திரப் படைப்பு உண்மையிலேயே உன்னதமானது.

வின்சென்ஷியோ சில சமயம் ஷேக்ஸ்பியரின் 'புயல் காற்று' (The Tempest) நாடகத்தில் வரும் பெருந்தன்மை மிக்க பிராஸ்பரோவுடன் ஒப்பிட்டு பேசப்படுகிறான். அதிகாரம் கையில் இருக்கிறது என்பதற்காக அவன் ஆஞ்சலோவை கடுமையாக தண்டிக்க விரும்பவில்லை. 'பலவீனம்' என்பது மனித இயற்கை என்பது போலத்தான் அவனது தீர்ப்புகள் உள்ளன.

பாலியல் உணர்வுகள் இயற்கைக்கு விரோதமானவை அல்ல. அவை பாவகரமானவையும் அல்ல. ஆனால் அந்த உணர்வுகள் செயல் வடிவம் பெறுவதில் ஒரு நெறிமுறையும், கட்டுப்பாடும் இருக்க வேண்டும் என்ற வகையில்தான் 'சரிக்குச் சரி' கதை அமைந்துள்ளது.

தகாத உறவுக்காக கிளாடியோவுக்கு மரண தண்டனை அளிக்கும் ஆஞ்சலோ, பிறகு அவனே அதே தவறை செய்யத் துணிந்து விடுகிறான். அது பற்றிய குற்ற உணர்வும் கூட அவனுக்கு இருப்பதாகக் காட்டப்படுகிறது.

ஒவ்வொரு மனிதனுக்குமே இது போன்ற ஆசைகளும், சபலங்களும் தோன்றக்கூடும். எனவேதான் சமுதாயத்தில் 'திருமணம்' என்ற ஏற்பாடு செய்யப்பட்டுள்ளது.

ஷேக்ஸ்பியரின் இன்பியல் நாடகங்களில் 'திருமணம்'தான் மிக இறுதியான காட்சி. ஆனால் 'சரிக்குச் சரி' நாடகத்தைப் பொறுத்தவரை திருமணம் என்பது ஆஞ்சலோவுக்கு ஒரு தண்டனை போலவே வழங்கப்படுகிறது. நாயகி இசபெல்லாவிற்கு கூட அது ஒரு தண்டனைதான் என்று கருதவும் இடம் உண்டு.

ஷேக்ஸ்பியரின் 37 நாடகங்கள்

1. ஆறாம் ஹென்றி (இரண்டாம் பாகம்)
2. ஆறாம் ஹென்றி (மூன்றாம் பாகம்)
3. ஆறாம் ஹென்றி (முதல் பாகம்)

4. மூன்றாம் ரிச்சர்ட்

5. தவறுகளால் நேர்ந்த கூத்து (The Comedy of Errors)

6. டைட்டஸ் ஆன்ட்ரானிக்கஸ்

7 அடங்காப்பிடாரியை அடக்குதல் (The Taming of the Shrew)

8. வெரோனாவின் இரு கனவான்கள்
(The Two Gentlemen of Verona)

9. காதல் முயற்சி தோல்வி (Love's Labours Lost)

10. ரோமியோ & ஜூலியட்

11. இரண்டாம் ரிச்சர்ட்

12. ஒரு நடுவேனில் இரவுக்கனவு (A Midsummer Night's Dream)

13. மன்னன் ஜான்

14. வெனிஸ் நகரத்து வர்த்தகன் (The Merchant of Venice)

15. நான்காம் ஹென்றி (முதல் பாகம்)
16. நான்காம் ஹென்றி (இரண்டாம் பாகம்)

17. ஒன்றுமில்லாததற்கு ஒரே ஆர்ப்பாட்டம்
(Much Ado About Nothing)

18. ஐந்தாம் ஹென்றி

19. ஜூலியஸ் சீசர்

20. நீ விரும்பிய வண்ணமே *(As You Like It)*

21. பனிரெண்டாவது இரவு *(Twelfth Night)*

22. ஹாம்லெட்

23. வின்ட்ஸர் நகரத்தின் சந்தோஷ திருமதிகள் *(The Merry Wives of Windsor)*

24. டிராய்லஸ் & கிரெஸிடா

25. நலமாக முடியும்போது எல்லாம் நலமே *(All is Well That Ends Well)*

26. சரிக்குச் சரி *(Measure For Measure)*

27. ஒதெல்லோ

28. மன்னன் லியர்

29. மெக்பெத்

30. ஆன்டனி & கிளியோபாட்ரா \

31. காரியலேனஸ்

32. ஏதென்ஸ் நகரத்து டைமன் *(Timon of Athens)*

33. பெரிக்ளீஸ்

34. சிம்பெலின்

35. குளிர்கால கதை *(The Winter's Tale)*

36. புயல் காற்று *(The Tempest)*

37. எட்டாம் ஹென்றி

ஆசிரியரின் பிற நூல்கள்

1. ஷேக்ஸ்பியரின் மெக்பெத் - நாவல் வடிவம் (நியூ செஞ்சுரி புக் ஹவுஸ் வெளியீடு)

2. பயங்கரவாதம்-நேற்று, இன்று, நாளை - TERRORISM - YESTERDAY, TODAY, TOMORROW என்ற ஆங்கில நூலின் மொழிபெயர்ப்பு. மூல நூலின் ஆசிரியர் இந்தியாவின் உச்ச உளவு அமைப்பான 'ரா'வில் (RAW) பணியாற்றி ஓய்வு பெற்று, 2013 ஜூன் மாதம் காலமான திரு. பி. ராமன் அவர்கள். கிழக்கு பதிப்பகம் வெளியீடு.

3. ஷேக்ஸ்பியர்-ஓர் அறிமுகம் (4 பாகங்கள் - யூனிவெர்சல் பப்ளிஷிங் வெளியீடு)

பாகம் 1 : ஆங்கில நாடக வரலாறும், கவிஞரின் மர்ம ராகமும்
பாகம் 2 : பிரிட்டனின் ரத்த சரித்திரம்
பாகம் 3 : துன்பியல் நாடகங்கள்
பாகம் 4 : இன்பியல் நாடகங்கள்

4. இந்தியாவின் இருண்ட காலம் - முன்னாள் ஐ.நா. துணை பொதுச் செயலாளர், முன்னாள் மத்திய அமைச்சர், இன்றைய காங்கிரஸ் எம்.பி. (திருவனந்தபுரம் தொகுதி) சசி தரூர் எழுதிய AN ERA OF DARKNESS என்ற நூலின் மொழிபெயர்ப்பு. கிழக்கு பதிப்பகம் வெளியீடு.

* * * * *

ஷேக்ஸ்பியர் நாடகங்களை
முழுமையாக சுவைத்து மகிழ

ஜே.கே. இராஜசேகரன் எழுதிய

ஷேக்ஸ்பியர்–ஓர் அறிமுகம்
(4 பாகங்கள் – 744 பக்கங்கள்)

நூலை வாங்கிப் படியுங்கள்

வெளியீடு:

யூனிவெர்சல் பப்ளிஷிங்
142, ஐ.ஓ.ஏ. காம்ப்ளக்ஸ்
69, ராயப்பேட்டை ஹைரோடு
சென்னை – 600014

செல்போன்: *9840 78 9096*